# త్రివేణి

## కృష్ణపక్షం-శుక్లపక్షం

పొత్తూరి·విజయలక్ష్మి

సాహితి

**త్రివేణి** **(2004 నవ్య వీక్లీ)**
**కృష్ణపక్షం-శుక్లపక్షం** **(1985 ఆంధ్రప్రభ వీక్లీ)**
**పొత్తూరి విజయలక్ష్మి**
ప్లాట్ నెం.201, 'వికాసిని' అపార్ట్‌మెంట్స్,
2-2-11z 1/3& 3A, న్యూ నల్లకుంట,
హైదరాబాద్-44
ఫోన్ : 27637729

ముద్రణ :

మూల్యం : **60/-**

కవరు డిజైన్ :
కుమార్.పి

ప్రచురణ :
**సాహితి ప్రచురణలు**
29-13-53, కాళేశ్వరరావురోడ్డు,
సూర్యారావుపేట, విజయవాడ -520 002
ఫోన్: 0866 - 6460633

# త్రివేణి

**అడవి ప్రాంతం. కొండలు, గిరిజన గ్రామాలు వున్న ప్రాంతం. దైనందిన జీవితం ఎలావున్నా పర్యాటకులకు, ప్రకృతిని ఆరాధించేవారికి స్వర్గంలాంటి ప్రదేశం. చలికాలం. పళ్ళు కటకటలాడిస్తోంది చలి. తూర్పుముఖంగా వుంది ఆ పాతకాలం ఇల్లు. పొద్దున తొమ్మిది గంటలు అవుతోంది. కొండ ఎక్కాడు సూర్యుడు. ఆయన కొండ ఎక్కేసరికి సూర్యకిరణాలు వెచ్చగా వరండాలో పడ్డాయి.**

వరండాలో కుర్చీలో కూర్చుని పత్రిక తిరగేస్తున్న యమున చెవిన వున్న ఒంటి తెల్లటిరాయి దిద్దుల మీద పడి మెరిశాయి సూర్యకిరణాలు. ఆ చలికాలం ఆ ఉదయంలో ఆ వెచ్చని కిరణాల హాయిని తనివితీరా ఆస్వాదిస్తూ ఎండ పూర్తిగా తగిలేలా కుర్చీ జరుపుకుంది.

"అమ్మా కాఫీ!" అంటూ కేకపెట్టింది.

లోపలినుంచి రెండు కప్పులతో వచ్చింది కస్తూరి. నలభై అయిదేళ్ళు వుంటాయి ఆవిడకి. ముట్టుకుంటే మాసిపోయే వంటి రంగు. చక్కని కనుముక్కుతీరు. చెక్కిన శిల్పంలా వుంటుంది. అందుకే విడిగా యమునను చూసినవారు ఎంత బావుందో అనుకున్నా తల్లిని చూశాక అబ్బే ఆ తల్లి అందం సగం కూడా రాలేదు కూతురికి అంటారు.

కూతురికి కాఫీ అందించి తనూ ఎండలో అరుగుమీద కూర్చుంది. కాఫీ ఒక్కగుక్క తాగి ఆ రుచిని ఆస్వాదిస్తూ ఆనందపడింది యమున.

"అమ్మా!" అనేసరికి కస్తూరి అందుకుంది.

"నీ చేతి కాఫీ రుచి అద్భుతం. ఈ ఎండలో నీ చేతి కాఫీ తాగుతుంటే స్వర్గంలో వున్నట్లు వుందనుకో. ఇదేనా నువ్వు చెప్పదలుచుకున్నది. రోజూ ఇదే డైలాగు" అంది నవ్వుతూ.

యమున కూడా నవ్వేసింది. యమునకు తల్లిని చూస్తే ఎంతో భక్తి, ఆరాధన, గర్వం. మా అమ్మలాటి అమ్మ ఇంకెవరికీ వుండదు. ఇటువంటి అమ్మకు కూతురిగా పుట్టడం నా అదృష్టం అనుకుంటుంది. తన తోటి ఫ్రెండ్స్ తల్లులతో తన తల్లిని పోల్చుకుని మురిసిపోతుంది. ఆ సగటు తల్లులను చూసి జాలిపడుతుంది.

కురుమ రాకతో యమున ఆలోచనలకు అంతరాయం కలిగింది. వచ్చీరాగానే వంటింట్లోకి దూసుకుపోయాడు కురుమ.

"వస్తున్నాను ఆగరా! రావడమే తుఫానులాగా వస్తాడు" అంటూ లేచి లోపలికి వెళ్ళింది కస్తూరి. వంటింట్లో మూతపెట్టి వుంచిన ప్లేటు తీసి ఆ అరిటాకు వాడిచేతిలో వుంచింది. అందులో వున్న దోసెలు, పచ్చడి ఆవురావురుమంటూ తినేశాడు. గ్లాసెడు నీళ్ళుతాగి ముందు గదిలోకి వచ్చాడు. బల్లమీద వున్న మెడిసిన్ బాగ్, తెల్లకోటు, స్టెతస్కోప్ అందుకున్నాడు.

వరండాలోకి వెళ్ళాడు. కోటు, స్టెత్ అందుకుంది యమున. వాడు వరండా మెట్లు దిగాడు. యమున "వెళ్ళొస్తానమ్మా!" అని చెప్పింది.

"మధ్యాహ్నం భోజనానికి వస్తావా?" అడిగింది కస్తూరి.

"వస్తాను. రాకపోతే కురుమని పంపిస్తాలే" అని చెప్పింది యమున.

ఇదంతా ప్రతిరోజూ జరిగేదే. కూతురు కనుమరుగు అయ్యేదాకా కన్నార్పకుండా చూసింది కస్తూరి. ఆ తర్వాత లోపలికి వెళ్ళి పెరటి తలుపు గడియ సరిగ్గా వుందో లేదో చూసి బయట తలుపు గడియపెట్టి కొంగు దోపుకుని మొక్కల్లోకి వెళ్ళింది.

ఒక గది, చిన్న హాలు, చిన్న వంటిల్లు, ముందు వరండా ఉన్న రేకుల ఇల్లు అది. చలికి తట్టుకోలేరని రేకులమీద రెల్లుగడ్డి కప్పారు. ఇంటి ముందూ చుట్టూరా స్థలం వుంది. ఆ స్థలంలో మొక్కలు పెంచుతుంది కస్తూరి.

తెల్లవారి ఏడుకి లేస్తుంది. స్నానంచేసి దైవప్రార్థన చేసి టిఫిను కాఫీ సిద్ధంచేసి కూతురికోసం వేడినీళ్ళు పెడుతుంది. యమున లేచి స్నానం చేశాక ఇద్దరూ కలిసే టిఫిన్ చేస్తారు. రెండోసారి కాఫీతాగి యమున సుమారు పదింటికి హాస్పిటల్‌కి వెళ్ళిపోతుంది. మళ్ళీ రావడం ఒంటిగంటకే. కూతురు వెళ్ళగానే పన్నెండింటిదాకా బయట ఎండలో తోటపని చేస్తుంది కస్తూరి. ఆ

తర్వాత ఏకంగా ఆ పూట కావలసిన కూరలు కోసుకుని లోపలికి వెళ్ళి వంట చేస్తుంది.

తెల్లగా ఆరోగ్యంగా మెరిసిపోతున్నాయి కాలీఫ్లవరు పూలు. కేబేజి, పాలకూర, వంకాయలు, చిక్కుడు పాదు, టమేటా అన్నీ చక్కగా కాసి వున్నాయి. ఇంటిముందు అంతా పూలమొక్కలు- గులాబీలు, చామంతులు, బంతులు క్రోటన్స్. అసలు ఆ వాతావరణంలో ఏ మొక్క అయినా చక్కగా పెరుగుతుంది. చలికాలం కావడంతో పూసిన పూలు నెలరోజులైనా చెట్టున వాడవు. గులాబీలు అరచెయ్యి వెడల్పున పూసి మంచు బిందువులతో నిండి కన్నులపండువగా ఉన్నాయి. గులాబి మొక్కకు పాదు సవరించి ఆ మొక్కనే చూస్తూ నిలబడింది కస్తూరి.

కింద మట్టి, హేయమైన పదార్థాలతో తయారైన ఎరువు, పైన పచ్చని ఆకులు, వాడి అయిన ముళ్ళు. ఆపైన మనోహరంగా వున్న పువ్వులు. ఈ మొక్కకు నా జీవితానికి ఎంతో సామ్యం వుంది అనుకుంది కస్తూరి. ఆ మాట ప్రతిరోజూ కనీసం పదిసార్లు అయినా అనుకుంటుంది.

బుద్ధి పూర్తిగా తెలియని వయసులో జరిగిన పెళ్ళి లీలగా గుర్తు. అరిటి పొడవున బద్దలా వంగిన పెళ్లికొడుకు. ఆ తర్వాత కొన్నాళ్ళకు ఈడేరడంతో అత్తవారింటికి వెళ్ళింది. మొగుడు ఎప్పుడూ ఖళ్ళు ఖళ్ళున దగ్గుతూ వుండేవాడు. ఆ తర్వాత తెలిసింది అతనికి క్షయ అని, బయటికి తెలిస్తే పరువు పోతుందని రోగం ముదరబెట్టారని. రెండేళ్ళు తిరగలేదు. గుటుక్కుమన్నాడు. ఆ తర్వాత చాకిరీ జీవితం. ఒకనాడు ఏదో శుభకార్యం వచ్చింది ఇంట్లో. బళ్ళమీద జనం వచ్చి దిగబడిపోయారు. పని ముగించి అర్థరాత్రి వరండాలో కొంగువాల్చుకు పడుకుంది. నిద్రలో తెలివి వచ్చేసరికి నోరుమూసేసి అత్యాచారం.

ఎవరికీ చెప్పకుండా దిగమింగి వూరుకుంది. కానీ ప్రకృతి వూరుకోలేదు. ఆ నెల బహిష్టు రాలేదు. భయంతో వణికిపోయి గన్నేరు పప్పు తిని చచ్చిపోదాం అనుకుంటూ వుండగా పనివాడు యానాది అడ్డుపడ్డాడు. అంతా తెలుసుకున్నాడు.

నీకు నమ్మకం వుంటే నాతో రా! పారిపోదాం! కలిసి బతుకుదాం. ఈ కాయకష్టం ఎక్కడైనా చేసుకోవచ్చు అన్నాడు. వీడితోపోతే వీడు కూడా వదిలేస్తే

ఏమిటి గతి అని ఆలోచన రాలేదు ఆ క్షణంలో. చావు తప్పింది అదే చాలు. రెండు చీరెలు సంచీలో పెట్టుకుని యానాదితో పారిపోయి వచ్చేసింది. ఊరికి చాలా దూరంగా ఎవరు వెతికినా పట్టుపడనంత దూరం వచ్చేశారు.

కూలిపనులు చేసుకుంటూ బతికారు. యమున పుట్టింది. ఆ పిల్ల తన కూతురే అని అందరికీ చెప్పాడు. ఏదో మరీ ఒళ్లు అలిసిపోతే కాస్త తాగడం తప్ప దుర్వ్యసనాలు వుండేవి కాదు యానాదికి. కస్తూరినీ, యముననీ బాగానే చూసుకునేవాడు. అతను మతం పుచ్చుకున్నాడు. యమునని స్కూల్లో చేర్పించారు. చక్కగా చదువుకునేది. కూతురికి బాగా చెప్పించాలని అనుకునేవాడు. ఒకరోజు బావి తవ్వకం పనికి వెళ్ళి పొరపాటున కాలుజారి పడిపోయాడు. ఆ పడడం పడడం ప్రాణం పోయింది.

ఏదో కొద్దిగా నష్టపరిహారం చెల్లించారు. కస్తూరిని చేరదీస్తాం అని కొందరు ముందుకు వచ్చారు గానీ కస్తూరే అంగీకరించలేదు. ఒక చర్చి ఫాదరు ఇంట పనిమనిషిగా పనిచేస్తోంది ఆ సమయంలో. ఆయనతో తన బాధ చెప్పుకుంది. ఆయన ఒక మార్గం చూపించాడు.

ఒక కాన్వెంటు స్కూలు ప్రిన్సిపాలుకి ఉత్తరం రాసిచ్చి పంపించాడు. ఆ ప్రిన్సిపాలు పని ఇచ్చింది. ఆరుగురు నన్స్ వుండే ఇంట్లో పని. యమునను ఆ కాన్వెంటులోనే చేర్పించారు. మంచి మార్కులతో పాసైంది. ఆ తరువాత ఇంటరు, ఎంట్రెన్స్‌లో మెడిసిన్‌లో సీటు వచ్చింది. చదివించలేనని అన్నది కస్తూరి.

ఆ ప్రిన్సిపాల్ ప్రయత్నించింది. ఒక స్పాన్సరు దొరికారు. ఆయన ఆర్థిక సహాయంతో మెడిసిన్ పూర్తిచేసింది యమున. గ్రామ ప్రాంతాలలో పనిచేసేందుకు డాక్టరు పోస్టులు భర్తీ చేసింది ప్రభుత్వం. అందులో యమునకు ఉద్యోగం దొరికింది.

తల్లీకూతురూ ఆ వూరు వచ్చేశారు. యమునకు పెళ్ళిమీద ఆసక్తిలేదు. చిన్నతనం నుండి నన్స్ మధ్య పెరగడంతో విచిత్రమైన మనస్తత్వం అలవడింది. అందుకే చదువుకునే రోజుల్లో ఒకరిద్దరు పెళ్ళి ప్రసక్తి తెచ్చినా మర్యాదగా తిరస్కరించింది.

ఉద్యోగంలో చేరాక కస్తూరి చెవిన ఇల్లు కట్టుకుపోరింది పెళ్ళి చేసుకొమ్మని. ఎప్పటికప్పుడు ఏదో సాకు చెప్పి వాయిదా వేస్తూ వచ్చింది

యమున. చివరికి విసిగిపోయి అసలు చేసుకుంటావా చేసుకోవా చెప్పు అని నిలదీసి అడిగింది.

ప్రస్తుతానికి పెళ్ళి గురించి నాకే అభిప్రాయమూ లేదు. చూద్దాం కొంతకాలం తర్వాత అనేసింది యమున ఖచ్చితంగా. కస్తూరి కంగారుపడింది. ముందిలాగే పెళ్ళొద్దు అని మొండితనం చేసి తీరా చేసుకుందాం అనేసరికి సరైనవాళ్ళు దొరకక నిరాశ నిస్పృహలకి మిగిలిపోయిన వృద్ధ కన్యలనూ, ముందు ఏదోవంకలు పెట్టి చివరికి ఎవరో ఒకరు అని పెళ్ళి చేసుకుని నానా అగచాట్లూ పడుతున్న ఇల్లాళ్ళను ఎంతోమందిని చూసింది కస్తూరి.

పెళ్ళి చేసుకున్నా చేసుకోకపోయినా తన కూతురి జీవితం సుఖంగా సాగాలని మాత్రం నిత్యం దేవుడిని ప్రార్ధించేది కస్తూరి. ఇంట్లో దేవుని గూట్లో ఏసుక్రీస్తు ఫోటో వెంకటేశ్వరస్వామి ఫోటో వుంటాయి. ఒక అగరొత్తి ప్రతిరోజూ వెలిగిస్తుంది. ప్రతి ఆదివారం కేండిల్ వెలిగిస్తుంది.

యమున ఉద్యోగంలో చేరిన మూడు సంవత్సరాల తరువాత ఇక ఈ పిల్ల పెళ్ళిచేసుకోదు అని నిర్ణయించుకుంటున్న తరుణంలో ఒక సంఘటన జరిగింది. కూతురిలో హఠాత్తుగా ఏదో మార్పు. తీరిగ్గా అలంకరించుకోవడం, పరధ్యాన్నంగా వుండడం, తనలో తనే నవ్వుకోవడం, కూనిరాగాలు తియ్యడం ఇదంతా చూసిన కస్తూరి కూతురు ప్రేమలో పడిందని గ్రహించగలిగింది.

భయంవేసింది కస్తూరికి. ఎవరు? ఎవరతను? ఇరవై ఏడేళ్ల కూతురిని ఏమని అడగడం? ఎలా అడగడం? ఇలా తర్జనభర్జనలు పడుతూ వుండగానే ఒకరోజు యమునే చెప్పింది.

ఆ వ్యక్తి ఇంకెవరో కాదు. ఆ ఊరికి డాక్టరుగా వచ్చిన చక్రపాణి. అంతకుముందు వున్న డాక్టరు రిటైరు అయ్యాక దాదాపు ఏడాదిపాటు ఆ పోస్ట్ ఖాళీగానే వుంది. ఎవరూ రాలేదు. ఒకాయన వచ్చాడుగానీ జాయిన్ అవకుండానే పారిపోయాడు. చివరికి ఒక కుర్ర డాక్టరుని వేశారనీ, అతను బొత్తిగా అమాయకుడని చెప్పుకున్నారు జనం. కొద్దిరోజుల్లోనే చిన్నవాడైనా గట్టివాడు, అమాయకుడిగా కనిపించినా అఖండుడు అని సర్టిఫికెట్ ఇచ్చారు జనం. అతను వచ్చాక తన పని సులభం అయిందని యమున ఆనందపడింది.

కూతురు చక్రపాణిని ఇష్టపడుతోందనీ, వాళ్ళిద్దరూ పెళ్ళి చేసుకోవాలని నిర్ణయించుకున్నారనీ తెలుసుకున్న కస్తూరి ఆనందం వర్ణనాతీతం.

చక్రపాణిని ఎన్నోసార్లు చూసింది కస్తూరి. అతను ఉద్యోగంలో చేరిన రోజునే తనతోబాటు ఇంటికి తీసుకువచ్చింది యమున.

ఆ ఊళ్ళో అంతా గిరిజనులు. కాస్త చదువుకుని అంటే వంద దాకా అంకెలు బస్సు మీద పేర్లు చదవగల అక్షరాస్యులు కొద్దిమంది అంతాకలిసి ఇరవైమంది వుంటారు అటువంటివాళ్ళు. అటువంటి వాతావరణంలో నాగరీకులు అని చెప్పతగినవాళ్ళు ఇంకా తక్కువ.

పోలీస్ ఇన్‌స్పెక్టర్ రమేష్ చాలా సరదా అయిన మనిషి. చొరవ, ధైర్యం, మంచితనం అన్నీ కలబోసిన మనస్తత్వం. అతని భార్య శ్యామల. విచిత్రమైన మనిషి. ఆవిడకి ఒక నిర్ణీతమైన అభిప్రాయాలు లేవు. నిలకడలేని మనస్తత్వం. ఎవరిమీదనైనా ఇష్టం కలిగిందంటే వాళ్ళని రాసుకు పూసుకు తిరిగేసి ఇక వాళ్ళే లోకం అన్నట్లు వుంటుంది. ఏదో చిన్న విషయం మీద గొడవపడి వాళ్ళతో దెబ్బలాడి వాళ్ళ మొహం చూడదు కొన్నాళ్ళు. ఆ దంపతులకి ఒక కొడుకు. వాడి వయసు పదినెలలు.

ఇంకో వ్యక్తి బ్యాంక్ మేనేజర్ రామారావు. నలభై ఏళ్ళు ఉంటాయి. సౌమ్యుడు. భార్య పట్నంలో ఉద్యోగం చేసుకుంటోంది. పిల్లలని పెట్టుకుని అక్కడే వుంటోంది. రామారావు ఒంటరిగా వుంటున్నాడు.

డాక్టర్ యమున. ఈ గుంపులో కొత్తమెంబరు డాక్టర్ చక్రపాణి. ఈ వున్న నలుగురూ తరచూ కలుసుకుని కబుర్లు చెప్పుకుంటూ ఒకే ఇంట్లో భోజనాలు చేస్తూ కాలక్షేపం చేస్తుంటారు.

కాబట్టి చక్రపాణిని కస్తూరి ఎన్నోసార్లు చూసింది, మాట్లాడింది. అతనూ యమునా పక్కపక్క నిలబడితే చూసినవాళ్ళు అబ్బ! చక్కని జంటను కుదిర్చాడు ఆ భగవంతుడు అని ముచ్చటపడతారు.

ఒక తల్లిగా చక్రపాణి వంటి అల్లుడు దొరికినందుకు ఎంతో ఆనందించినా మరుక్షణం ఒక ఆడదానిగా కూతురిని లక్షప్రశ్నలు వేసింది.

'నీ గురించి చెప్పావా? నీ తల్లి కులం వేరు. నీ తండ్రి కులం వేరు. నీ తల్లి నీ తండ్రితో లేచిపోయింది. ఇవన్నీ దాచకూడదు. ముఖ్యంగా పెళ్ళి చేసుకునే వ్యక్తి దగ్గర అసలు దాచకూడదు" అని అడిగింది.

"అన్నీ చెప్పాను. నా పుట్టుపూర్వోత్తరాలు అన్నీ ఒక్కటీ వదలకుండా చెప్పాను" అంది యమున.

"అతనికి అభ్యంతరం లేకపోవచ్చు. కానీ అతని తల్లిదండ్రులకు బంధువులకూ ఇష్టం లేకపోతే ఇతనేం చేస్తాడు? ఇలాంటి ప్రేమ వ్యవహారాల్లో ఆవేశంలో నిర్ణయం తీసుకున్నా ఏ తల్లో తండ్రో బావిలో దూకి చస్తాను అని బెదిరిస్తే వెనక్కి తగ్గిన సందర్భాలు సవాలక్ష ఉన్నాయి" అని హెచ్చరించింది కస్తూరి.

"అతనికి ఎవరూ లేరు. ఎవరో దూరపు బంధువులు వున్నా పెళ్ళి విషయంలో కలగజేసుకునే అధికారం, చనువూ వాళ్ళకు లేవు" అని సమాధానం చెప్పింది యమున.

"మరి చదువుకున్నవాడు, డాక్టరు. బయటవారు లక్షలు కట్నాలు గుమ్మరించి పెళ్ళి చేస్తారు. మనం పేదవాళ్ళం. నీ ఉద్యోగం తప్ప ఇంకేమీ లేవు. ఆ మాట చెప్పావా?" అని అడిగింది.

"ముందే చెప్పాను. అలా ఒకరిచ్చే కట్నం డబ్బులకు ఆశపడేవాడిని కాదు. నాకే ఆశలూ లేవు అన్నాడు. నేనే ఒక షరతు పెట్టాను. మా పెళ్ళయ్యాక నువ్వు మా దగ్గరే వుంటావనీ, అలా వుండడం నీకు ఇష్టం లేక విడిగా వుంటే జీవితాంతం నీ పోషణ బాధ్యత నాదేనని చెప్పాను" అంది యమున.

"దానికి అతనేమన్నాడు?" కుతూహలంగా అడిగింది కస్తూరి.

"అది నీ బాధ్యత కాదు. నీ కర్తవ్యం అన్నాడు" చెప్పింది యమున.

తృప్తి పడింది కస్తూరి. దేవుడికి వెయ్యి దణ్ణాలు పెట్టింది.

"పెళ్ళి ఎప్పుడు చేసుకుంటారు?" అని అడిగింది.

"ఇంకో ఆరునెలల తర్వాత చేసుకుందాం అన్నాడు" అంది యమున.

"సరే మీ ఇష్టం" అంది కస్తూరి.

ఆ సాయంత్రం పాణి తమ ఇంటికి వచ్చినప్పుడు తమ ఆనందం అతని దగ్గర వ్యక్తంచేసింది. "నీవంటి భర్త దొరకడం మా యమున అదృష్టం" అంది. కాదు, యమున వంటి అమ్మాయి భార్యగా దొరకడం నా అదృష్టం" అన్నాడు పాణి.

త్వరలోనే అందరికీ తెలిసిపోయింది ఈ విషయం. రమేష్ చాలా సంతోషించాడు. "ఇద్దరూ డాక్టర్లు. కొంతకాలం ఇలాగే గవర్నమెంటు ఉద్యోగం చేసుకుని తర్వాత ప్రైవేట్ నర్సింగ్ హోమ్'లో చేరితే మంచి సంపాదన. మీ ఫ్యూచర్ చాలా బావుంటుంది" అన్నాడు.

"నీకు అక్కలాటిదాన్ని నేను. నీ పెళ్ళి బాధ్యత అంతా నాదే" అంది శ్యామల, ఎవరూ అప్పచెప్పకుండానే పెత్తనం అంతా నెత్తిన వేసుకుని.

రామారావు కూడా చాలా సంతోషించాడు. "ఇద్దరూ ఒకే ప్రొఫెషన్‌లో వున్నారు. ఇదో మారుమూల ప్రాంతం. మీరు కావాలని కాళ్ళమీద పడితే తప్ప ఎవరూ మిమ్మల్ని ట్రాన్స్‌ఫర్ చెయ్యరు. ఖర్చు బాగా తక్కువ. జీతం అంతా దాదాపు మిగులుతుంది. పిల్లలు పుట్టేదాకా చక్కగా సేవ్ చేసుకోండి. ఆ తర్వాత ఏ సిటీకో ట్రాన్స్‌ఫర్ చేయించుకుంటే భేషుగ్గా ఉంటుంది" అన్నాడు.

వాళ్ళే కాదు. వీళ్ళ దగ్గర పనిచేసే పనివాళ్ళు, పేషెంట్లు, మిగిలిన వూళ్ళోవాళ్ళు అందరూ సంతోషించారు.

కురుమ పిల్చేసరికి ఉలిక్కిపడి చూసింది కస్తూరి.

డాక్టరమ్మ భోజనానికి రారుట. కేరేజి కూడా వద్దుట. డాక్టరు గారింట్లో భోజనంట" అని చెప్పి తుర్రున పరిగెట్టాడు.

ఇక ఈపూటకి తనకి ఒక్కదానికే భోజనం కాబట్టి ప్రత్యేకంగా అన్నం వండనక్కర్లేదు. రెండు దోశలు పోసుకున్నా చాలు. వండేపని లేదు కాబట్టి తోటపని ముగించి ఓ పుస్తకం పట్టుకుని వరండాలో కూర్చుంది కస్తూరి!

***

పాణి నీరసంగా బల్లమీద తలవాల్చాడు. అంతలో ఆలయ్యె కాఫీ తీసుకొచ్చాడు. అతన్ని చూడగానే ప్రాణం లేచివచ్చింది పాణికి. కాఫీ తాగి వరండాలోకి వచ్చి నిలబడ్డాడు.

కనుచూపు మేర చక్కని ప్రకృతి సౌందర్యం. ఏ కలుషితమూ లేని స్వచ్ఛమైన గాలి గుండెలనిండా పీల్చుకున్నాడు.

అటువంటిచోట పనిచెయ్యడం అతికష్టం. మహా కష్టం. అక్కడి జనం మూర్ఖులు. మూర్ఖత్వంలో వారికి వారే సాటి. ఎంతచెప్పినా అర్థంకాదు.

జబ్బుచేసినా, దెబ్బతగిలినా వెంటనే డాక్టరు దగ్గరికి రమ్మని ఇంటింటికీ ప్రచారం చేస్తారు. అయినా వారి గోల వారిదే.

దెబ్బ తగిలితే ఆకు పసరులూ, లేకపోతే పేడ, మట్టి వంటి పదార్థాలు ఉపయోగించి వైద్యంచేసి ప్రాణాల మీదికి వచ్చాక ఆ పేషెంటుని మోసుకుని హాస్పిటలుకి పరిగెట్టుకొస్తారు. వెంట పదిమంది జనం.

వచ్చీరాగానే పేషెంటు గురించి చచ్చినా చెప్పరు. వెంట తెచ్చిన పనసపండో, అరటిగెలో పక్కనపెట్టి దాక్టరు గెండు కాళ్ళు పట్టుకుని ఏడవడం మొదలుపెడతారు.

ఆ ఏడుపులో ఆ పేషెంటు పుట్టు పూర్వోత్తరాలు, వాడి తల్లికి ఎంతమంది పుట్టిపోయిన తర్వాత వాడు పుట్టినదీ, వాడికి కొండతల్లి పేరు పెట్టినదీ వైనంగా వివరిస్తారు. వాడు ఎంత ప్రయోజకుడు అయినదీ, రోజుకి ఎంత కూలీ సంపాదించేదీ పూసగుచ్చినట్టు చెప్తారు. ఇపుడు వీడు కాస్తా హరీమంటే వీడిని నమ్ముకున్న వాళ్ళంతా ఎలా అనాథలైపోతారో చెప్తారు.

ఈ పాట ఆపమని కసిరి అసలు విషయం రాబట్టేసరికి డాక్టరు తలప్రాణం తోకకి వస్తుంది.

ఇకా తర్వాత వైద్యం ప్రారంభించాలి. సూదిమందు వద్దు డాక్టరు బాబూ! ఇస్తే హరాయించుకోలేడు నాయనా. బిళ్లలిస్తే మింగలేడు అని అడ్డంపడుతూ వైద్యం తిన్నగా చెయ్యనివ్వరు.

ఈ గోలంతా భరిస్తూ వైద్యం చెయ్యాలంటే నిజంగా కత్తిమీద సామే. అయినా మరి పాణి అదృష్టం ఏమోగానీ ఇంతవరకూ ఒక్క కేసూ ఫెయిల్ కాలేదు.దాంతో డాక్టరుగారి చెయ్యి మంచిదనే పేరు వచ్చింది. జనంలో మూర్ఖత్వం నెమ్మదిగా తగ్గుతోంది.

ఇక యమున పాట్లు ఆ భగవంతుడికి ఎరుక. ఆడవాళ్ళలో మరీ ఎక్కువ ఈ మూర్ఖత్వం. స్త్రీలకు ఆరోగ్యం పట్ల అవగాహన లేదు. గర్భనిరోధక మార్గాల పట్ల బొత్తిగా అవగాహన లేదు. కడుపు వస్తే దాన్ని పోగొట్టుకునేందుకు నాటుమందులు మింగటం, దాంతో ఆరోగ్యం పాడైపోయి పీనుగుల్లా తయారవడం సర్వసాధారణం.

ఇక గర్భిణీ స్త్రీల దురవస్థ తల్చుకుంటే కళ్ళనీళ్ళు తిరుగుతాయి. కాన్పు ఓ ప్రళయం. ఆ తర్వాత అంతా మోటు తతంగం. దుష్టశక్తులు ఆవహించకుండా వివిధ మార్గాలు. అవి తల్చుకుంటేనే ఒళ్ళు జలదరిస్తుంది.

మొండి కత్తితో పురిటిగుడ్డుకి గుండు చెయ్యడం, సూది కాల్చి పురిటికందు కడుపుమీద వాతలెయ్యడం ఇలాంటివి ఎన్నెన్నో. ఈ హింసలకు తట్టుకోలేక పిల్లలు చచ్చిపోతారు. ఇంతచేసినా దుష్టశక్తి బారినుంచి

తప్పించుకోలేకపోయాం అని బాధపడి మరో బిడ్డ విషయంలో మరింత జాగ్రత్త తీసుకుంటారు.

దానితో శిశు మరణాలు చాలా ఎక్కువ.

అటువంటి వారికి ఓపికగా చెప్పి చెప్పి పురిటికి హాస్పిటల్‌కి తీసుకొచ్చే స్థితికి తేవడానికి యమున అహోరాత్రాలూ శ్రమించింది.

ప్రస్తుతం పదిమందిలో నలుగురు డాక్టరు సాయం కోరుతున్నారు. అందుకెంతో గర్వపడుతుంది యమున.

మొత్తానికి చుట్టుపక్కల ఊళ్ళలో ఆ హాస్పిటల్‌కి, ఆ డాక్టర్లకీ మంచి పేరు ఉంది. అటువంటి ప్రాంతంలో ఆ మాత్రం వైద్యసహాయం చేస్తూ మంచిపేరు తెచ్చుకుంటున్నారు కాబట్టి అక్కడికి మందులన్నీ శ్రద్ధగానే సప్లయ్ చేస్తున్నారు పైవారు.

హాస్పిటల్ చిన్నదే కానీ పరిశుభ్రంగా వుంటుంది. చుట్టూరా ఖాళీ స్థలంలో లాన్ పెంచారు. చుట్టూరా బార్డరులా పూలమొక్కలూ అందంగా ఉంటాయి. హాస్పిటల్‌కి పక్కనే డాక్టర్ చక్రపాణి ఇల్లు. హాస్పిటల్ వాచ్‌మెన్ ఆలయ్య. అక్కడ హాస్పిటల్ పెట్టినప్పుడు ఉద్యోగంలో చేరాడు. సగంరోజులు డాక్టరు లేడు. ఉన్న వారంతా వంటరిగానే వచ్చారు. ఆ వచ్చినవారికి వండిపెడుతూ వంట నేర్చుకున్న ఆలయ్య పాకశాస్త్ర ప్రవీణుడు అయిపోయాడు. పెద్దవాడు. ఓర్పు, విశ్వాసం ఉన్నవాడు. అతనికి పాణిని చూస్తే చాలా అభిమానం, వాత్సల్యం.

డాక్టరుబాబు డాక్టరమ్మని పెళ్ళి చేసుకుంటాడని తెలిసి అమితంగా ఆనందించాడు ఆలయ్య. వాళ్ళిద్దరి మీదా ఈగ వాలనివ్వడు. ముఖ్యంగా పాణిని ఎవరైనా ఏమైనా అన్నారో వాళ్ళకు మూడిందే!

మధ్యాహ్నం వంట ముగించి హాస్పిటల్‌కి వచ్చాడు ఆలయ్య. అమ్మగారు రానీ ఇద్దరం వస్తాం అన్నాడు పాణి. అతని మాట పూర్తవకుండానే వచ్చింది యమున. ఉస్సురంటూ కూలబడింది కుర్చీలో.

"ఏమిటంత అలసటగా వున్నావు? కాంప్లికేషన్స్ ఏమైనా వచ్చాయా?" ఆదరంగా అడిగాడు పాణి.

"డెలివరీ నార్మల్‌గానే అయింది. కాకపోతే ఆ తర్వాత కాంప్లికేషన్స్ ఎక్కువ అయ్యాయి" చెప్పింది యమున.

"అంటే... బిడ్డకు ఏమైనా?"

"అదేం లేదు. పుట్టింది ఆడపిల్ల. అదివరకే ముగ్గురాడపిల్లలు వున్నారట. ఈసారి కూడా ఆడపిల్ల పుడితే మరో పెళ్ళి చేసుకుంటానని బెదిరించాడట ఆ ప్రబుద్ధుడు. దాంతో ఏడుపులు మొత్తుకోళ్లు. వాళ్ళకి నచ్చచెప్పేసరికి విసుగేసింది."

"ఎవరు? ఎవరింట్లో డెలివరీ?" అడిగాడు పాణి.

"శార్వాణీ టీచరింట్లో. ఆవిడ మొగుడు బస్తీలో కాంట్రాక్టరు దగ్గర పనిచేస్తాడుట."

"ఏమిటో ఈ ఖర్మ. కాస్తోకూస్తో చదువుకున్న వాళ్ళే ఇలా ప్రవర్తిస్తే ఇక చదువులేనివాళ్ళని తప్పు పట్టడం ఎందుకు?" అన్నాడు పాణి.

కాల్చుకు తినడానికీ చదువుకీ సంబంధం ఏముంది పాణీ! అలా అయితే లక్షాధికారులు కూడా కట్నంకోసం కోడలిని రాచిరంపానపెట్టడం లేదూ!" అంది యమున.

"ఆ మాట నిజమేలే. ఇటువంటి చర్చ వస్తే నేను భరించలేను యమునా. ఇద్దరు సమఉజ్జీలు బరిలో దిగి మాట్లాడుకోవడం అయితే చూడ్డానికి వినోదంగానే ఉటుంది. కానీ నిస్సహాయులని చేసి, నలుగురు ఏకమై ఒక వ్యక్తిని శారీరకంగాగానీ, మానసికంగాగానీ హింసిస్తుంటే చూడలేం. హృదయ విదారకంగా వుంటుంది" అన్నాడు పాణి దీనంగా.

ఓదార్పుగా చూసింది యమున. పాణిపట్ల ఆకర్షితులైంది అంటే కారణం ఆ సున్నితమైన మనస్తత్వమే.

పాణి నిస్సందేహంగా అందమైనవాడు. చక్కని పర్సనాలిటీ. పసిమికి కొంచెం తక్కువ అనిపించే రంగు. విశాలమైన కళ్ళు, స్నేహపూర్వకమైన చిరునవ్వు. తొలిచూపులోనే చూపరులను ఆకట్టుకుంటాడు. యమునకు అతనితో పరిచయం గమ్మత్తుగా జరిగింది.

***

ఆ వేళ విపరీతమైన జనం. చాలా కేసులు చూసి అలసటగా ఇంటి మొహం పట్టింది. సగందూరం వెళ్ళాక ఎదురయ్యాడు. బాగా అలిసిపోయాడు. చేతిలోని సూట్‌కేసు, భుజాన బేగ్ మోస్తూ ఆయాసపడిపోతున్నాడు.

యమునని చూడగానే అతని మొహంలో సంతోషం. "ఏమండీ! ఈ ఊళ్లో ఏదైనా హోటలు వుందా? లేకపోతే గెస్ట్‌హౌస్ లేదా ట్రావెలర్స్ బంగళా లాంటిది ఏదైనా వుందా అండీ!?"

యమునకి జాలీ కోపం ముంచుకొచ్చాయి. ఎక్కడో ఏదో పత్రికలో పడిన వ్యాసం చూసి, లేదా పేపర్లో చదివిన సమాచారం చూసి ఆ ప్రాంతం సందర్శించాలని సరదాపడిపోయి సరైన అవగాహన లేకుండా సామాన్లు సర్దుకుని పరుగున వస్తారు. తీరావస్తే ఇక్కడ ప్రకృతి సౌందర్యం తప్ప సరైన వసతులు వుండవు. అవస్థలు పడడం తప్పదు.

"లేవండీ! ఇక్కడ అటువంటి సదుపాయాలు ఏమీ లేవు. బస్సు ఆగేదగ్గర చిన్న టీ దుకాణం వుంది. అక్కడ దొరికే పదార్థాలు తప్ప తినడానికి కూడా ఇంకేమీ దొరకవు." మరో గంటలో ఆఖరి బస్సు వుంది. దానిలో వెళ్ళిపొండి" అని చెప్పి అతనేదో చెప్తున్నా వినిపించుకోకుండా వెళ్ళిపోయింది.

కాస్తదూరం వెళ్ళి వెనక్కి తిరిగి చూస్తే కాలిబాట పక్కన బండమీద కూర్చుని తల చేత్తోపట్టుకుని వున్నాడు. తలతిప్పి తన దారిన తను వెళ్ళిపోయింది.

సాయంత్రం చీకటి పడిన తర్వాత ఆలయ్య పరిగెత్తుకు వచ్చాడు. "అమ్మా డాక్టరుగారుట వచ్చారమ్మా!" అన్నాడు.

సదరు డాక్టరుని పోస్ట్ చేసినట్లు నెలరోజుల ముందుగానే వర్తమానం అందింది. ఇంతవరకూ రాకపోతే ఇకరాడేమో అనుకుంది.

కాఫీ కలిపి ఫ్లాస్కులో పోసింది. ఆలయ్య చేతికిచ్చింది. ఓ గంట ఆగి రా భోజనం పంపిస్తాను. నేను రేపు వచ్చి కలుస్తానని చెప్పు అని చెప్పి పంపించింది. కస్తూరి వంట చేసింది.

కేరేజిలో భోజనం పంపించింది. మర్నాడు మామూలు కంటే ఓ అరగంట ముందుగా వెళ్ళింది. యమున వెళ్ళిన పది నిముషాలకు వచ్చాడు చక్రపాణి. అతన్ని చూడగానే తెల్లబోయింది.

"మీరా? మీరు డాక్టరా? మరైతే చెప్పలేదేం?" అని అడిగింది.

"ఎలా చెప్తానండీ! ఆ అవకాశం ఇవ్వలేదు కదా మీరు!" అన్నాడు పాణి.

"సారీ అండీ. మిమ్మల్ని చూసి టూరిస్టేమో అనుకున్నాను" అంది.

"నేను వస్తున్నట్లు టెలిగ్రాం ఇచ్చాను అందలేదా?" అని అడిగాడు.

"లేదండీ. మరో నాల్రోజుల్లో వస్తుంది" బుద్ధిగా సమాధానం చెప్పింది.

నవ్వేశాడు పాణి. అలవాటు ప్రకారం వచ్చి జాయినై శలవు పెట్టి వెళ్ళిపోయి ట్రాన్స్‌ఫర్ కోసం ట్రై చేసుకుంటాడేమో అనుకుంది.

కాదనీ, తనలాగే ఈ కొండ ప్రాంతంలో జనానికి వైద్యసేవ చెయ్యాలని వచ్చాడని తెలుసుకుని ఎంతో సంతోషించింది. ఓ విధంగా యమునకు కొండంత బలం వచ్చినట్లు అయింది.

మహోత్సాహంతో అతనికి ఆహ్వానం పలికింది. అతని ఇల్లు హాస్పిటల్ పక్కనే ఉంది. సంత నుంచి నులకమంచం కొని తెప్పించింది.

పాత్ర సామాను కూడా అమర్చింది. ఆలయ్య వంట చెయ్యడానికి ఒప్పుకున్నాడు. ఇల్లు రెండ్రోజుల్లో సర్దుబాటు చేశాక హాస్పిటల్ వ్యవహారాలన్నీ అతనికి వూసగుచ్చినట్లు చెప్పింది.

శ్రద్ధగా విన్నాడు పాణి. ఎన్నో అడిగి తెలుసుకున్నాడు. చిత్తశుద్ధితో డ్యూటీ ప్రారంభించాడు. ఎంత డాక్టరైనా యమున ఆడపిల్ల. కొన్నిపనులు చెయ్యడానికి వెనుకాడేది. ఉదాహరణకు రాత్రి పొద్దుపోయాక పేషెంటుని చూడాలంటే వెళ్ళలేకపోయేది. పాణికి ఆ బాధ కూడా లేదు. రాత్రింబవళ్ళు తిరుగుతాడు అవసరం అయితే.

రోగికి నయం అయితే లాట్రీ వచ్చినంత సంబరపడిపోతాడు. ఇక తగ్గదు అని చెప్పి పట్నం తీసుకువెళ్ళినా ప్రయోజనంలేదు అని చెప్పవలసి వస్తే విలవిల్లాడిపోతాడు. దీనంగా కళ్ళనీళ్ళు పెట్టుకుంటాడు.

అతనిని అటువంటి స్థితిలో చూసిన యమునకి ఆశ్చర్యం వేస్తుంది. ఎగతాళి చేసి ఏడిపిస్తుంది.

పాణికీ యమునకూ స్వభావంలో ఎంతో వ్యత్యాసం వుంది. చిన్నతనం నుండి నన్స్‌తో వున్న యమునది చాలా గంభీరమైన స్వభావం. తన పని

తను శక్తి వంచనలేకుండా చేస్తుంది. ఫలితం కోసం ఎదురుచూడదు. భగవంతుడి మీద భారం వేసి నిశ్చింతగా వుండిపోతుంది. ఏ విషయమూ మనసుకి పట్టనివ్వదు. తామరాకు మీద నీటిబొట్టులా వుంటుంది.

పాణి అలా కాదు. ఏ చిన్న సంఘటన జరిగినా అదే తలచుకొని నాలుగురోజులు బాధపడతాడు. సంతోషం వస్తే పొంగిపోతాడు. మరుక్షణం నిరాశతో కృంగిపోతాడు. అతనిలో ఆ మనస్తత్వం కనిపెట్టిన యమున మొదట్లో నవ్వుకునేది. బొత్తిగా పసివాడి మనస్తత్వం అనుకునేది.

అతని పట్టుదల, మంచితనం, పరోపకారతత్వం గమనించి అది పసివాడి మనస్తత్వం కాదనీ, సున్నితమైన మనస్తత్వం గలవాడని గ్రహించింది. అతని పట్ల జాలి, అభిమానం తలెత్తాయి. క్రమంగా ఆ అభిమానం ప్రేమగా మారేసరికి యమున తెల్లబోయింది.

మనసుని అదుపులో పెట్టుకోవాలని విశ్వప్రయత్నం చేసి విఫలురాలైంది. ప్రేమించిన మనిషిని కళ్ళెదుట వుంచుకుని ఆ ప్రేమ బయటపడకుండా వ్యవహరించడం నిజంగా కత్తిమీద సాము. ఎంతటి మనోనిగ్రహం కలిగినవారికైనా కష్టం. ఎంతో ధైర్యం స్థైర్యం కలిగిన యమున కూడా ఆ ప్రేమ అనే తుఫానుకు తట్టుకోలేక రెపరెపలాడింది.

భగవంతుడి ఎదుట తలవంచి సహాయం అర్థించింది. దేవుడా! నా మనసులోని ఈ సంఘర్షణని తట్టుకునే శక్తినివ్వు. ఎప్పుడూ ఎవరి ఎదుటా ఈ రహస్యం బయటపెట్టకుండా వుండేలా ఆశీర్వదించు అని మనస్ఫూర్తిగా వేడుకుంది.

దేవుడు యమున మొర ఆలకించాడు. యమున తన మనసులోని మాట బయటపెట్టే అవసరం రాలేదు. అంతకంటే ముందుగా పాణి తన మనసులోని మాట బయటపెట్టాడు.

జీవితాంతం తోడు నీడగా వుందాం. నా సహధర్మచారిణిగా నిన్ను నా జీవితంలోకి ఆహ్వానిస్తున్నాను అంటూ చెయ్యి అందించాడు.

మరోసారి అనుకోని సంఘటన ఎదురయ్యేసరికి మరింత ఆశ్చర్య పోయింది యమున. తొందరపడకుండా శాంతంగా ఆలోచించింది.

దాపరికాలూ లేకుండా పాణితో అన్నీ చర్చించింది. చివరికి తన నిర్ణయం అతనికి తెలియజేసింది.

పాణి ఆనందంతో తలమునకలైపోయాడు. 'మరో ఆరునెలలు గడువు ఇవ్వు. పెళ్ళి చేసుకుందాం' అన్నాడు. ఈ సంఘటన జరిగాక వారిద్దరి మధ్య అనుబంధం పెరిగింది. ఇద్దరూ కలిసి గంటల తరబడి కబుర్లు చెప్పుకోవడంతో ఒకరి మనసు మరొకరు సంపూర్ణంగా తెలుసుకోగలిగారు.

కాబోయే జీవిత భాగస్వామితో ఇంత స్నేహపూర్వకంగా మెలిగే అవకాశం కలగడం ఎంతో అదృష్టం. వైవాహిక జీవితం ఎంతో బావుంటుంది అనుకున్నారు మనస్ఫూర్తిగా. ఇద్దరి ఆశలూ, ఆశయాలూ ఒక్కటే. ఇలా జరగడం చాలా అరుదు అనుకుని ఆనందపడ్డారు.

మధ్యాహ్నం భోజనం కలిసే చేస్తారు. ఓరోజు ఆలయ్య వండితే మరోరోజు కస్తూరి వండుతుంది. అలవాటు ప్రకారం కబుర్లు చెప్పుకుంటూ భోజనం చేశారు.

***

పోస్ట్‌మేన్ ఉత్తరాలు తెచ్చాడు. డాక్టర్ల ట్రెనింగ్ ప్రోగ్రాం ఏర్పాటు చేస్తున్నాం. డాక్టర్ యమున ఆ ట్రెనింగ్‌కి హాజరుకావాలని తెలియజేశారు. పదిహేను రోజులు ట్రెనింగ్.

యమున సరదాపడింది. వెంటనే తను రావడానికి అంగీకరిస్తూ ఉత్తరం రాసిపడేసింది. అంతలోనే వచ్చాడు రమేష్.

వస్తూనే హేట్ తీసి పక్కనపెట్టి వుస్సురంటూ కూర్చున్నాడు.

"భోజనం చేసేశారా? అదృష్టవంతులు" అన్నాడు నీరసంగా!

"ఏం మీరు చెయ్యలేదా?" అన్నాడు పాణి.

"ఏం చెప్పమంటారు? ప్రస్తుతం మా ఆవిడకి పూజల వేవ్ నడుస్తోంది. ఇవ్వాళేదో పూజ ప్రారంభించింది. తెల్లవారుజామున మొదలుపెట్టింది. ఇంకా పూర్తికాలేదు. అది అయ్యాక నాకు తిండి ప్రాప్తం" అన్నాడు.

"పోనీ ఇక్కడ తినండి. ఆలయ్య వెజిటబుల్ కుర్మా వండాడు. నాలుగు చపాతీలు చేయిస్తాను" అన్నాడు పాణి.

రమేష్ నోట్లో నీళ్ళూరాయి. అంతకంటేనా! అనేశాడు. ఆలయ్యని పిలిచి చపాతీలు చెయ్యమని చెప్పాడు పాణి.

ముగ్గురూ కాసేపు సాధకబాధకాలు మాట్లాడుకున్నారు. "అన్నట్లు చెప్పడం మర్చిపోయాను. మొన్నామధ్య పనుండి వెళ్తుంటే జీపు చెడిపోయి ఆగాం. డ్రైవరు రిపేరుకోసం వెళ్తే నేను అటూ ఇటూ తిరుగుతూ ఉంటే ఓ అద్భుతమైన చోటు కనిపించింది. పచ్చికబయలు, జలపాతం. ఎంతో బావుంది. పిక్నిక్‌కి మంచి స్పాట్. ఓరోజు అందరం వెళ్దామా?" అన్నాడు రమేష్.

"ఓ! దానికేం భాగ్యం? రేపు ఆదివారమే వెళ్దాం" అన్నాడు పాణి.

"ఆదివారం అయితే రామారావు వుండడు కదా!" అన్నాడు రమేష్.

"ముందుగా ఆయనకి చెప్దాం. ఆయన వెళ్ళేబదులు ఆవిడని రమ్మంటే సరిపోతుంది" అంది యమున.

"అవును. అంతకాకపోతే వచ్చే ఆదివారం వెళ్దాం" అన్నాడు పాణి.

"సరే. అయితే రామారావుతో చెప్తాను" అన్నాడు రమేష్.

అనుకున్న ప్రకారం రామారావు భార్య కళ్యాణి వచ్చింది. అందరూ పిక్నిక్‌కి బయలుదేరారు. ముందు ట్రిప్‌లో ఆలయ్యా, కస్తూరి, రామారావు కుటుంబం వెళ్ళారు. రెండో ట్రిప్‌లో పాణి, యమున, రమేష్, శ్యామల, రమేష్ పనిమనిషి వెళ్ళారు.

వీళ్ళు వెళ్ళేసరికి ఆలయ్యా ఉప్మా చేసి రెడీగా వుంచాడు. ఆ చల్లని వాతావరణంలో వేడి టిఫిన్లు తిని ఓ రౌండు కొట్టి వచ్చారు.

అందరూ పేకలు తీసుకుని కూర్చున్నారు. కస్తూరి మాత్రం పిల్లలతో ఆడుకుంటాను అంది. కళ్యాణి చాలా మంచిమనిషి. ఆవిడ మాటతీరు ఎంతో నచ్చింది యమునకి. పేకాట ముగించి భోజనాలు చేశాక మగవాళ్ళు నడుం వాల్చారు. ఆడవాళ్ళు బాతాఖానీ మొదలుపెట్టారు.

"పెళ్ళి ప్రయత్నాలు మొదలుపెట్టారా?" అంది కళ్యాణి.

"లేదమ్మా! అయినా ఏం ప్రయత్నాలు చెయ్యాలి? సింపుల్‌గా పెళ్ళి చేసుకుంటారట" అంది కస్తూరి.

"ఇప్పుడు పండగ సీజన్ కాబట్టి మంచి డిస్కౌంట్లు ఇస్తున్నారు. బట్టలు కావాలంటే కొనుక్కోవచ్చు. ఎలాగూ ట్రెనింగ్‌కోసం మీరు వస్తున్నారు కదా! అప్పుడు కొనండీ. జాకెట్లు కుట్టించాలంటే మా టైలర్ బాగా కుడతాడు. ఎంత సింపుల్‌గా చేసినా పెళ్ళి పెళ్ళే కదా! ఎన్నో కావాలి సంసారానికి. పోనీ

ఆదరాబాదరాగా కొనుక్కు తెచ్చుకుందాం అంటే దొరికేచోటు కాదు కదా! ముందే అన్నీ లిస్టు రాసిపెట్టుకుంటే ఆఖరి క్షణంలో మర్చిపోయే ప్రమాదం వుండదు" అంది కల్యాణి.

ఆ సలహా కస్తూరికి నచ్చింది. "నిజమేనమ్మా నువ్వు చెప్పింది. నువ్వింకా రెండ్రోజులు వుంటానన్నావుగా. రేపు మా ఇంటికి రా! ఇద్దరం కలిసి లిస్ట్ తయారుచేద్దాం" అంది.

దాంతో శ్యామలకి కోపం వచ్చింది. ఛర్రున లేచి "తల బద్దలైపోతోంది బాబూ! ఇంకెంతసేపు కూచుంటాం. ఇక పోదాం!" అంది భర్తతో.

"అదేమిటి అప్పుడే వెళ్ళడం ఎందుకు? ఇప్పుడేగా భోంచేశాం. సాయంత్రందాకా వుండి వెళ్దాం!" అన్నాడు రమేష్.

"ఎంతసేపున్నా ఏవుంది చూడ్డానికి? అడవీ అరణ్యం అంతేగా! చూసింది చాలు పోదాం!" అంది శ్యామల.

"ఆ మాట ముందే తెలుసుగా నీకు! అడవిలో సినిమా చూద్దామని వచ్చావా?" అన్నాడు రమేష్.

"నాకు తల పగిలిపోతోంది" అంది శ్యామల.

"నా దగ్గర టేబ్లెట్ వుంది వేసుకోండి" అన్నాడు పాణి.

"నాకు టేబ్లెట్లు పడవు. వికారంగా వుంటుంది. నేను పోతాను" అని మొండికేసింది. విసిగిపోయిన రమేష్ సరే వెళ్లు అని జీపులో పంపించేశాడు.

"మీరూ వెళ్ళండి. మేము తర్వాత వస్తాం" అన్నాడు పాణి.

"వద్దులెండి. నేను వెళ్లి ఏం చేస్తాను? ఆవిడగారిని వెళ్ళనివ్వండి" అన్నాడు రమేష్.

అందరూ మళ్ళీ పేకాట మొదలుపెట్టారు. ఆ తర్వాత అంత్యాక్షరి ఆడారు. నాలుగింటికి ఆలయ్య చేసిన బజ్జీలు తిని టీ తాగి తిరుగుమొహం అయ్యారు.

***

హుషారుగా విజిల్ వేసుకుంటూ వచ్చిన మొగుడి మీద విరుచుకుపడింది శ్యామల. "నేనోచెంప తలనొప్పితో చస్తుంటే మీరు కులాసాగా ఎంజాయ్‌చేసి వస్తున్నారా" అంది.

"రోజూ చచ్చేవాడికోసం ఏడిచే వాడుండడు. నీ చావు నువ్వు చావు. నా లైఫ్ నేను ఎంజాయ్ చేస్తాను" అని ఖచ్చితంగా చెప్పి బట్టలు మార్చుకొని కొడుకుతో ఆడుకుంటూ కూర్చున్నాడు.

వాడిని నిద్రపుచ్చి పనిమనిషి వండిపెట్టి వెళ్ళిపోయింది.

భోజనంచేసి పక్కగదిలోకి వెళ్ళి ముసుగు తన్ని పడుకున్నాడు. అరిచి అరిచి అలిసిపోయిన శ్యామల కాసేపు భోరున ఏడిచి మొహం కడుక్కొని అన్నం తిని బెడ్‌రూమ్‌లో పడుకుంది.

అది వారికి కొత్తకాదు. నెలలో పదిరోజులు అలాగే జరుగుతుంది. శ్యామలది వింత స్వభావం. విచిత్రమైన మనస్తత్వం.

తను చాలా తెలివిగలదాన్నని, చాలా సమర్థురాలిననీ ఆవిడ ప్రగాఢ నమ్మకం. ఆ మాత్రం ఆత్మ విశ్వాసం వుండడం చాలామంచిది. కాకపోతే ఈవిడ విషయంలో వచ్చిన చిక్కు ఏమిటీ అంటే తనకు తప్ప ఇంకెవరికీ ఏమీ తెలియదు అనుకుంటుంది.

ఆవిడకు చెప్పకుండా ఎవరూ ఏ పనీ చెయ్యకూడదు. అది సాధ్యంకాదు కాబట్టి ఆవిడ మూడ్ పాడైపోతుంది.

ఈ స్వభావం వల్ల రమేష్ మొదట్లో నానా తంటాలు పడ్డాడు. భార్యకి ఎప్పుడు ఆగ్రహం వస్తుందో ఎప్పుడు అనుగ్రహం వస్తుందో అర్థం చేసుకోలేక సతమతం అయిపోయేవాడు. ఆ తర్వాత అసలు విషయం గ్రహించేసరికి అతనికి మతిపోయింది.

శ్యామల కూడా ఎప్పుడెలా వుంటుందో ఆవిడకు కాదు కదా ఆవిడని పుట్టించిన దేవుడికి కూడా అర్థంకాదు. ఓ మనిషిని పట్టుకుని ఆ మనిషిని నెత్తిన పెట్టుకుని ఊరేగుతుంది. అంతేకాదు భర్తనెత్తిన కూడా కూర్చోబెట్టి వూరేగిస్తుంది.

హఠాత్తుగా తిక్కతిరిగి ఇక ఆ మనిషి మొహం చూడను అని ప్రతిజ్ఞ చేస్తుంది. నువ్వూ ఆ మనిషి మొహం చూడకు అని భర్తను ఆదేశిస్తుంది.

ఏమైంది? మొన్నటిదాకా బాగానే వున్నావుగా! అంటే అప్పుడు పొరపాటు పడ్డాను. నిజం తెలుసుకున్నాను అనేది. కానీ ఆ శత్రుత్వం శాశ్వతంగా వుంటుందా అంటే అదీ ఉండదు. కొన్నాళ్ళ తర్వాత మళ్ళీ మమైకం.

భార్య కళావళలతో విసిగిపోయాడు రమేష్. నీతోబాటు దశావతారాలు ఎత్తలేను. నీ ఏడుపు నుప్వు ఏడు అనేసి తన ఇష్టం వచ్చినట్టు వుండడం అలవాటు చేసుకున్నాడు.

ఏదైనా ఫంక్షనుకో పిక్నిక్‌కో వెళ్ళినా మధ్యలో అలిగి ఇక పోదాం అని బయలుదేరుతుంది. నువ్వు పో నేను రాను అంటాడు రమేష్. మొదట్లో అందరూ ఇదేమిటిదేమిటని చెవులు కొరుక్కున్నా తర్వాత అందరికీ అలవాటు అయిపోయింది. అది ఎంతవరకూ వచ్చిందంటే ఏ పెళ్ళిలోనైనా శ్యామల చివరాఖరివరకు నవ్వుతూ తిరుగుతూ వుంటే ఇదేమిటి ఈవిడింకా అలగలేదేం? అని ఆశ్చర్యపోతారు ఆవిడ సంబంధీకులు.

మొదట్లో రమేష్ భార్య అలకకి కారణం ఏమిటో తెలుసుకోవాలని ప్రయత్నించేవాడు. అన్నీ చిన్న కారణాలే. తర్వాత తర్వాత విసుగేసి అడగడం మానేశాడు.

అతను వూరుకున్నా శ్యామల ఊరుకోదు. ప్రస్తుతం అదే జరిగింది. విసవిస వచ్చి పక్కన కూర్చుని అతని మొహంమీద నుండి దుప్పటి లాగేసింది.

'చూడండి! మీరు ఆ పాణితోగానీ, యమునతోగానీ మాట్లాడ్డానికి వీల్లేదు" అంది ఖచ్చితంగా.

"ఎందుకు? వాళ్ళేం చేశారు?" అన్నాడు రమేష్.

"ఇంకేం చెయ్యాలి? నన్ను అవమానించారు" అంది ఉక్రోషంగా.

"ఏమిటి? వాళ్ళు అవమానించారా?'' అభిమానించడం తప్ప అవమానించడం వాళ్ళకి చేతకాదే?" అన్నాడు రమేష్ ఆశ్చర్యంగా.

"అయితే నేను అబద్ధాలు చెప్తున్నానా?" ఆవేశంగా అడిగింది.

"అబద్ధాలు కాదు. అపార్థం చేసుకున్నావేమో అనుకుంటున్నాను. అసలేం జరిగింది?"

వివరంగా చెప్పింది. "ఇది నాకు అవమానం కాదా!" నిలదీసింది.

బుర్రగోక్కున్నాడు రమేష్. "ఇందులో నీకు అవమానం ఏం జరిగింది?" అన్నాడు

"అదేవిటండీ అలా అంటారు? ఎదురుగావున్న నన్ను కాదని యమున పెళ్ళి పెత్తనం ఆ కళ్యాణికి అప్పగించడం నన్ను అవమానించడం కాదా?"

"ఏడిసినట్లే ఉంది. ఆవిడ టౌన్‌లో వుంటుంది కాబట్టి ఆవిడని షాపింగ్‌లో సాయం చెయ్యమన్నారు. అంతేగా!"

"ఏం కాదు. నేను యమున పెళ్ళికోసం ఎన్ని కలలు కన్నాను? ఎంత సరదాపడ్డాను?" ముక్కుచీదింది శ్యామల.

"నీ బొంద! ఆవిడ పెళ్ళికి నువ్వు సరదాపడడం, కలలు కనడం ఏమిటి? పిచ్చా? చాదస్తమా? ఆవిడ సరదాపడితే అర్థం వుంది గానీ మధ్యలో నీ గోల ఏవిటి? ఊళ్ళో పెళ్ళికి కుక్కల హడావిడి అన్నట్లు" విసుక్కున్నాడు.

"ఇంకేం? మీరు కూడా ఆ గుంపులో చేరిపోయారు. మీరందరూ కలిసి నా మీద కుట్ర పన్నుతున్నారు. మీకు వాళ్ళేదో మందు పెట్టారు" అంటూ భోరున ఏడిచింది.

విసుగెత్తిపోయింది రమేష్‌కి. "నోర్ముయ్! పిచ్చివాగుడు వాగావంటే పళ్ళు రాలగొడతాను. ఇదేమైనా యుద్ధమా కుట్రపన్నడానికి? శుభమా అని వాళ్ళు పెళ్ళి తలపెట్టుకుంటే నీ గొడవేమిటి? నువ్వు శాంతంగా బ్రతకవు, నన్ను బ్రతకనివ్వవు. ఏం చేద్దాం ఇదంతా మన ఖర్మ. ఎన్నిసార్లు చెప్పాను. అర్థం అయితేగా మొద్దుబుర్రకి! ఎవరైనా అడిగినప్పుడు చేస్తే దాన్ని సాయం అంటారు. నీ అంతట నువ్వు వాళ్ళ కాళ్ళకు అడ్డంపడి చేసేదాన్ని సాయం అనరు సంకటం అంటారు. అయినా ఇదేం బుద్ధి నీకు? ఎవరో కొనుక్కున్న చీరె నచ్చకపోతే అలుగుతావు. నువ్వు కొనుక్కున్న చీరెని అందరూ పొగడలేదని అలుగుతావు. ఫలానా వాళ్ళింట్లో వంట బాగాలేదని ఓనాడు అలక, ఫలానివారు నీకు చెప్పకుండా ఊరెళ్ళారని అలక. ఇలా అలకలతోనే తెల్లారిపోతోంది నీ జీవితం.

లక్షణంగా అందరు ఆడవాళ్ళలాగా నీ ఇల్లు నువ్వు చక్కదిద్దుకో. నీ మొగుడినీ, నీ పిల్లాడిని నువ్వు చూసుకో. లోకాన్ని ఉద్ధరించే తాపత్రయం మానేయ్. హాయిగా సరదాగా బ్రతుకుదాం అని ఎన్నిసార్లు బ్రతిమాలాను? వింటేనా! నీకు చెప్పేకంటే ఆ గోడకి చెప్తే నయం. కానీ! నీ ఖర్మ. ఏనాడో చేసుకున్నావు, ఇప్పుడు అనుభవిస్తున్నావు" అని విసుక్కుని విసురుగా అక్కడినుంచి వెళ్ళిపోయాడు.

శ్యామల మంచంమీద పడుకుని ఏడిచింది.

***

ఆ మర్నాడు కళ్యాణి, యమున కలసి రమేష్ ఇంటికి వచ్చారు. శ్యామల ధుమధుమలాడుతూ కాసిని కాఫీ నీళ్ళు వాళ్ళ మొహాన పోసింది. ఆవిడ ధోరణి చూసి కాసేపు కూర్చుని లేచి వచ్చేశారు యమున, కళ్యాణి.

"ఏం చేస్తాం కొందరి స్వభావం ఇంతే. ఎప్పుడు ఆగ్రహం వస్తుందో, ఎప్పుడు అనుగ్రహం వస్తుందో వాళ్ళకే తెలియదు. గోడమీద పిల్లివాటం" అంది కళ్యాణి.

"ఉన్నదే నలుగురం. మళ్ళీ అందులో శత్రుత్వాలు, కోపాలు అయితే కష్టం కదండీ" అంది యమున.

ఆ తర్వాత వారం రోజులున్నా కళ్యాణి మళ్ళీ శ్యామల ఇంటికి రాలేదు. రెండుసార్లు అందరూ కలసి భోజనాలు ఏర్పాటుచేసినా శ్యామల రాలేదు.

కళ్యాణి వెళ్ళిపోయింది. సందడి మనిషి, వెళ్తే చిన్నబోయింది అనుకుంది కస్తూరి. మరోవారంలో యమున ట్రైనింగ్‌కి వెళ్ళాలి.

ముఖ్యమైన కేసులన్నీ చేసేసింది. ఇక రొటీన్ వ్యవహారమే. నర్సుకి సవాలక్ష జాగ్రత్తలు చెప్పింది. తల్లిని చూసుకోమని పాణికీ, పాణిని చూసుకోమని తల్లికీ చెప్పింది.

బట్టలు సర్దుకుని ప్రయాణం అయింది. అక్కడ భోజనం సరిగ్గా వుంటుందో వుండదో అని తినుబండారాలు చేసి ఇచ్చింది కస్తూరి. "నేను కూడా వచ్చేవాడినే. ఇద్దరం లేకపోతే ఏదైనా ఎమర్జెన్సీ వస్తే ఎలా?" అన్నాడు పాణి.

"ఏమిటీ హడావిడి! నన్నేం పిల్లి ఎత్తుకుపోతుందా" అంది యమున నవ్వేస్తూ.

బస్సు దగ్గరికి వచ్చి బస్సెక్కించారు కస్తూరి, పాణి. వాళ్ళు కనుమరుగు అయేదాకా చూసి చలి వణికిస్తుంటే బేగ్‌లోంచి శాలువా తీసి స్వెటర్ మీద కప్పుకుంది యమున. పాణితో పరిచయం అయిన సంఘటన గుర్తు చేసుకుంది. ఆ తర్వాత భవిష్యత్తు గురించి మధురోహాలతో తేలిపోతూ నిద్రలోకి జారుకుంది.

***

హాస్పిటల్ ముందు చాలామంది జనం వున్నారు. తొమ్మిదికి పది నిముషాలు ముందుగానే హాస్పిటల్‌కి వచ్చాడు పాణి. జనంలో కలకలం

మొదలయింది. నేను ముందంటే నేను ముందని గొడవపడడం మొదలుపెట్టారు. కాంపౌండరు, నర్సు వాళ్ళను కసిరి నెంబర్లు ఇచ్చారు.

పాణి పీకలదాకా పనిలో మునిగిపోయాడు. ఇవ్వాళ రాత్రికి యమున వస్తుంది. రేపటినుండి ఇంత వత్తిడి వుండదు అనుకున్నాడు ఊపిరిపీల్చుకునే అవకాశం లేకుండా పనిచేసుకుపోతూ!

ఓ చువ్వలాటి మనిషి హాస్పిటల్ దగ్గరికి వచ్చాడు. వయసు దాదాపు అరవై ఏళ్ళు వుంటాయి. నీరుకావి పట్టిన పంచె, లాల్చీ తొడుక్కున్నాడు. చలి తగలకుండా తలకి కండువా చుట్టుకున్నాడు.

మనిషి మహా కోపంగా వున్నాడు. వస్తూనే ధుమధుమలాడుతూ వచ్చాడు.

"ఏడీ! ఏడీ వాడు? ఏరా! నా నుంచి తప్పుకుని ఇక్కడికి వచ్చి దాక్కుంటే నేను కనిపెట్టలేననుకున్నావా? ఈ అడవిలోనే కాదు. అధఃపాతాళంలో దాక్కున్నా మెడపట్టుకుని బయటికి లాగగలడు ఈ రంగయ్య. ఏరా! ఇంకా లోపల దాక్కున్నావేంరా! దమ్ముంటే బయటికిరా! రా రా!!" అంటూ రంకెలు వెయ్యడం మొదలుపెట్టాడు.

జనం ఆశ్చర్యపోయారు. వరండాలో ఉన్న వాళ్ళంతా బయటికి వచ్చేశారు. వాళ్ళేకాదు చుట్టుపక్కల వున్నవాళ్ళు, రోడ్డున పోయేవాళ్ళు కూడా వచ్చేశారు.

"ఏరా! ఇంకెంతకాలం దాక్కుంటావు బయటికిరా!" మళ్ళీ గద్దించాడు ఆయన.

కాంపౌండరు సుందరానికి కోపం వచ్చింది. చర చర రంగయ్య దగ్గరికి వచ్చాడు. "ఏయ్ ఎవర్నువ్వు? ఏమిటి గోల? ఎవర్ని రమ్మంటున్నావు?" అన్నాడు చిరాగ్గా.

"ఇంకెవర్నీ ఆ వాసుదేవరావుగాడినే" అన్నాడు రంగయ్య.

"వాసుదేవరావు! ఎవరతను? ఆ పేరుగల వాళ్ళెవరూ లేరు. ఇక నీ గోల మాని నీ దారిన నువ్వు పో!" అన్నాడు సుందరం.

"ఆ వాసుదేవరావుగాడు ఇక్కడే ఉన్నాడు. నేను వాకబు చేసే వచ్చాను. పిలువు వాడిని" మొండిపట్టు పట్టాడు రంగయ్య.

"ఏం తాగున్నావా? లేకపోతే పిచ్చిగానీ పట్టిందా! ఆ పేరుగలవాడు ఇక్కడ లేడు మొర్రో అంటుంటే వినిపించుకోవేం? తప్పు అడ్రెసుకి వచ్చావు. పోయి నీకు కావలసినవాడిని వెతుక్కో!" అన్నాడు సుందరం ఎగతాళిగా!

అందరూ నవ్వేశారు.

తలకు చుట్టుకున్న గుడ్డ తీసి దులిపి భుజాన వేసుకున్నాడు రంగయ్య. "నేనేం తాగిలేను. అటువంటి అలవాట్లు మా ఇంటావంటా లేవు. పిచ్చివాడిని కాను. నా ఆరోగ్యం లక్షణంగా వుంది. నేను వెతికేవాడు ఈ అడ్రెసులోనే వున్నాడు. పిలు వాడిని."

"నీ తెలివి దొంగలు తోలా. ఆ పేరుగలవాడు లేడు మొర్రోమంటే వినిపించుకోవేం?"

వీళ్ళిద్దరూ ఇలా ఘర్షణపడుతూ వుండగానే పాణి బయటికి వచ్చాడు. రంగయ్యను చూడగానే దయ్యాన్ని చూసినట్టు నిలబడిపోయాడు.

రంగయ్య ఆగ్రహం అవధులు దాటింది. "అదుగో! వాడే ఆ ప్రబుద్ధుడు" అన్నాడు కోపంగా.

సుందరం కూడా మండిపడ్డాడు. "ఏయ్, ఎవరిని చూసి ఎవరను కుంటున్నావ్! ఆయన మా డాక్టరుగారు. ఆయన పేరు చక్రపాణి.

"అదేలే. అవ్వ పేరే ముసలమ్మ అని వీడిపేరు వాసుదేవ చక్రపాణి" అని సుందరాన్ని నెట్టుకుని నాలుగడుగులు వేశాడు.

"ఏరా! నువ్వు మనిషివా, దున్నపోతువా, అన్నం తింటున్నావా? గడ్డితింటున్నావా? ఏమాత్రమైనా ఇంగితజ్ఞానం వుందిరా నీకు? ఎన్ని ఉత్తరాలు రాశాను? ఎన్నికబుర్లు చేశాను? సమాధానం చెప్పకుండా దొంగలా వచ్చి ఇక్కడ దాక్కున్నావా? నీకిది న్యాయంగా వుందా? ఎందుకురా చదువుకున్నావు? తగలెట్టనా?"

రంగయ్య అవధులు దాటిన ఆగ్రహంతో మాటలు రాక ఆయాసపడ సాగాడు.

పాణి మొహం కత్తివేటుకి నెత్తురుచుక్క లేనట్లు పాలిపోయింది. గిర్రున వెనక్కితిరిగి లోపలికి వెళ్ళిపోయి తన కుర్చీలో కూలబడి చేతుల్లో మొహం దాచుకున్నాడు.

ఇదంతా చూస్తున్న ఆలయ్యకి ఆ అపరిచితుడి మీద పట్టరానంత కోపం వచ్చింది. ఒక్క పరుగున బయటికి వచ్చి రంగయ్యను ఒక్కతోపు తోశాడు.

"ఎవడ్రా నువ్వు? మా డాక్టరు బాబుని అన్ని మాటలనడానికి నీకెన్ని గుండెల్రా!" అన్నాడు కోపంగా.

ఆ తోపుకి అంతదూరం వెళ్ళి అక్కడ నిలబడిన ఓ మనిషిని పట్టుకుని నిలదొక్కుకున్నాడు రంగయ్య.

"అంటానురా! ఈ మాటలు కాదు ఇంకా ఇన్ని మాటలూ అంటాను. వాడు చేసిన పనికి వాడిని నిలువునా నరికి పోగులుపెట్టినా పాపం లేదు. దరిద్రుడు, ద్రోహి, దొంగవెధవ" అంటూ తిట్లు మొదలుపెట్టాడు.

ఆలయ్య ఆగ్రహం అవధులు దాటింది. రంగయ్యతో కలబడ్డాడు. చుట్టూ చేరిన జనం వాళ్ళిద్దరినీ బలవంతాన విడదీశారు. ఈ కుమ్ములాటలో రంగయ్య చొక్కా కాస్త చిరిగింది. ఆలయ్య పంచెగోచీ వూడిపోయింది. ఇద్దరికిద్దరూ బోనులో చిక్కిన పులుల్లా ఆయాసపడసాగారు.

పొద్దున కాఫీ తాగుతున్న రమేష్‌కి వార్త అందింది. హాస్పిటల్ దగ్గర ఏదో గొడవ జరుగుతోందని తెలియగానే బట్టలు మార్చుకుని యూనిఫాం తగిలించుకుని ఆఘమేఘాలమీద పరిగెట్టుకొచ్చాడు.

అతను వచ్చేసరికి గుంపుగా జనం. ఒకరినొకరు తిట్టుకుంటున్న ఆలయ్య, రంగయ్య. ఇన్‌స్పెక్టర్‌ని చూడగానే తప్పుకుని దారి ఇచ్చారు.

అతడిని చూడగానే ఆలయ్యకి ప్రాణం లేచి వచ్చింది.

"అయ్యా రండి. సమయానికొచ్చారు. వీడెవడో దొంగవెధవ మన డాక్టరు బాబుని కారుకూతలు కూస్తున్నాడు. సంకెళ్ళేసి తీసుకెళ్ళి మక్కెలు విరగ తన్నండి" అన్నాడు.

"తన్నండయ్యా. దయగల ప్రభువులు. స్థానబలం మీది. తన్నండి. చంపండి. కానీ వాడిని బయటికి పిలవండి. నేను అడగదల్చుకున్నది అడగనివ్వండి. దానికి వాడేం సమాధానం చెప్తాడో తేల్చుకున్నాక మీ ఇష్టం. చంపినా పాతేసినా నోరెత్తను" అన్నాడు రంగయ్య.

రమేష్‌కి అంతా అయోమయంగా వుంది. జనం గోలగోలగా మాట్లాడు కుంటున్నారు. ఒక్క కసురు కసిరి అందరినోళ్ళు మూయించాడు.

రంగయ్య దగ్గరకు వచ్చి "ఏవండీ, ఎవరు మీరు? చూస్తుంటే మర్యాదస్తుడిలా వున్నారు. ఏమిటీ గొడవ? ఓ మర్యాదస్తుడితో మాటాడదల్చుకుంటే ఇదేనా పద్ధతి? స్థిమితంగా శాంతంగా మాట్లాడి సమస్యలు పరిష్కారం చేసుకోవాలి. అంతేగానీ ఇలా రోడ్డునపడి అరుస్తారా ఎవరైనా?" అన్నాడు కఠినంగా.

"అయ్యా! కడుపు రగులుకుపోతుంటే శాంతం ఎక్కడినుంచి వస్తుంది? మనిషిని నమ్మి నిలువునా మునిగిపోయినవాడికి సహనంగా వుండమంటే సాధ్యమేనా!" ఆక్రోశించాడు రంగయ్య. అతని మాటలవల్ల ఆయనేదో బాధలో వున్నాడని అర్థం చేసుకున్నాడు రమేష్.

"చూడండి! ఏమిటి విషయం? మీ పరిస్థితి ఏమిటో నెమ్మదిగా చెప్పండి. అసలు ఏం జరిగింది? మీరెందుకింత కోపంగా వున్నారు? మా డాక్టరు ఏం చేశాడు? డబ్బు తీసుకుని తిరిగి ఇవ్వలేదా!" అన్నాడు.

"డబ్బు తీసుకుని ఎగ్గొడితే నాలుగు తిట్టుకుని వూరుకునేవాడిని. అయినా డబ్బు తీసుకున్నవాడు ఎగ్గొట్టడం సర్వసాధారణం. ఇచ్చేవాడు అందుకు సిద్ధపడి ఇస్తాడు. కానీ వీడలా కాదే! మనిషి నిండు జీవితాన్ని నిలువునా ముంచేశాడు. నమ్మించి తియ్యగా కబుర్లు చెప్తూ తడిగుడ్డతో గొంతు కోశాడండీ! ఇలాంటి వాడిని నరికి కాకులకూ గద్దలకూ వెయ్యాలి!" అంటూ మళ్ళీ మండిపడ్డాడు.

తలాడించాడు రమేష్. "మా డాక్టరు మోసం చేశాడా? మీరేదో పొరపాటుపడ్డారు. అతనలాంటివాడు కాదు. ఎంతో మంచివాడు. మర్యాదస్తుడు. గత పదినెలలుగా అతన్ని చూస్తున్నాను. అతని స్వభావం నాకు బాగా తెలుసు" అన్నాడు.

హేళనగా నవ్వాడాయన. "భేష్! నీకు పదినెలలుగా పరిచయం అని గొప్పగా చెప్తున్నావు. నేను వాడిని చిన్నతనం నుండి ఎరుగుదును. నన్నేం చెప్పమంటావ్?" నిలదీసి అడిగాడు.

వేలువిడిచిన మేనమామని. ఈ త్రాష్టుడు నా బావమరిది కొడుకు" బంధుత్వం వివరించాడు.

"అయితే మీ మేనల్లుడితో మాట్లాడే పద్ధతి ఇదేనా? మీరు పెద్దవారు. అన్నీ తెలిసినవారు. చిన్నవాళ్ళు తెలియక ఏదైనా తప్పు చేస్తే గుట్టుగా

మందలించాలి. అంతేగానీ అయినవారు ఇలా రోడ్డునపడతారా?'' అసహనంగా అడిగాడు రమేష్.

"మందలింపులకూ, దండింపులకూ చెయ్యి జారిపోయాడు'' అన్నాడాయన.

"ఇంతకీ ఏం చేశాడో చెప్పండి!" విసుగ్గా అడిగాడు రమేష్.

"ఏం చెప్పమంటావు నాయనా! ఒక్కమాటలో చెప్పాలంటే కట్టుకున్న పెళ్ళాం బ్రతుకు గంగపాలు చేశాడు" చెప్పాడాయన.

వింటున్న వారంతా నోరావలించారు. రెండు నిముషాలపాటు అంతా నిశ్శబ్దం. ఆ తర్వాత గుసగుసలు. ఆ తర్వాత 'ఏవిటీ! డాక్టరు బాబుకి పెళ్ళి అయిందట' అని పెద్దగా మాటలు.

అందరికన్నా ఆఖరుగా తేరుకున్నాడు రమేష్.

"ఏమిటండీ మీరు చెప్పేది? డాక్టరు పాణికి పెళ్ళయ్యిందా?" ఇంకా నమ్మశక్యం కానట్లు అడిగాడు రమేష్.

"ఈనాడు కాదు. ఏనాడో జరిగింది" చెప్పాడాయన.

జనంలో కలకలం ఎక్కువైంది. చుట్టూ చూసిన రమేష్ ఆయన దగ్గరకు వచ్చి భుజం చుట్టూ చెయ్యివేశాడు.

"మీరు ఆవేశపడకండి. రండి. అలా మా ఇంటికి వెళ్ళి నిదానంగా మాట్లాడుకుందాం" అన్నాడు సౌమ్యంగా.

ఒక్క ఉదుటున అతన్ని విదిలించుకుని దూరం జరిగాడు రంగయ్య. "ఇక చాటుమాటు మాటలు, చర్చలూ అనవసరం. నలుగురిలో నిలబడే మాట్లాడతాను. నన్నెవరేం చేస్తారు? నాకేమైనా భయమా! ఇది వూరు కాదా! ఇక్కడున్నవారు మనుషులు కాదా! వారికీ బిడ్డలున్నారు. నా కడుపుమంట వారికి మాత్రం అర్థంకాదా!

అయ్యా! పెద్దమనుషులందరూ వినండి. నా బాధ అర్థం చేసుకోండి. ఆ తర్వాత మీరే న్యాయం చెప్పండి. కాదయ్యా పెద్దమనిషీ! నువ్వుచేస్తున్నది మంచిపని కాదు అని ఓ మాట అంటే ఇక్కడే ఈ కొండరాయికి తలబద్దలు కొట్టుకుని నాకు నేనే శిక్షవేసుకుంటాను" అంటూ అందరి వంకా చూశాడు.

అంతటా నిశ్శబ్దం ఆవరించింది. అందరూ ఒళ్ళంతా కళ్ళు చేసుకుని ఆయన చెప్పేది వినడానికి సిద్ధం అయిపోయారు.

"అయ్యా! మాది గుంటూరు జిల్లాలో కుగ్రామం. ఆనాడే కాదు ఈనాటికీ ఎక్కువ సౌకర్యాలు లేని వూరు మాది. నేను, మా అన్నగారు ఇరుగుపొరుగున వుండేవాళ్ళం. మాది సామాన్యమైన కుటుంబం. మా తండ్రిగారి మరణానంతరం వాటాలు పంచుకోగా ఇద్దరికీ చెరి నాలుగు ఎకరాలు పొలం పాత ఇంట్లో చెరోభాగం వచ్చాయి.

నాకు బహు సంతానం. ఆరుగురు కూతుళ్ళు, ఆరుగురు కొడుకులు. పోయినవారు పోగా తొమ్మిదిమంది ఉన్నారు. మా అన్నగారికి ఒక్కతే కూతురు. అది కూడా మూడు పురుళ్ళు కన్నా ఫలితం దక్కక నాలుగో కాన్పులో పుట్టి బతికి బట్టకట్టింది. అదంటే మా అన్నయ్యకీ వదినకీ పంచప్రాణాలు. అది కాలు కిందపెడితే కందిపోతుందేమో అన్నట్లు పెంచారు. ఒక్కగానొక్క బిడ్డ అయిదేళ్ళ దాకా లక్షణంగా ఉంది. ఆ తర్వాత హఠాత్తుగా ఏదోరోగం ముంచుకొచ్చింది. దాన్ని పోలియో అంటారుట. ఆఘమేఘాలమీద పట్నం తీసికెళ్ళి వైద్యం చేయించారు. ఆ భగవంతుడి దయవల్ల నయం అయింది. ఎడమకాలు కొద్దిగా రోడుస్తుంది. అదైనా పరీక్షగా చూస్తే తప్ప కనిపించదు. అయినా మా అన్నయ్య బాగా కుంగిపోయాడు. దాని భవిష్యత్తు గురించి భయపడ్డాడు. నేనే పూనుకుని ధైర్యంచెప్పాను. మంచి కుర్రవాడిని చూసి పెళ్ళిచేసి ఇల్లరికం వుంచుకో అని సలహా ఇచ్చాను.

అన్నయ్య సంతోషించాడు. తగిన కుర్రవాడిని చూడమని ఆ భారం నామీదే మోపాడు. పరాయి సంబంధానికి పోతే లోతుపాతులు మనకి తెలియవని అయిన వారిలోనే వెతికాను. నా భార్యకి అన్న వరసైన వాడు ఒకాయన వున్నాడు. అంతంత మాత్రం కుటుంబం. ఇద్దరు కొడుకులు. ఒక కూతురు. ఆ రెండోవాడే వీడు. కుర్రాడు స్ఫురద్రూపి, బుద్ధిమంతుడు. ఆయన్ని నేనే అడిగాను. ముందుకాస్త నసిగినా సరే అన్నాడు.

వివాహం జరిపించాం. మూడ్రోజుల పెళ్ళి. శాస్త్రోక్తంగా కట్నకానుకలు చదివించి ఘనంగానే పెళ్ళిచేశాడు మా అన్నగారు.

పిల్లవాడు పైకి చదువుతాడు అన్నారు. అంతకంటేనా! నాకున్నది వీళ్ళకికాక ఇంకెవరికీ? ఎంతైనా చదివిస్తాను అన్నాడు అన్నయ్య. రెండేళ్ళు

అయ్యాక డాక్టరు చదువుతాడు అన్నారు. అంత పెద్ద చదువు చదివించడానికి చాలా డబ్బు కావాలి అని నేను సణిగినా అన్నయ్య వెనకాడలేదు.

వున్నదంతా అమ్మి చదివిస్తాను. ఆ తర్వాత అల్లుడు రెండు చేతులా సంపాదిస్తాడు. నా కూతురు మహారాణిలా వుంటుంది అన్నాడు. అదే మొదలు వాడికి శని పట్టింది.

ఇటు మా బావమరిది భార్య చనిపోయింది. ఇల్లు గడవదని మా బావమరిది మళ్ళీపెళ్ళి చేసుకున్నాడు. ఆవిడకి మూడేళ్ళలో రెండుసార్లు కాన్పులు. రెండుసార్లూ కవలపిల్లలు. నలుగురూ ఆడపిల్లలే. దాంతో ఆయన బాగా కుంగిపోయాడు. అసలే అంతంతమాత్రం సంసారం. దానికి సాయం బహుసంతానం. మా అన్నయ్యని పీక్కుతిన్నారు.

అన్నయ్య బొత్తిగా అమాయకుడు. మంచివాడు. పోనీలే, నా అల్లుడి సంసారానికి ఆ మాత్రం చెయ్యలేనా అని దోచిపెట్టాడు. చూస్తుండగానే ఆస్తంతా కరిగిపోయింది. అల్లుడి చదువు పూర్తి అయింది.

అమ్మయ్య. ఇన్నాళ్టికి నా కష్టాలు గట్టెక్కాయి. ఈదడంతో నా రెక్కలు అలిసిపోయినా ఒడ్డుకి చేరాను. అల్లుడికి ఉద్యోగం రాగానే అమ్మాయిని తీసుకువెళ్తాడు. ఈ వ్యవహారాలన్నీ సర్దుబాటుచేసి మేమూ వాళ్ళ దగ్గరికే వెళ్తాం అనుకొని ఆనందపడ్డాడు. అయితే ఆ ఆనందం ఎక్కువకాలం నిలవలేదు. అప్పటిదాకా నువ్వే మాకు దిక్కు అంటూ చేతులు కట్టుకు తిరిగిన వియ్యంకుడు ఒక్కసారిగా ప్లేటు ఫిరాయించాడు. మా అబ్బాయి బాగా చదువుకున్నవాడు. మీ అమ్మాయి చదువురాని మొద్దు. దీన్ని వాడెలా ఏలుకుంటాడు అన్నాడు. అందరం తెల్లబోయాం. నేను వెళ్ళి మొహంవాచేలా చీవాట్లు పెట్టాను. అన్నీ వదిలేసిన వాళ్ళకి సిగ్గా ఎగ్గా! ఎన్ని తిట్టినా దున్నపోతు మీద వాన కురిసినట్లు దులిపేసుకున్నారు.

దాంతో అసలే ఆర్థికంగా కుంగిపోయి దిగులుగా వున్న మా వదినకి గుండెపోటు వచ్చింది. కూతురి సుఖంకోసం డాక్టరు వద్దన్నా వినకుండా కటిక ఉపవాసాలూ ప్రదక్షిణాలూ చేసి చేసి రెండు నెలలు తిరక్కుండా దేవుడి దగ్గరికి వెళ్ళిపోయింది.

ఆ దెబ్బతో అన్నయ్య బాగా దిగులుపడ్డాడు. వాడి బాధ చూడలేక నా బావమరిది ఇంటిమీదికి వెళ్ళి ఎన్నోసార్లు యాగీ చేశాను. వాడి అడ్రెసు

ఇవ్వండి. వాడినే అడుగుతాను అంటే ఏవో కుంటిసాకులు చెప్పేవాడు. విదేశాలకి పోయాడని కొన్నాళ్ళు, మీ అమ్మాయిని చూసి బెదిరిపోయి మాక్కూడా చెప్పకుండా పోయాడని మరికొన్నాళ్ళు కుంటిసాకులు చెప్పారు.

పోనీ నేనే పూనుకుని వెదుకుదామని ప్రయత్నించాను. మా అన్నయ్య అప్పోసప్పో చేసి డబ్బు తెచ్చి నా చేతుల్లో పెట్టి అల్లుడిని వెతికి పట్టుకురమ్మని బ్రతిమాలాడు. నేను కూడా పంతంగా వెతికాను.

నాయనా! రోజులు మారాయి. మహాపట్నాలలో అందరివీ పరుగులే పరుగులు. నిలబడి మాట సాయం చేసే తీరిక, ఓపిక ఎవరికున్నాయి చెప్పండి! ఎడాపెడా ఇంగ్లీషు మాట్లాడే మహా మహావారికే దిక్కులేదు. నాబోటి పల్లెటూరి బైతుని ఎవరు పట్టించుకుంటారు? నా గొడవ అరణ్యరోదనే అయింది. డబ్బు ఖర్చు కావడం తప్ప ఫలితం కనిపించకపోయేసరికి నాలుగుసార్లు వెతికి ఆ ప్రయత్నమూ మానుకున్నాను.

దాంతో అన్నయ్య మరీ కుంగిపోయాడు. మనోవ్యాధికి మందులేదు. సరిగ్గా ఆ సమయంలో అప్పులవాళ్ళు వచ్చి ఇల్లు స్వాధీనం చేసుకున్నారు. రక్తసంబంధం కాబట్టి చూస్తూ వూరుకోలేక ఏదో మేము తినే పచ్చడి మెతుకులే వాళ్ళూ తింటారని మా ఇంటికి తీసుకొచ్చాను.

నెల తిరగలేదు. కన్ను మూశాడు. అపర ధర్మరాజు. అడిగినవాడికి అంతో ఇంతో సాయం చేశాడే గానీ ఏనాడూ ఒకరి దగ్గర చెయ్యిచాచి ఎరగని మనిషి. 'సర్వేజనాః సుఖినోభవంతు' అనుకుని అందరి క్షేమమూ కోరుకునేవాడే తప్ప చీమకైనా అపకారం తలపెట్టని పుణ్యాత్ముడు. అవసాన కాలంలో ఆయన దుస్థితి చూసి నా కడుపు తరుక్కుపోయింది. చివర్లో మాటకూడా పడిపోయింది. దీనంగా చూసేవాడు. తన కూతురి చెయ్యి నా చేతుల్లో పెట్టి ఏడ్చేవాడు. అలా ఏడుస్తూనే వెళ్ళిపోయాడయ్యా వెళ్ళిపోయాడు."

అంటూ తుండుగుడ్డలో మొహం దాచుకుని బావురని ఏడిచాడు రంగయ్య. వింటున్న వారందరికీ కూడా కళ్ళవెంట నీళ్ళు తిరిగాయి. ఆడవాళ్ళూ వలవల ఏడిచారు. జాలిగా ఆయన వంక చూశారు.

కాసేపు ఏడిచి కళ్ళనీళ్ళు తుడుచుకున్నాడు రంగయ్య. "అయిపోయింది. మనిషి పోతే ఏముంది? ఇవ్వాళపోతే రేపటికి రెండు. పోయినాడేమో

పుణ్యాత్ముడు. పోయిన వాళ్ళతో పోలేం కదా! ఓ ఏడుపు ఏడిచి మళ్ళీ సంసార తాపత్రయంలో పడిపోయాం. కానీ ఆ కూతురొకతి వుండిపోయింది కదా! దాన్నేం చెయ్యను? అన్నయ్య అంటే పెద్దవాడు. నేడో రేపో కడతేరిపోయేలా వున్నాడు కాబట్టి ధైర్యంగా తీసుకొచ్చి ఇంత ముద్దపెట్టి గుక్కెడు నీళ్ళు పోశాను.

దీని విషయం అలా కాదుకదా! చిన్నపిల్ల. జీవితం అంతా ముందే ఉంది. అది బ్రతికున్నంతకాలం నేను బ్రతికి వుంటానా! దానికేదో దారి చూపించాలిగా. నేనే పీకలదాకా మునిగివున్న వాడిని. మరొకరి దారి చూపించే శక్తి నాకెక్కడిది! అలా అని దాన్ని దిక్కులేనిదాన్ని చెయ్యలేను. నీ చావు నువ్వు చావు అని చేతులు దులుపుకోలేను. ఎంతైనా పినతండ్రిని. అదీగాక దానికీ దుస్థితి పట్టడానికి పరోక్షంగా నేనే కారణం అనే పశ్చాత్తాపం కూడా నన్ను దహించివేస్తోంది.

పిల్లల మీద ఈ భారం మోపడానికి నా మనసు అంగీకరించలేదు. అయినా నా వెర్రిగాని అలికి అన్నంపెట్టడం వూరికి ఉపకారం అనుకునే ఈరోజుల్లో ఒక మనిషి భారాన్ని జీవితాంతం భరించడానికి ఎవరు ఒప్పుకుంటారు? నా ఇంట్లో దీని పరిస్థితి రోజురోజుకీ దుర్భరంగా తయారవుతోంది. నా భార్య నోరు మంచిది కాదు. ఏదో పుల్లవిరుపు మాటలు మాట్లాడి దీన్ని బాధపెడుతోంది. ఇప్పుడే ఇలావుంటే రేపు నేను కాస్తా హరీమంటే దీని గతేమిటి? అందుకే నేను బతికుండగానే దీనికి ఓ దారి చూపించాలి అని నడుం కట్టుకున్నాను.

ఈ పిల్లని వెంటబెట్టుకుని వెతుక్కుంటూ ఇక్కడికి వచ్చిపడ్డాను. దాని భర్త దగ్గరికి దాన్ని చేర్చాను. ఇక నా బాధ్యత తీరిపోయింది. ఏలుకుంటాడో మానుకుంటాడో వాడిష్టం." అంటూ చెప్పి ఆయాసపడ్డాడు రంగయ్య.

జనం అంతా మళ్ళీ గుసగుసలు మొదలుపెట్టారు.

"నాయనాలారా! అమ్మలారా! ఈ పేదవాడి కడుపుమంట కాస్త అర్థం చేసుకోండి. మీకూ ఆడపిల్లలుండే వుంటారు. బిడ్డలు ఏ తల్లిదండ్రులకూ భారంకారు. కానీ పరిస్థితులు తలక్రిందులైతే మమకారం అణచుకుని గుండెరాయి చేసుకోక తప్పదు. ప్రస్తుతం నా పరిస్థితి అదే. అపురూపంగా పెంచుకున్న బిడ్డని నాకొద్దు మొర్రో అంటున్న వాడి వాకిట్లో బలవంతంగా

దింపి వెళ్ళే దుస్థితి ఏ తండ్రికీ కలగకూడదని చేతులెత్తి ఆ దేవుడిని వేడుకుంటున్నాను" అంటూ బావురుమన్నాడు రంగయ్య.

మనసు భారం తీరాక కళ్ళు తుడుచుకున్నాడు. ఇందాక తోపులాటలో అంతదూరాన పడిన సంచీ అందుకున్నాడు. అటూ ఇటూ పడిపోయిన చెప్పులు తొడుక్కున్నాడు. నాలుగడుగులు హాస్పిటల్ వైపు వేసి మెట్టుమీద నిలబడ్డాడు.

హాస్పిటల్‌వైపు తిరిగి "ఒరే వాసుదేవ చక్రపాణీ! నీ మొహం చూడ్డానికే కంపరంగా వుంది నాకు. అందుకే ఇక్కడినుంచే నేను చెప్పదలచుకున్నది చెప్తున్నాను. జాగర్తగా విను.

సరస్వతిని తీసుకొచ్చి నీ ఇంట్లో దించాను. నా బాధ్యత నేటితో తీరిపోయింది. నీ మనసులో ఏమూలనైనా మానవత్వం మిగిలుంటే మంచి మనసుతో కట్టుకున్న భార్యని ఆదరించు. లేదూ నాకొద్దీ పీడాకారం అనుకుంటే డాక్టరువి కాబట్టి ఏ విషమో ఇచ్చి దాని పీడ వదిలించుకో. దాన్ని తగలేసి చేతులు దులుపుకో. ఆ కబురు ఒక కార్డు ముక్కమీద నాకురాస్తే పదోనాడు మూసివాయనం దానం చేయించి పుని స్త్రీగా చచ్చిన కూతురికి పుట్టింటి రుణం తీర్చుకుంటాను. వెళ్తాను" అంటూ ఆగ్రహావేశాలతో చెప్పి మరుక్షణం బావురుమని ఏడుస్తూ విసవిస వెళ్ళిపోయాడు.

జనం స్థాణువులై నిలబడిపోయారు. ఆ ఊళ్ళో ఇలాంటి రచ్చలూ దెబ్బలాటలూ సర్వసాధారణం. దొంగతనం జరిగిందనో, ఫలానావాడికి ఫలాని ఆడదానితో సంబంధం వుందనో రోడ్డుమీద చేరి జుట్టూ జుట్టూ పట్టుకోవడం ఎవరో కల్పించుకుని ఆ తగాదా తీర్చడం పరిపాటి. కానీ ప్రస్తుత పరిస్థితి వేరు.

ఇక్కడ నేరం ఆరోపించబడిన వ్యక్తి అందరిలాంటివాడు కాడు. చదువుకున్నవాడు. అందరికీ మంచిచెడూ చెప్పే డాక్టరు. అటువంటి మనిషి పెళ్ళయిందనే నిజం దాచి పెట్టి మరో పెళ్ళిచేసుకునేందుకు నిర్ణయించు కున్నాడంటే అందరికీ వింతగా విచిత్రంగా ఉంది. ఓ వైపు డాక్టరు పాణి అంత పనిచేస్తాడా అని అపనమ్మకం, మరోవైపు ఆ పెద్దాయన ఆక్రోశం కళ్ళారా చూసినమీదట ఇదంతా నిజమేనేమో అని సందేహం రెండూ కలిసి

అయోమయావస్థలో పడిపోయి వాళ్ళలో వాళ్ళే చర్చ సాగించారు. దాంతో ఒక్కసారి దడదడ వానపడినట్లు శబ్దం.

అందరిలోకీ ఎక్కువగా నిర్ఘాంతపోయిన వ్యక్తి రమేష్. ఏం చెయ్యాలో అర్థంకాక నిలబడిపోయాడు. కాసేపటికి తేరుకుని "ఏయ్! ఏమిటీ గొడవ? మీకేం పనీపాటా లేవా? పోండి" అని కోప్పడి గుంపును చెదరగొట్టాడు. ఆ విషయం చర్చించుకుంటూనే చెదిరిపోయారు జనం. కొంత మంది ఆడవాళ్ళు కుతూహలంగా డాక్టరు ఇంటివైపు వెళ్ళి లోపలికి తొంగిచూశారు. ఎవరూ కనిపించక వెళ్ళిపోయారు.

జనాన్ని తోలేసి లోపలికి వెళ్ళాడు రమేష్. అతని మనస్సులో లోలోపల సందేహం. ఇది నిజం కాదు. పాణి ఇలాంటి పని ఎన్నడూ చెయ్యడు. ఇందులో ఏదో తిరకాసు ఉంది.

పాణి కుర్చీలో కూర్చుని బల్లమీద తలవాల్చుకుని వున్నాడు. అతని దగ్గరికి వెళ్ళి భుజంమీద చెయ్యివేశాడు రమేష్.

నీటిలో మునిగిపోతున్న వ్యక్తి ఏదైనా ఆధారం దొరికితే ఎంత ఆత్రంగా పట్టుకుంటాడో అంత వేగంగా బలంగా ఆ చేతిని పట్టుకున్నాడు పాణి.

అతనికి హామీ ఇస్తున్నట్లు ఆ చేతిని నొక్కాడు రమేష్. "పాణి ఏమిటిదంతా?" అడిగాడు ఆదరంగా.

చివాల్న తలెత్తి చూశాడు పాణి. అతని మొహంలోకి చూసిన రమేష్ గతుక్కుమన్నాడు. సర్వస్వం కోల్పోయిన వాడిలా వుంది తని మొహం, కోపం, దుఃఖం, నిస్సహాయత అన్నీ ఏకమైపోయాయి.

"మోసం, దగా, కుట్ర, అందరూ ఏకమై నన్ను వెధవని చేశారు రమేష్" అన్నాడు దీనంగా.

రమేష్‌కి మరింత అయోమయంగా అనిపించింది. ఒక్కక్షణం ఆలోచించి పాణిని చెయ్యి పట్టుకుని లేవదీశాడు.

"పదండి. అలా బయటికి వెళ్దాం" అన్నాడు. భుజం చుట్టూ చెయ్యివేసి నడిపించుకుంటూ తీసుకువెళ్ళి జీపులో కూర్చోబెట్టి తను డ్రైవింగ్‌సీట్లో కూర్చొని జీపు స్టార్ట్ చేసి పోనిచ్చాడు. రెండు కిలోమీటర్లు వెళ్ళి రోడ్డుపక్కగా ఆపాడు.

"రండి" అంటూ పక్కనే అడవిలోకి దారితీశాడు. అతని వెంటే వెళ్ళాడు పాణి. కాస్త దూరం నడిచాక ఖాళీస్థలం వచ్చింది. అక్కడ వున్న రాతి బండమీద కూర్చుని సిగరెట్ వెలిగించాడు రమేష్.

పాణి సొమ్మసిల్లినట్టు ఆ బండమీద వాలి పడుకున్నాడు. అలసటగా వుంది అతని మొహం. కళ్ళు మూసుకుని కాసేపు అలాగే ఉండిపోయాడు. తర్వాత మెల్లగా లేచాడు.

"రమేష్! నీకు నామీద అసహ్యంగా వుందా?" హఠాత్తుగా అడిగాడు. తల అడ్డంగా ఊపాడు రమేష్. "నిజా నిజాలు తెలుసుకోకుండా ఎదుటి మనిషిని అనుమానించే కుసంస్కారిని కాదు" అన్నాడు.

"థాంక్స్ రమేష్" అన్నాడు పాణి.

"ఎక్కడినుంచి మొదలుపెట్టను?" అంటూ కాసేపు ఆలోచించి, మొదటినుంచి చెప్తాను. నా పుట్టుక ఒక సామాన్య కుటుంబంలో, ముగ్గురు పిల్లల మధ్యవాడుగా. ఒక అన్న, ఒక చెల్లి. పంచభక్ష్య పరవాన్నాలూ కొత్త బట్టలూ ఏనాడూ ఎరగం. చారన్నం మజ్జిగన్నం తినేవాళ్ళం. ఉన్న రెండుజతల బట్టలూ పొదుపుగా వాడుకునేవాళ్ళం. అన్నయ్యకి చిన్నతనంనుండి చదువుపట్ల ఆసక్తిలేదు. నాన్నతో వ్యవసాయం చేసేవాడు.

నాకు చదువుపట్ల శ్రద్ధ ఎక్కువ. బుద్ధిగా చదువుకునేవాడిని. పదో తరగతిలో వుండగా పెళ్ళి అన్నారు. పెళ్ళంటే ఏమిటో తెలియని వయసు. ఆ అమ్మాయికి డబ్బుందనీ, ఈ పెళ్ళి అయితే నా జీవితం బాగుపడుతుందని చెప్పారు. ఇదంతా నా అదృష్టం అన్నారు.

హఠాత్తుగా పెళ్ళి జరిగిపోయింది. నాకూ సరదాగానే అనిపించింది. కారణం విందు భోజనాలు, కొత్త బట్టలు, మర్యాదలు. అంతా సంబరంగా జరిగిపోయింది. పదోతరగతి మంచి మార్కులతో పాసయ్యాను. అదృష్టవశాత్తూ మా ఊరి దగ్గర్లోనే జూనియర్ కాలేజీ పెట్టారు. అందులో చేరాను. నా చదువుకి ఫీజు కట్టి, సైకిలు కొనిపెట్టారు. దానిమీద కాలేజీకి వెళ్ళేవాడిని. ఇంటరుతోబాటు ఇంజనీరింగ్‌కీ, డాక్టరు కోర్సుకీ కోచింగులు తీసుకునేవారు అందరూ! నాకు పాఠాలు బాగానే అర్థం అయిపోయేవి. ఒకసారి చదివితే గుర్తుండే మంచి గుణం వుండేది. క్లాసులో ఫస్టు మార్కులు వచ్చేవి.

తోటిపిల్లలు, లెక్చరర్లు నువ్వు ఎంట్రన్స్‌కి ప్రిపేర్ అవ్వు. సీట్ తప్పకుండా వస్తుంది అన్నారు. మొదట్లో పట్టించుకోకపోయినా వినగా వినగా నాకూ ఆసక్తి పెరిగింది. ట్యూషన్‌కి వెళ్ళే మిత్రుల దగ్గర నోట్సులు తీసుకుని మరికాస్త శ్రద్ధగా చదువుతూ ఎంట్రెన్స్‌కి ప్రిపేర్ అయ్యాను. ఇంటర్‌లో ఫస్టుక్లాసు, ఎమ్‌సెట్‌లో రాంకు వచ్చాయి.

ఆ సంతోషం అనుభవించే అదృష్టం నాకు లేకుండా ఆరోజుల్లోనే మా అమ్మ చచ్చిపోయింది. ఇక చదివించలేను, ఏదైనా పని చూసుకో అన్నాడు మా నాన్న.

నా ప్రాణం వుసూరుమనిపించింది. ఇంతా చేసి మధ్యలో మానేయడానికి మనసు రాలేదు. వేరే ఏదైనా మార్గం లేదా అని అడిగాను. నేను చచ్చినా చదివించలేను. మీ మామగారు చదివిస్తే చదువుకో అన్నాడు మా నాన్న. ఏం చెయ్యాలో తోచక మా లెక్చరర్‌గారిని సలహా అడిగాను.

ముందు చేరు. స్కాలర్‌షిప్‌కోసం ప్రయత్నించు. ఏదైనా చిన్న పని చేసుకో. మగపిల్లవాడివి. నువ్వు తల్చుకుంటే చదువుకోగలవు. కాకపోతే బాగా శ్రమపడాలి అన్నారాయన.

మంచి భవిష్యత్తుకోసం ఎంత శ్రమకైనా సిద్ధమే నేను. నాన్నతో చెప్పి రెండు జతల బట్టలు సంచీలో పెట్టుకుని వెళ్ళి కాలేజీలో చేరాను. ఫీజుకోసం పెళ్ళిలో పెట్టిన ఉంగరం అమ్మాను. ఆ తర్వాత నా జీవితం ఎలా గడిచిందో తల్చుకుంటేనే భయం వేస్తుంది.

చాలా కష్టపడ్డాను. ఒక డబ్బున్నవారింట్లో కారు షెడ్‌లో వుండేవాడిని. చిన్నపిల్లలకు ట్యూషన్లు చెప్పేవాడిని. ఎవరైనా రెండు రూపాయలు ఇస్తానంటే ఏపనైనా చేసేందుకు సిద్ధపడేవాడిని.

మా ఇంటి పరిస్థితి మరింత దిగజారింది. తాము నాకు డబ్బు పంపకపోగా ఓ పదిరూపాయలు పంపమని రాసేవాడు మా నాన్న.

ఒకటి రెండుసార్లు ఫీజుకోసం మా మామగారికి ఉత్తరం రాస్తే డబ్బు పంపడం మాట అటుంచి సమాధానం కూడా రాసేవాడు కాదు ఆయన. నాకూ పౌరుషం వచ్చింది. ఆ తర్వాత నేనూ రాయలేదు.

మామగారి గురించి చెప్పాను కదా! ఇక అసలు ఘటం గురించి చెప్తాను విను. అపర చండి. ఎడ్డెం అంటే తెడ్డెం అంటుంది. అమిత గారాబం. అతి

మంకుపట్టు. కాలుకాస్త కుంటుతూ నడుస్తుంది. అందం మాటకొస్తే పగలు చూస్తే రాత్రి కల్లోకి వస్తుంది.

చదువుకున్నంతకాలం కాస్తైనా సాయం చెయ్యలేదు గానీ చదువు పూర్తికాగానే కూతురిని కాపురానికి పంపుతాం అని వచ్చారుట. అంతటితో ఆగితే ఫర్వాలేదు. అతను ఇల్లరికం అల్లుడు కాబట్టి అతని సంపాదన అంతా మాదే అన్నాడుట మా మామగారు. పైగా అందరితోనూ ఆయనే నన్ను చదివించానని చెప్పుకుంటున్నారుట. నిజం చెప్పాలంటే పెళ్ళిలో పెట్టిన బట్టలు కానుకలు ఇంటరులో చేర్పించినపుడు కట్టిన ఫీజు, సైకిల్ తప్ప ఇంకేమీ ఆయన ఇవ్వనూ లేదు. నేను పుచ్చుకోనూలేదు.

ఈ దౌర్జన్యం సహించలేకపోయాను. దానికితోడు మరో షరతు పెట్టింది ఆ మహాతల్లి. తను వాళ్ళ నాన్నని వదిలి వుండలేదుట. కాబట్టి ఆవిడ తల్లిదండ్రులని తీసుకుని నా దగ్గరికి వస్తుందిట. లేదంటే నేనే ఆ వూరికి వెళ్ళి హాస్పిటలు పెట్టి వాళ్ళింట్లో వుండాలిట. మా నాన్నగారు నచ్చచెప్పపోతే నానా మాటలూ అని పంపించిందట.

ఆ గయ్యాళితనానికి నాకు అసహ్యం వేసింది. ఏనాడూ నా మొహం కూడా చూసి ఎరుగదు! మాట్లాడి ఎరుగదు. నన్ను శాసించే అధికారం తనకి ఎవరు ఇచ్చారు? ఆ మాటే కబురు చేశాను మర్యాద ఇచ్చి పుచ్చుకొమ్మని, నా మీద పెత్తనం చెలాయించడం మానుకొమ్మని.

తను చెప్పినట్లు నేను వినాలే గానీ నా మాట ఎంతమాత్రం విననని, అందుకు ఇష్టం లేకపోతే తనకి నష్టపరిహారంగా కొంత సొమ్ము ముట్టచెప్పి తెగతెంపులు చేసుకోమని కబురుపెట్టారు. నాకూ తలపట్టిపోయింది. పీడ విరగడ అయితే చాలని వాళ్ళు అడిగిన మొత్తం ఇచ్చి తెగతెంపులు చేసుకోవాలని నిర్ణయించుకున్నాను. చదువు పూర్తికాగానే ఓ ప్రైవేటు క్లినిక్‌లో చేరాను. మళ్ళీ కడుపు కట్టుకుని కూడబెట్టి ఆ డబ్బు వారి మొహాన కొట్టాను. తెగతెంపులు అయిపోయాయి.

ఆ తర్వాత మా నాన్న నాకు సంబంధాలు చూడడం మొదలుపెట్టాడు. అంత కట్నం ఇస్తారు. ఇంత కట్నం ఇస్తారు అంటూ గొడవ. నాకు పెళ్ళి పేరెత్తితేనే కంపరం పుట్టేది. దానికి సాయం డబ్బు లివ్వమని పీక్కుతినేవాడు.

ఆయన ఆలోచన ప్రకారం నేను డాక్టరుని కాబట్టి తెల్లారేసరికి లక్షలు సంపాదించి ఆయన దోసిట్లో పొయ్యాలి. ఎక్కడినించి తేను? ఎక్కడైనా కన్నం వేయాలి. ఎప్పుడడిగినా ఏడుపు మొహం పెడతావు, వంద రూపాయలిచ్చి ఉద్ధరించినట్లు ఫోజు పెడతావు అని దెప్పి పొడుపులు. విసుగెత్తిపోయింది. అటువంటి పరిస్థితిలో ఈ ఉద్యోగం వచ్చింది. ఎవరికీ చెప్పకుండా ఇక్కడికి వచ్చేశాను.

ఆ తర్వాత యమునతో పరిచయం. పెళ్ళంటే బెంబేలెత్తిపోయిన నా మనసులో ప్రేమ కలిగింది. యమునని పెళ్ళి చేసుకోవాలనుకున్నాను. తీరా ఇప్పుడు ఆ శాల్తీని తీసుకొచ్చి నా నెత్తిన దింపి లేనిపోని అభాండాలన్నీ నామీద మోపి నలుగురిలో నన్ను యాగీ చేసిపోయాడు ఆ ముసిలాడు.

నేనేం చెయ్యను? ఎందుకిలాటి సంఘటనలు ఎదురవుతున్నాయి? ఏమిటి నేను చేసిన పాపం!" చెప్తూ ఉంటే పాణి కళ్ళల్లో నీళ్ళు తిరిగాయి.

వింటున్న రమేష్ ఆశ్చర్యపోయాడు.

"మరి మీ మామయ్య నీ చదువుతో మీ మామగారి ఆస్తి అంతా కరిగిపోయిందని గొడవ చేశాడు" అడిగాడు.

"అంతా అబద్ధం. నన్ను యాగీ చెయ్యడానికి అలా కల్పించి చెప్పారు. నేనెవరి దయా ధర్మంతోనూ చదువుకోలేదు. నా కష్టంతో చదివాను. ఇవన్నీ ఇంకొకరితో చెప్పుకునే విషయాలు కావు. కానీ మీరు నాకు స్నేహితులు కనుక చెప్తున్నాను. చదువుకునే రోజుల్లో డబ్బులేక పస్తులున్న సంఘటనలు కోకొల్లలు. ఓసారి రెండ్రోజులు తినడానికి లేక ఏం చెయ్యాలో తోచలేదు. ఇంటివారి దగ్గరికి వెళ్ళి ఏవండీ కాస్త గంజివుంటే ఇవ్వండి బట్టలకి పెట్టుకుంటాను అని అడిగి తెచ్చుకుని తాగాను. కాలేజీకి వెళ్ళాలి. రాగానే ట్యూషన్ చెప్పాలి. ఇంకా చిన్నా చితక పనులు చేసి మళ్ళీ నేను చదువుకోవాలి. రాత్రిపూట నాలుగైదు గంటలు మాత్రమే నిద్ర పోయేవాడిని. ఇంత శ్రమపడి నేను చదువుకుంటే, ఎవరో కాదు మేము చదివించాం అని అబద్ధాలు చెబుతుంటే నా కడుపు మండిపోయింది.

ఎందుకు వీళ్ళకి నామీద ఇంత కక్ష? అందరూ ఏకమై నామీద ఎందుకు కత్తిగట్టారు? నేనెవరికీ ఏ అపకారమూ చెయ్యలేదే? నా బరువు బాధ్యతలు నాకు తెలుసు. నాకు చేతనైన సాయం చెయ్యడానికి నేనెప్పుడూ సిద్ధమే!

కానీ జలగల్లా పీక్కుతింటూ వుంటే ఎక్కడినుండి తెస్తాను? నాకిష్టంలేని పనులు చెయ్యమంటే ఎలా చేస్తాను? కాపురం వద్దని డబ్బు తీసుకుని తెగతెంపులు చేసుకున్న ఈ శాల్తీ ఇప్పుడు వచ్చి నా పీకలమీద కూర్చుంది. ఇది మోసం కాదా? అన్యాయం కాదా?" ఆవేశంగా అడిగాడు.

రమేష్ అతని భుజం తట్టాడు. "ఆవేశపడకండి. ఇలాంటి సమయాలలో ఆవేశపడితే అనర్థం. శాంతంగా ఆలోచించాలి. మరి ఈవిడతో తెగతెంపులు చేసుకున్నాను అంటున్నారు కదా? దానికి రుజువులేమైనా ఉన్నాయా?"

"వాళ్ళు రాసిచ్చిన కాయితం మా నాన్న దగ్గర వుంది" చెప్పాడు పాణి.

తేలిగ్గా ఊపిరి పీల్చుకున్నాడు రమేష్. "అయితే సమస్యే లేదు. నిదానంగా ఆలోచిద్దాం."

నిరాశగా చూశాడు పాణి. "ఏం ఆలోచించడమో ఏమో! నాకు మతిపోయింది. పిచ్చెక్కేలా వుంది" అన్నాడు.

"అధైర్యపడకండి. మీకు అండగా నేనున్నాను కదా! మీ బదులుగా నేను ఆలోచిస్తాను" అన్నాడు రమేష్.

ఆదరంగా రమేష్ చెయ్యి అందుకున్నాడు పాణి. 'మీలాంటి స్నేహితుడు వుండడం నిజంగా నా అదృష్టం రమేష్" అన్నాడు మనస్ఫూర్తిగా.

"అదేంమాట! స్నేహితులం అవసరం అయినప్పుడు ఒకరికొకరం సాయం చేసుకోకపోతే ఎలా? రేపు అవసరం అయితే మీరు నాకు సాయం చెయ్యరా!" అన్నాడు రమేష్.

"ఇప్పుడేం చేద్దాం? ఏం చెయ్యాలి?" అడిగాడు పాణి.

కాసేపు ఆలోచించి అప్పుడు నోరు విప్పాడు రమేష్.

మీ మాటలను బట్టి చూస్తే వాళ్ళంతా డబ్బు మనుషులని అర్థం అవుతోంది. ఇటువంటి వారితో ప్రమాదం వుండదు. డబ్బు ఎరచూపిస్తే లొంగి వస్తారు. ఏ లోనో తీసుకుని డబ్బు ఇచ్చి ఆవిడని వదిలించుకోవచ్చు. ఒకటి రెండు రోజులు ఆగి ఆవిడతో మాట్లాడి ఓ నిర్ణయానికి రావచ్చు.

ఈ రెండు రోజులూ మీరు హాస్పిటల్‌లో వుండండి.

ఇవ్వాళే యమునగారు వస్తారు. ఈ విషయం విని ఆవిడ ఎలా రియాక్ట్ అవుతారో అనే కాస్త భయంగా వుంది. అయినా ఫర్వాలేదు. అందరం కలిసి

నచ్చచెపుదాం. ముందు ఆవేశపడ్డా అర్థం చేసుకుంటారు. ఇక యాగీ పరువుపోవడం అంటారా! నాలుగు రోజుల్లో అంతా మరిచిపోతారు. అంతగా అయితే ఇద్దరూ ప్రయత్నించి వేరే వూరికి వెళ్ళిపోండి. ఏది ఏమైనా ఈ పరిస్థితులలో మీరు చాలా ధైర్యంగా ఉండాలి. ఇలా అధైర్యపడకూడదు. అలా అధైర్యపడి మొహం చాటుచేస్తే మీరు తప్పు చేశారని అందరూ అనుకుంటారు. ఏమి జరగనట్లే ధైర్యంగా ఉంటే ఎవరికీ ఏ అనుమానమూ రాదు. పదండి వెళ్దాం. మీరు మామూలుగా హాస్పిటల్‌కి వెళ్ళండి" అన్నాడు.

అతని మాటలతో పాణి మొహంలో కళ వచ్చింది.

"నా భారం మీమీద మోపాను. ఇక మీఇష్టం" అన్నాడు. ధైర్యం చెప్తున్నట్లుగా మరోసారి భుజం తట్టాడు రమేష్.

ఇద్దరూ బయలుదేరారు. పాణిని హాస్పిటల్ దగ్గర దించేసి వెనక్కి తిరిగాడు రమేష్. ఇంటికి వెళ్దాం అనుకుని బయలుదేరి ఏదో గుర్తుకువచ్చి సడన్‌బ్రేక్ వేసి ఆపాడు. ములుపుతిప్పి వెనక్కి మళ్ళించాడు జీపుని. యమున ఇంటిముందు ఆపి జీపు దిగాడు.

అంతవరకూ తెలియలేదుగానీ ఒక్కసారిగా ఆకలి, నీరసం ముంచుకొచ్చాయి. పొద్దున బ్రేక్‌ఫాస్ట్ కూడా తినలేదు. టైము రెండు గంటలు కావస్తోంది.

కస్తూరి వరండాలో ఉంది. కాలుగాలిన పిల్లిలా తిరుగుతోంది. రమేష్‌ని చూడగానే ఎదురు వచ్చింది. కంగారుగా ఏదో అడగబోయింది. అలసటగా వున్న అతని మొహం చూసి ఆగిపోయింది. మనసు అదుపులోకి తెచ్చుకుంది. వచ్చినవాడు చెప్పక మానడు. అందుకే కాఫీ తాగుతారా అని అడిగింది.

"కాఫీయే కాదు. తినడానికి కూడా కావాలి. పొద్దుటినుంచి ఏమీ తినలేదు" అన్నాడు కుర్చీలో కూలబడుతూ.

"అయ్యో! అలాగా! ఒక్క నిమిషం వుండండి. అంటూ లోపలికి వెళ్ళి త్వరగా ఆమ్లెట్ చేసి తీసుకొచ్చింది." అది తిని కాఫీ తాగాడు రమేష్.

"జరిగింది మీకు తెలిసే వుంటుందనుకుంటాను" అన్నాడు సంభాషణ ప్రారంభిస్తూ.

"పదిమంది పదిరకాలుగా చెప్పారు. నిజం ఏమిటో నాకేం అర్థం కావడం లేదు" అంది కస్తూరి దీనంగా.

"నేను చెప్తాను వినండి" అంటూ జరిగినది అంతా వివరంగా చెప్పాడు రమేష్.

అంతా విన్న కస్తూరి మొహం పాలిపోయింది.

"ఏమిటండీ ఇదంతా? ఇంత గతం వుందా డాక్టర్ పాణికి? మాట మాత్రమైనా చెప్పలేదు చూశారా? ఇది మోసం కాదా? అన్యాయం కాదా?" అంది ఆవేశంగా. అంతలోనే దీనంగా కళ్ళనీళ్ళు పెట్టుకుంది.

"మంచిగా అమాయకంగా వుంటే ఏమో అనుకుని మోసపోయాం" అంది.

"కాదండీ! మీరు పొరపాటు పడుతున్నారు. జరిగినదంతా వివరంగా చెప్పాను. ఇందులో అతని తప్పు ఏముంది? కొన్ని విషయాలు కాబోయే జీవిత భాగస్వామితో చెప్పడం కంటే దాచడమే మంచిది. ఇప్పుడిదీ అలాంటిదే. పూర్తిగా తెగతెంపులు చేసుకుని ఆ సంఘటన అతను మర్చిపోయాడు. యమున గారితో చెప్పడం అనవసరం అనుకున్నాడు. అంతేగానీ మోసం చెయ్యాలనే ఆలోచన అతనిలో లేనేలేదు. వుంటే ఇప్పుడైనా చెప్పేవాడు కాదు. ఏదో చెప్పి బుకాయించేవాడు.

పాపం మంచివాడు. అమాయకుడు. అవతలి వాళ్ళ అత్యాశకి బలైపోతున్నాడు. ఈ స్థితిలో మనం అతనికి అండగా నిలబడాలి. అంతేగాని మనం కూడా మోసగాడని నిందిస్తే అతను మరీ కుంగిపోతాడు" అన్నాడు రమేష్ నచ్చచెప్తూ.

"అది కాదండీ. యమునకి ఈ విషయం తెలిస్తే ఏమైపోతుందో? ఏం నిర్ణయం తీసుకుంటుందో? భయంగా వుంది" అంది కస్తూరి.

"యమునగారు చాలా తెలివి గలవారు. ఏది ఏమైనా తొణకరు బెణకరు. దేనికీ తొందరపడరు. ఈ విషయం వినగానే ఖంగుతిన్నా నిదానంగా ఆలోచించి నిర్ణయం తీసుకోగల శాంతం, సహనం ఆవిడకి వున్నాయి. ఇక వివాహం గురించి నిర్ణయం తీసుకునే మాటకొస్తే ఆవిడ సర్వస్వతంత్రురాలు. పెళ్ళి చేసుకుంటుందో మానుకుంటుందో ఆవిడ ఇష్టం" అన్నాడు రమేష్.

నిట్టూర్చింది కస్తూరి. "నిజమేలెండి! మీరు చెప్పినది అక్షరాలా నిజం. ఎన్నో ఎదురుదెబ్బలు ఎదురైనా తట్టుకోగల ధైర్యం నా కూతురికి వుంది.

అయినా తట్టుకునే వారికే పరీక్షలు పెట్టడం ఆ భగవంతుడికి అలవాటే కదా!" అంది బాధగా.

రమేష్ ఆవిడవంక జాలిగా చూశాడు. 'ఒక తల్లిగా మీ బాధ నేను అర్థం చేసుకోగలను. బాధపడకండి. ఈ సమస్య తాత్కాలికమే అని నాకు నమ్మకంగా వుంది. ఆ భగవంతుడు మంచివారికి పరీక్షలు పెట్టినా, మంచి ఫలితం అందిస్తాడు. ఆ దేవుడిని నమ్ముకోండి. అంతా మంచే జరుగుతుంది." ధైర్యం చెప్పాడు.

"మీ నోటి వాక్యాన అదే జరిగితే అంతకంటే నేను కోరుకునేది ఏముంది? మీకు తెలుసుగా యమున లాస్ట్ బస్ లో వస్తుంది. అది వచ్చే టైముకి మీరు కూడా వుంటే బాగుంటుంది. పాణి నుంచి విన్నది మీరు నాకు చెప్పి నేను దానికి చెప్పేకంటే మీరే స్వయంగా చెప్తే మంచిదికదూ?" అంది కస్తూరి.

"అలాగే! దానికేం భాగ్యం? నేను బస్ దగ్గరికి వెళ్ళి ఆవిడని తీసుకొస్తాను. ఇక నేను వెళ్తాను. పొద్దున స్నానం కూడా చేయలేదు. వున్నపాటున పరిగెట్టుకొచ్చాను. శ్యామల కంగారుపడుతోందో ఏమో! ఇంటికి వెళ్ళి సాయంత్రం బస్ దగ్గరికి వెళ్తాను" అంటూ లేచాడు రమేష్.

కస్తూరికి ధైర్యంగా వుండమని, ఆవిడ ధైర్యంగా వుంటే యమున కూడా ధైర్యంగా వుంటుందని మరోసారి చెప్పి బయలుదేరాడు.

వాకిట్లో జీప్ ఆగిన శబ్దం వినగానే పరుగున వాకిట్లోకి వచ్చింది శ్యామల. ఆవిడ మొహం సంతోషంతో వెలిగిపోతోంది.

"అమ్మయ్య! వచ్చారా? ఎప్పుడొస్తారా అని చూస్తున్నాను" అంది ప్రేమగా.

రమేష్ ఆశ్చర్యపోయాడు. ఆలస్యంగా ఇంటికి వచ్చినందుకు విరుచుకు పడుతుందేమో అనుకుంటూ వుంటే ఇంత ప్రేమ కురిపించడం చూస్తే ఏదో వ్యవహారం వుందనిపించింది. అయినా ఆ అనుమానం బయటపెట్టకుండా ప్రేమగానే సమాధానం చెప్పాడు.

ముందర స్నానం చెయ్యండి అంటూ తరిమింది. రాగానే వేడివేడిగా బజ్జీలు చేసి స్వయంగా తినిపించింది. కమ్మటి కాఫీ ఇచ్చింది.

"మొత్తానికి దేవుడున్నాడని మరోసారి రుజువయింది కదండీ!" అంది అమితోత్సాహంతో.

"ఆ మాట నిజమే. ఈ సృష్టి మొదలయ్యాక దేవుడున్నాడని లక్షసార్లు రుజువయ్యింది" అన్నాడు రమేష్.

"దుర్మార్గులకి, మోసగాళ్ళకి తగిన శాస్తి జరుగుతుంది మరి" అంది మళ్ళీ.

అనుమానంగా చూశాడు రమేష్. "ఎవరి గురించి నీవు మాట్లాడేది?" అడిగాడు.

"తెలియనట్లు ఏమిటా ప్రశ్న? ఇంకెవరి గురించి మీ ఫ్రెండ్ ఆ డాక్టరు గురించే?" చెప్పింది శ్యామల.

"పాణి గురించా? అంటే పాణి మోసగాడూ, దుర్మార్గుడూ అని నీ అభిప్రాయమా?" కోపంగా అడిగాడు.

"ఛ. అతడిని అంతమాట అంటానా? డాక్టరు మంచివాడే పాపం. ఆ యమునే టక్కరిది. నేర్పుగా అతడ్ని వల్లో వేసుకుని కులుకుదామని చూసింది. ఆ దేవుడు బాగా బుద్ధి చెప్పాడు" అంది అమిత సరదాగా!

"నీ మాటలకేమైనా అర్థం వుందా శ్యామలా? యమున చాలా మంచిది. వలలు విసరడం వంటి పనులు ఆవిడకి చేతకాదు. ఇద్దరూ ప్రేమించుకున్నారు. పెళ్ళి చేసుకోవాలనుకున్నారు. ఇంతలో ఖర్మకాలి ఇలా జరిగింది. అయినా సాటివాళ్ళకి ఏదైనా కష్టం వస్తే సానుభూతితో అర్థం చేసుకుని చేతనైనంత సాయం చెయ్యాలిగానీ ఇలాంటి మాటలు మాట్లాడడం న్యాయమేనా చెప్పు?" అన్నాడు నచ్చచెప్తూ.

"సరేలెండి. మీరు అమాయకులు. మీకేం తెలియదు. నాలాంటి అమాయకులైన ఆడపిల్లలు మంచి కుటుంబంలో పుట్టి క్రమశిక్షణతో పెరిగిన వాళ్ళనే చూశారు మీరు. ఈ యమున లాటివాళ్ళున్నారే! వాళ్ళు అన్నింటికీ తెగించినవాళ్ళు. వయసు రాగానే అన్ని వేషాలూ వేసేస్తారు. ఆ తర్వాత ఎవడు దొరుకుతాడా అని కాచుకుని కూర్చుంటారు కాకపోతే ఆ యమునకేం మాయరోగం పెళ్ళైన వాడివెంట పడుతుందా?"

ఉబికి వస్తున్న కోపాన్ని అదుపులో పెట్టుకున్నాడు రమేష్. "యమునకి పాణి పెళ్ళైన విషయం తెలియదు. తెలిసి తెలిసి ఏ ఆడదైనా పెళ్ళైన మగాడిని, మరో ఆడదాని భర్తను పెళ్ళి చేసుకోవాలనుకుంటుందా? నువ్వే ఆలోచించు?" అన్నాడు శాంతంగా.

"నేను ముందే చెప్పాను. మామూలు ఆడవాళ్ళు వేరు. యమున లాంటి వాళ్ళు వేరు. అయినా ఆవు చేలో మేస్తే దూడ గట్టున మేస్తుందా? ఆవిడ తల్లి కూడా ఇలాంటి గ్రంధసాంగురాలేనట కదా! ఆవిడే ట్రైనింగు ఇచ్చి వుంటుంది కూతురికి. ఈవిడ తల్లి మాటలు అక్షరాలా పాటించి ఎర్రగా బుర్రగా వున్న పాణిని వెతికిపట్టుకుంది. ఆవిడ వగలకు లొంగిపోయి ఆ పాణి కట్టుకున్న భార్యకి అన్యాయం చెయ్యాలనుకున్నాడు. మీకు తెలియదుగానీ వాళ్ళిద్దరికీ మధ్య చాలా కథ నడిచిందట. హాస్పిటల్లో కూర్చుని పొద్దస్తమానం ఒకటే వికవికలూ పకపకలూట. ఈయన బాహాటంగా ఆవిడ ఇంటికి వెళ్ళి రావడం మనందరికీ తెలిసినదే.

సాటి ఆడదానికి అన్యాయం చెయ్యాలనుకుంటే ఆ భగవంతుడు వూరుకుంటాడా? తగిన శాస్తే చేశాడు. ఇక ఇప్పుడేం చేస్తుందో మరి. ఊళ్ళో వుంటుందా. మొహం చెల్లక తట్టాబుట్టా కట్టుకుని తల్లిని వెంటబెట్టుకుని ఊరొదిలి పోతుందో చూడాలి."

చెప్తున్న శ్యామల మొహం వెలిగిపోయింది. అది చూసి రమేష్‌కి బాధ కలిగింది. బరువుగా నిట్టూర్చాడు.

"శ్యామలా! మొన్నమొన్నటిదాకా యమునని ఎన్నో విధాలుగా పొగిడేదానివి. కస్తూరిగారిని చూస్తే మా అమ్మని చూసినట్లు వుంది అనేదానివి. ఏదో చిన్న మనస్పర్ధ కారణంగా వారిమీద ద్వేషం పెంచుకున్నావు. అంతవరకూ బాగానే వుంది. కానీ వారిని నానామాటలూ అనడం, ఆడదానివై వుండి వాళ్ళిద్దరి శీలం గురించి అసహ్యంగా మాట్లాడడం మానవత్వం అనిపించుకోదు. రాక్షసత్వం అంటారు. ఇంగ్లీషులో నీలాటి వారిని శాడిస్టులు అంటారు. ఇందాక నువ్వన్నావే భగవంతుడు వున్నాడని. మీలాటి వారిని బాగుచెయ్యడం ఆ భగవంతుడికి కూడా సాధ్యంకాదు. ఇక నాబోటి వాడివల్ల ఏమవుతుంది? నిన్ను చూస్తే కోపం రావడంలేదు. జాలేస్తోంది" అనేసి అక్కడినుంచి వెళ్ళిపోయాడు.

ఇంకో ఆడదైతే భర్త తనని శాడిస్టు అన్నందుకు సిగ్గుపడి తల బాదుకుని ఏడిచేది. కానీ శ్యామల స్వభావమే వేరు. ఆవిడకి ఎంతసేపూ ఎదుటివారిలో తప్పులు వెతకడం తప్ప తనలో ఏమైనా తప్పు వుందేమో అని ఆత్మపరిశీలన

చేసుకునే నీతి నిజాయితీ కాగడా వేసి వెతికినా లేవు కాబట్టి తన ధోరణిలో ఆలోచించసాగింది.

"ఇదేమిట్రా దేవుడా! ఈయన ఆ టక్కులాడిని వెనకేసుకొస్తున్నారు? అసలే ఆవిడగారు, వ్యవహారం బెడిసికొట్టి మనసు పాడైపోయి వుంది. ఇదే పని అని ఆయన వెంట పడదు కదా! ఈయన చూడబోతే అమాయకుడు. జాగ్రత్తగా వుండాలి. ఇద్దరినీ ఓ కంట కనిపెట్టి వుండాలి అనుకుంది."

భార్య ప్రవర్తనతో మనసు గాయపడగా పాణి దగ్గరకు వెళ్ళాడు రమేష్, ఇద్దరూ కాసేపు మాట్లాడుకున్నారు. తను కస్తూరి దగ్గరకు వెళ్ళిన విషయం చెప్పి అక్కడ జరిగిందంతా చెప్పాడు.

"నేను యమునగారిని రిసీవ్ చేసుకునేందుకు వెళ్తున్నాను" అన్నాడు.

"నేనూ రానా?" అడిగాడు పాణి.

"మీ ఇష్టం. వస్తే రండి" నిర్ణయం అతనికే వదిలేశాడు రమేష్.

కాసేపు ఆలోచించాడు పాణి. "వద్దులెండి. ధైర్యం చాలడంలేదు. మొహం చెల్లడం లేదు. మీరు జరిగినది అంతా వివరంగా యమునతో చెప్పండి. ఆవిడకి సంజాయిషీ చెప్పుకునే అవకాశం నాకు ఇచ్చి ఆ తర్వాత నిర్ణయం తీసుకోమని చెప్పండి. ఇక ఆ తర్వాత ఆవిడ ఇష్టం" అన్నాడు దీనంగా.

అతన్ని చూసి జాలివేసింది రమేష్‌కి. ఆదరంగా అతని భుజం తట్టాడు. "డోన్ట్ వర్రీ! అంతా సవ్యంగానే జరుగుతుంది" అన్నాడు.

"లెట్ అజ్ హోప్ సో" అంటూ పేలవంగా నవ్వాడు పాణి. మరో అరగంట కూర్చుని ఇక నేను వెళ్తాను. బస్ టైం అవుతోంది అని లేచాడు రమేష్. జీప్‌లో బస్టాండు దగ్గరికి వెళ్ళాడు. బస్టాండు అంటే ప్రత్యేకంగా ఏమీ వుండదు. రోడ్డుమీదే ఆగుతాయి బస్సులు. అవైనా రెండు అటూ ఇటూ రోజులో అయిదుసార్లు తిరుగుతాయి. అవి ఆగేచోట రెండు టీకొట్లు వున్నాయి. అవి అన్నదమ్ములవి. తోడికోడళ్ళిద్దరూ కూడా సామరస్యంగా వుండి వ్యాపారం సజావుగా సాగడంలో పాటుపడుతున్నారు. ఒకరిమీద ఒకరు పోటీకి పోకుండా ఒకరు టీ, మరొకరు కాఫీ అమ్ముతారు. టిఫెన్లు కూడా అలాగే పంచుకున్నారు. పెద్దావిడ ఇడ్లీ, అట్టు చేస్తుంది. చిన్నావిడ ఆమ్లెట్లు వేస్తుంది. సాయంత్రంపూట ఒకరు మిరపకాయబజ్జీలు, మరొకరు పుణుకులు వేస్తారు.

బస్సులకోసం వచ్చి పడిగాపులు పడే ప్రయాణీకులతోబాటు తీరుబడి సమయాలలో కాలక్షేపం చేసేవారు కూడా వుండడంతో వారి వ్యాపారం బాగానే సాగుతోంది. ఆవేళ రెండు కొట్లు కిటకిటలాడుతున్నాయి. జనం గుంపుగా చేరి చర్చించుకుంటున్నారు. ఆ పూట అజెండాలో ముఖ్యాంశం ఒక్కటే డాక్టరుగారి పెళ్ళి!

చర్చ పసందుగా సాగుతోంది. టీ, కాఫీలు, టిఫెన్లు జోరుగా అమ్ముడవు తున్నాయి. ఎంత తలబాదుకున్నా పరిష్కారం కనిపించక సతమతం అవుతున్న తరుణంలో జీపు వచ్చి రోడ్డుపక్కన ఆగింది. రమేష్ దిగాడు.

జనం అతన్ని చూసి వినయంగా లేచి నిలబడ్డారు. నమస్కారాలు పెట్టారు. ఆ సమయంలో అతని రాక వారికి ఆనందాన్ని కలిగించింది. ఇన్‌స్పెక్టర్‌గారిని మాటల్లో పెట్టి తాజా సమాచారం రాబట్టవచ్చునని సరదాపడ్డారు.

కానీ వారికా అవకాశం ఇవ్వలేదు రమేష్. అతనికి ఈ జనం గురించి బాగా తెలుసు. వారితో చనువుగా వుంటూనే వారిని వుంచవలసినంత దూరంలో వుంచుతాడు. ఎప్పుడైనా వచ్చి ఆ టీకొట్లో కూర్చుని అందరితో బాతాఖానీ వేసి అందర్నీ నవ్విస్తాడు. లేకపోతే తన దోవన తను రయ్‌న వెళ్ళిపోతాడు.

రమేష్ గంభీరంగా వుండడం చూసి వుసూరుమన్నారు జనం. ఇవ్వాళ ఈయన కబుర్లు చెప్పడానికి రాలేదు. మరెందుకొచ్చాడో! అనుకున్నారు. టీకొట్టు యజమాని రమేష్ దగ్గరకు వెళ్ళి "సార్! మంచి టీ పట్రమ్మంటారా?" అని అడిగాడు వినయంగా.

వద్దు అని తలాడించాడు రమేష్ తిరిగి జీప్‌లో కూర్చుంటూ. ఓ అయిదు నిముషాలు ఆగి ఓ పెద్దమనిషి వెళ్ళి ధైర్యంగా రమేష్‌ని పలకరించాడు.

"ఇలా వచ్చారేం బాబూ!" అని అడిగాడు.

"లాస్ట్ బస్‌లో డాక్టరమ్మ గారు వస్తున్నారు" అన్నాడు రమేష్ ముక్తసరిగా.

ఆ సమాధానం విన్న వ్యక్తి గిర్రున వెనక్కి తిరిగొచ్చి పక్కవాడి చెవిలో వూదాడు. అతను మరొకరి చెవిలో, అతను ఇంకోరి చెవిలో. రెండు నిముషాల్లో అందరికీ తెలిసిపోయింది ఈ విషయం. వారిలోని ఆరాటం మరింత ఎక్కువ

అయింది. గుసగుసలాడుకోసాగారు. ఇదంతా గమనిస్తున్న రమేష్‌కి చిర్రెత్తు కొచ్చింది. వున్నపాటున జీపు దిగి వచ్చి నాలుగు తన్ని గుంపుని చెదరగొడదామా అన్నంత ఆవేశం కలిగింది.

అంతలోనే వివేకం మేలుకొంది. అంత హైరానా అనవసరం. ఏమీ ఎరగనట్లు ఊరుకోవడం వుత్తమం. అందుకే జీపు దిగి కాస్త దూరం నడుచుకు వెళ్ళి రోడ్డు పక్కనవున్న రాతిమీద కూర్చున్నాడు.

అతను దూరంగా వెళ్ళడంతో మళ్ళీ చర్చ మొదలుపెట్టారు జనాలు. రాబోయే డాక్టరమ్మకోసం ఎదురుచూస్తూ కూర్చున్నారు.

ఏడున్నరకు రావలసిన బస్సు ఎనిమిదైనా రాలేదు. ఈసారి అడక్కుండానే టీ పట్టుకెళ్ళి రమేష్‌కి అందించాడు కొట్టు యజమాని. వద్దనకుండా అందుకున్నాడు రమేష్.

అందరి ఓర్పు పరీక్షించి ఎనిమిదిన్నరకి దూరంగా వున్న మలుపు దగ్గర హారన్ మోగించుకుని తన రాకను తెలియజేసింది బస్సు. రమేష్ లేచి బస్ ఆగే దగ్గరికి వచ్చాడు. జనం కూడా సినిమాలో ఫైటింగ్ సీన్ చూస్తున్నంత ఉత్సాహంగా తలోమూలా నిలబడి చూడసాగారు.

అంత దూరాన లైట్లు కనబడ్డాయి. రెండు నిముషాల తర్వాత వచ్చి ఆగింది బస్. నలుగురైదుగురు దిగి పైన వేసిన సామన్లు దించసాగారు. అందరికంటే ఆఖరున దిగింది యమున. రమేష్‌ని చూడగానే ముందు ఆనందపడినా వెంటనే ఆదుర్దా పడింది యమున.

"మీరొచ్చారేం? డాక్టరు గారికి ఎలా వుంది? దెబ్బలు బాగా తగిలాయా?" అంది కంగారుగా.

ఆశ్చర్యపోయాడు రమేష్. అంతలోనే తేరుకుని 'రండి వెళ్దాం' అంటూ సూట్‌కేస్ అందుకున్నాడు.

"అదికాదండీ. ఏవో గొడవలు అయ్యాయట కదూ! ఏం జరిగింది?" మళ్ళీ అడిగింది యమున.

"ఏం జరగలేదు. అంతా బాగుంది. రండి వెళ్తూ మాట్లాడుకుందాం!" అన్నాడు రమేష్ చకచక జీపువైపు నడుస్తూ. చుట్టూరా మామూలు కంటే అధికసంఖ్యలో వున్న జనం వంక అనుమానంగా చూస్తూ జీప్ ఎక్కింది యమున.

జీప్ స్టార్ట్ చేసి మెల్లిగా అడిగాడు రమేష్. "ఇప్పుడు చెప్పండి డాక్టరుకి దెబ్బలు తగిలాయని మీకెవరు చెప్పారు?" నవ్వుతూ అడిగాడు.

అతని వంక చిత్రంగా చూసి చెప్పసాగింది యమున. పుకార్లు అమిత వేగంగా వ్యాపిస్తాయి అని అందరికీ తెలిసిన విషయమే. ఇప్పుడీ సంగతి కూడా యాభై మైళ్ళు ప్రయాణించింది. అక్కడ బస్సులో జనం మాట్లాడుకుంటున్నారు. ఫలానా ఊళ్ళో హాస్పిటల్లో గొడవ జరిగిందనీ, కొట్టుకున్నారని చెప్పుకుంటున్నారు. కంగారుపడి వివరాలు అడిగింది యమున. తనకు తెలిసినది చెప్పారు. ఆ తర్వాత పదిమైళ్ళు వచ్చాక ఆ ఊళ్ళో ఎక్కినవారు డాక్టరు ఏదో పొరపాటు చేశారనీ, అందువల్ల జనానికి కోపం వచ్చి డాక్టరు మీద తిరగబడ్డారనీ చెప్పారు. ఆ తర్వాత మజిలీలో ఒక ఆడపిల్ల డాక్టరు వైద్యం వల్ల అపాయస్థితిలో వుంటే ఆ పిల్ల తాలూకు వాళ్ళు ఆ పిల్లను తీసికొచ్చి హాస్పిటల్లో గొడవ చేశారనీ ఫలితంగా డాక్టరుకి దెబ్బలు తగిలాయని తెలిసింది. ఆ తర్వాత ఎవరూ బస్సెక్కలేదు" అంతా వివరంగా చెప్పింది యమున.

అంతా విని ఫక్కున నవ్వేశాడు రమేష్. "ఈ జనానికి పనీపాటా లేదు. ఎన్ని కథలు అల్లుతారో" అన్నాడు.

అది చూసి గుండెనిండా ఊపిరి పీల్చుకుంది యమున. "అయితే అంతా అబద్ధమేనా? ఏమీ జరగలేదా?" అంది చిరునవ్వుతో.

ఏం సమాధానం చెప్పాలో అర్థంకాక కాస్త తడబడ్డాడు రమేష్. అంతలోనే గమ్యం చేరడంతో అతనికి సమాధానం చెప్పవలసిన అవసరం రాలేదు. ఇంటిముందు వరండాలో నిలబడ్డ కస్తూరి జీప్ ఆగగానే పరుగున గేటు దగ్గరికి వచ్చింది. గభాల్న దిగి తల్లి దగ్గరికి వచ్చి తల్లిని కావలించుకుంది యమున.

"ఎలా వున్నావమ్మా?" అని అడిగింది.

"బాగున్నాను. నువ్వెలా వున్నావు?" అంది కస్తూరి.

"నాకేం? బ్రహ్మాండంగా వున్నాను" అంటూ తల్లి భుజం చుట్టూ చేయివేసి లోపలికి వచ్చింది. వాళ్ళ వెనకే వచ్చాడు రమేష్.

"మీ ట్రైనింగ్ ఎలా జరిగింది" కుర్చీలో కూర్చుంటూ అడిగాడు రమేష్.

"బ్రహ్మాండంగా జరిగింది" అంటూ టూకీగా వివరించింది.

"అమ్మా! తనివితీరా షాపింగ్ చేసేశాను. నీకోసం పట్టుచీరె కొన్నాను. మిగిలినవన్నీ సెలక్ట్ చేసి అడ్వాన్స్‌గా కొంత డబ్బు కట్టి వచ్చాను. మిగిలిన డబ్బు కళ్యాణిగారికి పంపిస్తే ఆవిడ బట్టలు తీసుకుంటారు. అమ్మా! ఎంత బాగున్నాయో తెలుసా?" అంది చిన్నపిల్లలా.

కస్తూరి మొహం కళ తప్పింది. కన్నీరు దాచుకోలేక వ్యర్థ ప్రయత్నం చేసింది. అది చూసి కంగారుపడింది యమున. "ఏమైందమ్మా? ఎందుకలా అయిపోయావ్" అంది.

"ఏం లేదమ్మా" అంటూ చెప్పి మామూలుగా ఉండాలని ప్రయత్నించి చేతకాక కన్నీళ్ళు పెట్టుకుంది.

యమున మరింత కంగారుపడింది. ఎంత కష్టం వచ్చినా తొణకని అమ్మ ఇలా ఏడుస్తోందంటే బలమైన కారణం వుండే వుంటుంది. ఏమిటది?" అమ్మా! ఏమైంది చెప్పు? నాకు భయంగా వుంది" అంది.

కళ్ళు తుడుచుకుంది కస్తూరి. "రమేష్‌గారూ! మీరు చెప్పండి" అంది.

రమేష్ తడబడ్డాడు. "నేనా? మీరే చెప్పరాదూ!" అన్నాడు.

"కాదులెండి. మీరే చెప్పండి" అంది కస్తూరి.

యమునకి చిరాకు వేసింది. "అబ్బా! ఏమిటిది? ఎవరో ఒకరు త్వరగా చెప్పండి. ఈ సస్పెన్స్‌తో నా ప్రాణం పొయ్యేలా వుంది" అంది విసుగ్గా.

ఇక తప్పదన్నట్లు రమేష్ నోరు విప్పాడు. "యమునగారూ! మనం ఊహించని సంఘటన ఒకటి జరిగింది" అంటూ మొదలుపెట్టి జరిగినది అంతా వివరంగా పూసగుచ్చినట్లు చెప్పాడు.

నిర్ఘాంతపోయింది యమున. వులుకూ పలుకూ లేకుండా కుర్చీలో చెంపకు చెయ్యి చేర్చుకుని కూర్చుండిపోయిన కూతురిని చూసి కంగారుపడింది కస్తూరి.

కూతురి దగ్గరికి వచ్చి "యమునా! యమునా" అంటూ భుజం తట్టింది.

తల్లివంక జాలిగా చూసింది యమున. "ఏమిటమ్మా అంత కంగారుపడుతున్నావు? నాకేం కాదులే. ఎన్నో ఆటుపోట్లు ఎదురై ఓవిధంగా మొద్దుబారిపోయాను" అంది దీనంగా.

కూతురి మనోస్థితి గమనించి మరోసారి కళ్ళనీళ్ళు తిరిగాయి కస్తూరికి. తల తిప్పుకుంది. "కాస్త కాఫీ తెస్తాను" అంటూ లోపలికి వెళ్ళి ముగ్గురికీ కాఫీలు తెచ్చింది.

కాసేపు ముగ్గురూ మౌనంగానే వుండిపోయారు.

రమేష్ ఆ నిశ్శబ్దాన్ని ఛేదించాడు. "యమునగారూ! జరిగినది అంతా మీకు వివరంగా చెప్పాను. పరిస్థితి మీ ముందు వుంచాం. మీ మనసెంత బాధపడుతుందో నేను అర్థంచేసుకోగలను! మీరు తెలివిగలవారు. మీకన్నీ తెలుసు. నేను ప్రత్యేకంగా చెప్పవలసిన అవసరం లేదు. కానీ ఒక స్నేహితుడిగా ఒక శ్రేయోభిలాషిగా చెప్తున్నాను. ఇది చాలా క్లిష్ట సమస్య. శాంతంగా పరిష్కరించుకోవాలి" అన్నాడు.

"పాణిగారు ఈ విషయం నా దగ్గర ఇదంతా దాచిపెట్టారంటే నమ్మలేకపోతున్నాను. ఇంత గతం వుంచుకుని చెప్పకపోవడం అన్యాయం కదూ?" అంది యమున.

"మీరు పొరపాటు పడుతున్నారు. పాణి గత జీవితంలోంచి ఆ పేజీని చింపిపారేశాడు. కాబట్టి చెప్పడం అనవసరం అనుకున్నాడు. అంతేగానీ నిజం దాచి మోసం చెయ్యాలనే ఆలోచన అతనికి ఏకోశానా లేదు" చెప్పాడు రమేష్.

"నిజమే, ఆయన స్వభావం నాకు బాగా తెలుసు. మోసం, అన్యాయం ఆయనకు చేతకాదు. ఆ మాట నేనూ అంగీకరిస్తాను. కానీ ఇప్పుడేం చెయ్యాలి? ఇకమీద ఏం జరుగుతుంది?" దీనంగా ప్రశ్నించింది యమున.

"అదే అందరి ఆలోచనా. అందరం కలిసి చర్చించి ఏదైనా మార్గం ఎంచుకోవాలి?" అన్నాడు రమేష్.

దీర్ఘాలోచనలో మునిగిపోయింది యమున. సాఫీగా జీవితం సాగిపోతోంది అని ఆనందిస్తున్న సమయంలో హఠాత్తుగా ఇటువంటి చిక్కులు ఎదురవడంతో మనసు చెదిరిపోయింది. అంతలోనే ధైర్యం తెచ్చుకుంది.

రమేష్ వంక చూసింది. "నేను పాణితో మాట్లాడాలి. ఆయన ఎక్కడ వున్నారు?" అడిగింది.

రమేష్ గుండెనిండా ఊపిరి పీల్చుకున్నాడు." పాణి హాస్పిటల్లో వున్నాడు. రేపు పొద్దునే పంపిస్తాను. మాట్లాడండి. మేము చెప్పడంకంటే మీరిద్దరూ మాట్లాడుకుంటే అన్నివిధాలా మంచిది" అన్నాడు.

"రేపటిదాకా ఎందుకు? ఇప్పుడే వెళ్తాను" అంది యమున.

"ఇంత రాత్రివేళ వెళ్తావా? పొద్దుపోయింది కదా?" వారించబోయిన కస్తూరి కూతురి వంక చూసి ఆగిపోయింది.

బయట చలి వణికిస్తోంది. కప్పుకున్న షాల్, దానికింద స్వెట్టర్ చలిని ఆపలేకపోతున్నాయి. గజగజ వణికింది యమున. అది గమనించి మరో ఉలెన్ కోటు తీసుకొచ్చి అందించింది కస్తూరి.

రమేష్, యమున జీప్‌లో బయలుదేరారు. ఊరంతా సద్దుమణిగింది. అంతా నిశ్శబ్దంగా వుంది. హాస్పిటల్‌లో కుర్చీలో కూర్చుని వున్నాడు పాణి. యమున వచ్చేసి వుంటుంది ఈపాటికి. రమేష్ చెప్పేశాడేమో. ఏం జరిగిందో? ఒకటే ఆలోచనలు. ఆదుర్దా. జీప్ శబ్దం వినగానే ఒక్క ఉదుటున లేచి బయటకు వచ్చాడు.

జీప్ దిగి లోపలికి వచ్చింది యమున. పాణి వంక చూసి ఉలిక్కిపడింది. ఏమిటీ మార్పు? ఎందుకిలా అయిపోయాడు?

ఏ తిరుణాలకో వెళ్ళి అక్కడ వింతలూ వినోదాలూ చూసి సంబరాలు పడుతున్న పసివాడు ఒక్కసారి తనవాళ్ళెవరూ కనిపించకపోతే ఎలా కంగారుపడతాడో అలా వున్నాడు.

సరదాకి ఈతకి వెళ్ళి సుడిగుండంలో చిక్కుపడినవాడిలా వున్నాడు. యమునకు జాలివేసింది. అప్రయత్నంగా చెయ్యి జాపింది. పాణి ప్రాణం లేచివచ్చింది. "యమునా! నన్ను క్షమించు. చేదు నిండిన గతం తవ్వుకోవడం ఇష్టంలేక నీ దగ్గర దాచానే గానీ నిన్ను మోసం చెయ్యాలనే ఆలోచన నాకెంతమాత్రం లేదు. నన్ను నమ్ము ప్లీజ్.' చెప్తుంటే పాణి కంఠం బరువెక్కింది.

అతనికి ధైర్యం చెప్తూ అతని చెయ్యి నిమిరింది యమున.

"మీరు ప్రత్యేకంగా చెప్పాలా? నాకు తెలియదా?" అంది ఆదరంగా.

కొండంత బలం వచ్చినట్లు అయింది పాణికి. పాలిపోయిన అతని మొహంలోకి కాంతి వచ్చింది.

రమేష్‌కి గుండెమీద బరువు దించినట్లు అయింది. ఇక తను అక్కడ వుండడం అనవసరం అనిపించింది. అందుకే బద్ధకంగా ఆవలించాడు.

"చాలా అలసిపోయాను బాస్. ఇకవెళతాను" అన్నాడు.

"అప్పుడేనా? ఇంకాసేపు వుండండి. చాలా విషయాలు మాట్లాడు కోవాలి" అన్నాడు పాణి.

"మీరు మాట్లాడుకోండి. నేను రేపు పొద్దున్నే వస్తాను" అనేసి సమాధానం కోసం ఆగకుండా వెళ్ళిపోయాడు.

పాణి, యమున లోపలికి వెళ్ళి కూర్చున్నారు.

"నన్ను చూస్తుంటే అసహ్యంగా వుందా?" అడిగాడు పాణి.

"లేదు. కానీ మనసులో కాస్త కోపంగా వుంది. నాకు సంబంధించిన వివరాలన్నీ మీకు దాచకుండా చెప్పాను. మరి మీరెందుకిలా చేశారు? ఇతరులకు చెప్పకపోయినా నాతో చెప్పడం మంచిది కదా!" అని నిలదీసింది.

బరువుగా నిట్టూర్చాడు పాణి. "నిజమే. నావల్ల పొరపాటు జరిగింది. చెప్పి వుండాల్సింది. అప్పుడు చెప్పకపోవడం నా అపరాధమే. ఇప్పుడు సంజాయిషీ చెప్పుకునే అవకాశం ఇస్తే జరిగినదంతా చెప్తాను" అన్నాడు.

"చెప్పండి. ఏమీ దాచకండి. వున్నది వున్నట్లు చెప్పండి" అంది యమున.

"యమునా! మనిషికి అవసరం అయినవి ఏమిటో చెప్పండి" అడిగాడు.

"ఏముంది? తిండి,బట్ట, నివాసం. ఇవన్నీ అమర్చుకోవాలంటే డబ్బు కావాలి" చెప్పేసింది యమున.

వీటన్నింటికంటే ముఖ్యమైనది, ఎంతోమందికి అందనిది మరొకటి వుంది. అదే స్వాతంత్ర్యం. మనకు నచ్చినవిధంగా బ్రతకాలనుకోవడం మానవ సహజం. కానీ ఆ అవకాశం ఏ కొద్దిమంది అదృష్టవంతులకు మాత్రమే దక్కుతుంది. మిగిలినవారి జీవితం దుర్భరంగా గడిచిపోతుంది. కనిపించని బానిసత్వం. ఏ పని చెయ్యాలన్నా ఆంక్షలు. అధార్టీలు. మనం ఏం తినాలో ఏం కట్టుకోవాలో, ఏం చదవాలో, ఏ పనిచెయ్యాలో అంతా మరొకరు నిర్ణయిస్తూ వుంటే అనుక్షణం ఆత్మాభిమానం చంపుకుంటూ వారికి దాసోహం అంటూ మనకిష్టంలేని పన్లు చేసుకుపోతూ జీవనం సాగించడం అంత నరకం మరొకటి వుండదు.

నేను అటువంటి దురదృష్టవంతుల కోవకి చెందుతాను. మొదటనుంచీ మా నాన్నగారు నామీద పెత్తనం చలాయించేవాడు. మా అమ్మ నా పట్ల సానుభూతితో వుండేది. కానీ ఏం లాభం? ఆవిడ మాట కూడా లెక్కచేసేవాడు

కాదు. ఆయనకు తోచిందే వేదం. తాపట్టిన కుందేటికి మూడే కాళ్ళు అన్నట్లు వుండేవాడు. అలా గడిచిపోయింది బాల్యం.

పదోతరగతి చదువుతుండగా పెళ్ళి చేసుకోమని ఆర్డరు జారీ చేశాడు. అంత చిన్న వయసులో బుద్ధివున్న వాడెవడైనా కొడుక్కి పెళ్ళి చేస్తాడా? ఇల్లరికం పంపాలనుకున్నా మరికొంతకాలం ఆగి చదువు పూర్తి అయ్యాక పెళ్ళిచేసి ఇల్లరికం పంపొచ్చు కదా!

నాకా ఏమి తెలియని వయసు. తలంటిపోసి కొత్తబట్టలు పెట్టి పీటలమీద కూర్చోబెడితే వెర్రివెధవలా కూర్చుని వాళ్ళు చెప్పినదంతా ఆచరిస్తూ పెళ్ళి చేసుకున్నాను. బోలెడు కొత్త బట్టలు వచ్చాయని ఆనందించాను.

ఆ తర్వాత జూనియర్ కాలేజీలో చేరాను. కొత్త సైకిలు మీద వెళ్ళిరావడం దర్జాగానే వుంది. నాకు టీచరు ఉద్యోగం అంటే ఇష్టంగా వుండేది. ఇంటరు కాగానే టీచరు ట్రైనింగులో చేరదాం అనుకున్నాను. కానీ నా తెలివితేటలు చూసి డాక్టరు కోర్సు చదవమని అందరూ ప్రోత్సహించారు.

నాకు ధైర్యం చాలలేదు. డాక్టరు కోర్సు అంటే మాటలా? వెనకాడాను. మా నాన్న ముందుకి వచ్చి మీ మామగారు చదివిస్తాడు అని చెప్పాడు. నాకు నచ్చలేదు.

ఇంకొకరి దయాభిక్షతో చదువుకోవడం కంటే ఏదో నా శక్తికి తగినట్లు చిన్న ఉద్యోగం చేసుకోవడం గౌరవంగా వుంటుందనిపించింది. మొదటిసారి జీవితంలో నాన్నకి ఎదురుతిరిగాను. "చదివిస్తే నువ్వు చదివించు లేదా నా దారిన నన్ను వదిలెయ్. అంతేగానీ ఇంకెవరి డబ్బుతోనో చదువుకోను" అని ఖచ్చితంగా చెప్పాను.

"సరే నీ చావు నువ్వు చావు. నేను మాత్రం పైసా కూడా ఇవ్వను" అన్నాడాయన. అమ్మ మాత్రం నాకీ గొడవలు ఏమీ తెలియవురా! నీకేది మంచిదనిపిస్తే అదే చెయ్యి. నువ్వు సంతోషంగా వుండడమే నాకు కావలసింది" అంది.

మెడిసిన్‌లో సీటు వచ్చింది. ఏం చెయ్యాలా అని అహోరాత్రులూ ఆలోచించాను. ఎలాగో కష్టపడితే భవిష్యత్తు బాగుంటుంది. అంతగా నా ఖర్మకాలి చదువు మధ్యలో మానేసే పరిస్థితే వస్తే అప్పుడే ఏదైనా చిన్న

ఉద్యోగం వెతుక్కోవచ్చు అనుకున్నాను. నా దురదృష్టవశాత్తు మా అమ్మ పోయింది.

ఆ తర్వాత ఇంట్లో ఎన్నో మార్పులు. మా నాన్న మళ్ళీ పెళ్ళి చేసుకున్నాడు. ఇంటి వాతావరణం పూర్తిగా మారిపోయింది. ఇల్లరికం అల్లుడిని కాబట్టి శలవలకి మా మామగారింటికి వెళ్ళాలి అన్నారు.

మొహమాటం వేసినా తప్పదు కాబట్టి వెళ్ళాను. పదిరోజులమాట దేవుడెరుగు. ఓరోజు వుండేసరికి నా తలప్రాణం తోకకి వచ్చింది. అప్పుడే నా భార్యని చూశాను. గుమ్మటంలా వుంది. మకురుతనం మహా ఎక్కువ. తను అడిగింది ఇవ్వలేదని జుట్టు పీక్కుని నేలమీద దొర్లి ఏడుపు మొదలుపెట్టింది. దగ్గరికి వెళ్ళి నచ్చచెప్పిన వాళ్ళని కొట్టడం, రక్కడం. రెండ్రోజుల్లో పారిపోయి వచ్చేశాను.

ఇకా తర్వాత శెలవులకి ఎక్కడికీ వెళ్ళలేదు. శెలవుల్లో ఏదో పనిచేసి నాలుగు డబ్బులు సంపాదించుకుంటే మంచిదని అక్కడే వుండిపోయేవాడిని. ఎప్పుడైనా ఒకసారి వెళ్తే ఇంట్లో పరిస్థితులు చూసి నీరసం వచ్చేది.

నేనేదో చదివేసుకుని బాగుపడిపోయి రాజ్యాలు ఏలేస్తాననీ, తను మట్టి పిసుక్కుంటూ వుండిపోయాననీ మా అన్నయ్య బాధ.

చదువు ఇంకా ఎన్నాళ్ళుంది? అయినా ఇన్నాళ్ళు చదువేమిటి? నీతోబాటు ఇంటరు చదివిన వాళ్ళందరి చదువులూ అయిపోయినా ఇంకా నీ చదువెందుకు కాలేదు? ఇలా అయితే నువ్వెప్పుడు సంపాదిస్తావు?" అని మా నాన్న సణుగుడు.

ఈ గొడవలన్నీ భరించలేక వెళ్ళడం పూర్తిగా మానేశాను. మా నాన్నే వచ్చి చూసి పోతుండేవాడు. వచ్చినప్పుడల్లా నా దగ్గర లేవు మొర్రోమన్నా వినిపించుకోకుండా పదో పరకో తీసుకెళ్ళేవాడు.

అటువంటి పరిస్థితులలో నా చదువు పూర్తయింది. ఇక నామీద దాడి మొదలయింది. శోభనానికి ముహూర్తం పెడతామని కబురు చేశారు.

తెల్లబోయాను. ఈ చదువు గొడవలో పడి మరో విషయం పట్టించుకోలేదు. ఆలోచించే తీరిక కూడా లేదు. అప్పుడు తీరిగ్గా కూర్చుని ఆలోచించాను. నాకు వివాహం జరిగింది. ఆ నిజం నేను వద్దనుకున్నా మార్చలేను. కానీ నాకూ కొన్ని అభిప్రాయాలు ఉన్నాయి.

అందుకే వీలైనంతవరకూ ఎవరినీ కష్టపెట్టకుండా చేతనైన సాయం చేస్తూ నేను కూడా సంతోషంగా జీవించేమార్గం ఆలోచించసాగాను. ఏ పని చెయ్యాలన్నా ముందు కావలసింది డబ్బు. నేను నా భార్య సుఖంగా జీవించాలి. వీలైనంతలో మా నాన్నకి సాయం చెయ్యాలి. కాబట్టి కొంతకాలం ఆ శోభనం గట్రా వాయిదా వేసి జీవితంలో స్థిరపడి కొంచెం డబ్బు కూడబెట్టుకున్న తర్వాత కాపురం పెట్టే ఆలోచన చేద్దాం అనుకున్నాను.

ఆ మాటే చెప్తే వాళ్ళకి కోపాలు వచ్చాయట. ఇప్పటికే పెళ్ళై చాలాకాలం గడిచిపోయింది. అందరూ రకరకాలుగా మాట్లాడుతున్నారుట. ఇంతకాలం చదువు వంక చెప్పి నెట్టుకొచ్చారుట. ఇకనైనా వెంటనే కాపురానికి తీసుకెళ్ళకపోతే నలుగురిలోనూ తలెత్తుకోలేరుట.

ఏం చెప్పాలో అర్థంకాలేదు. పోనీ ఆవిడను కలుసుకుని అసలు విషయం చెప్తే బాగుంటుందేమో అనుకున్నాను.

అలా వీల్లేదుట. శోభనం కాకుండా భార్యాభర్తలు మాట్లాడుకోకూడదుట. వాళ్ళ మూర్ఖత్వానికి తల బాదుకోవాలనిపించింది.

మరో ప్రయత్నం చేద్దామని అంతా వివరంగా ఉత్తరం రాశాను. మన వయసేం మించిపోలేదు. నువ్వు కూడా చదువుకో. డిగ్రీ పూర్తిచేస్తే ఏదైనా ఉద్యోగం చూసుకోవచ్చు. బాధ్యతలున్నాయి కాబట్టి ఇద్దరం సంపాదిస్తే జీవితం మరింత బాగుంటుంది అని రాశాను.

ఆ ఉత్తరం పట్టుకుని నానాయాగీ చేశారు. వాళ్ళ ఆస్తి అంతా ఖర్చుచేసి చదువుకుని ఇకనైనా కూతురిని సుఖపెడతావని ఆశపడుతుంటే ఇలా సాకులు చెప్పి దాటవెయ్యడం అన్యాయం అని, భార్యచేత ఊడిగం చేయించేవాడికి నీబోడి డాక్టరీ చదువు ఎందుకనీ గొడవ చేశారు.

వీళ్ళందరికీ మనసులో ఓ ఆలోచన ఏర్పడిపోయింది. డాక్టరు చదువు చదవగానే బస్తాలకొద్దీ డబ్బులు సంపాదించేసి మేడలు కట్టేస్తానని వాళ్ళ అపోహ. ఎంతచెప్పినా అర్థంకాదు. వాళ్ళకి ఇవ్వడం ఇష్టంలేక అబద్ధాలు చెప్తున్నానని నింద.

మాకు అంతా తెలుసు. మా ఊళ్ళో డాక్టరుగారు లంకంత మేడ కట్టాడు అనేవారు. ఆ డాక్టరుగారు ఎప్పుడో పాతకాలంవాడు. ఆరోజుల్లో నాలుగూళ్ళకి ఒక డాక్టరుండేవాడు. ఆయన కూడా తలపండిపోయాక మేడకట్టాడు.

మరి మనరోజులు వచ్చేసరికి బజారుకి నలుగురు డాక్టర్లు వున్నారు. కడుపు నింపుకోవడమే కష్టం అవుతుంటే మేడలు ఏం కడతాం? అది చెప్తే నేనేదో దాస్తున్నానని అనుకున్నారు.

ఇక్కడ వంటరిగా వుంటూ ఏవో దురలవాట్లకు లోనయ్యానని కథలు కల్పించి దుష్ప్రచారం చేశారు. ఆ మూర్ఖులతో విసిగిపోయాను.

అయినా తప్పదు కదా! ఉద్యోగంలో చేరగానే ఆవిడని పంపించమని కబురు చేశాను.

కానీ ఆవిడ రాదు. క్షణానికి ఓమాట మార్చే నా దగ్గరికి ఒంటరిగా పంపడం వాళ్ళకి ఇష్టం లేదుట. కాబట్టి తల్లిదండ్రులు కూడా వెంట వస్తారట. ఇల్లరికం అల్లుడిని కాబట్టి వారి బాధ్యత అంతా నాదేనట. ప్రస్తుతం అందరినీ భరించి పోషించే శక్తి నాకు లేదు. నేను జీవితంలో నిలదొక్కుకున్న తరువాత వారిని కూడా పిలిపిస్తాను అన్నాను. అందుకూ అంగీకరించలేదు. ప్రతిదానికీ గొడవ, రాద్ధాంతం.

వాళ్ళకి తెలివితేటలు లేవు. ఎదుటివారు చెప్తే అర్థంచేసుకోరు. నేనూ విసిగిపోయాను. తెగతెంపులు చేసుకుంటాం అన్నారు. తుమ్మితే వూడిపోయే ముక్కులాటి జీవితం, సంసారం తెగిపోతేనే మంచిదనిపించింది.

డబ్బు ఇమ్మన్నారు. ఒక్కసారిగా ఇవ్వలేనని చెప్పాను. వాయిదాలుగా ఇస్తానన్నాను. యమునా! నువ్వు నన్ను గమనించే వుంటావు. నా దగ్గర విలువైన వస్తువులేమీ లేవు. మంచి బట్టలు కూడా లేవు. పొదుపుగా వాడుకుని వారి బాకీ తీర్చేసి రుణవిముక్తుడినైతే నా తలమీద నించి బరువు దించినట్లు అవుతుంది. అందుకే మన పెళ్ళికూడా వాయిదా వేశాను. ఇంకొన్నాళ్ళలో ఈ బెడద వదిలిపోతుందని సంతోషపడుతూ వుంటే ఈ సమస్య వచ్చిపడింది. నట్టేట్లో కొట్టుకుపోతూ శక్తి అంతా పుంజుకుని ఈదుతూ అంతదూరాన ఒడ్డు కనిపించి ఆశపడుతూ వుంటే మళ్ళీ నట్టేట్లో మునిగిపోయినట్టే అయింది నా పరిస్థితి. నేనేం చెయ్యను?"

చెప్పవలసినది అంతా చెప్పి అలసటగా చేతుల్లో మొహం దాచుకున్నాడు పాణి.

యమున మనసు జాలితో నిండిపోయింది. చెయ్యని తప్పుకు శిక్ష అనుభవిస్తున్న పసివాడిలా దీనంగా వున్న పాణిని అమాంతం గుండెలకి హత్తుకుని ఓదార్చాలనిపించింది.

అతి కష్టంమీద మనసు అదుపులో పెట్టుకుంది. ఆదరంగా అతని చెయ్యి అందుకుంది. తన చేతితో గట్టిగా పట్టుకుంది.

"బాధపడకండి. పరిస్థితిని ధైర్యంగా ఎదుర్కుందాం! సమస్యని ఓర్పుగా నేర్పుగా పరిష్కరించుకుందాం! మీకు నేను అండగా వుంటాను. లోకం అంతా ఏకమై దండెత్తి వచ్చినా మీ పక్షాన నిలిచి పోరాడతాను. మీమీద ఈగ వాలకుండా చూసుకుంటాను. మన జీవితంలో బలవంతాన జొరబడాలని ప్రయత్నిస్తున్న ఆ వ్యక్తిని దూరంగా తరిమికొడదాం. మనిద్దరం మనం కోరుకున్న ప్రకారం పెళ్ళి చేసుకుని సుఖంగా బ్రతుకుదాం! సరేనా?" అంది ఆదరంగా.

వెయ్యి ఏనుగుల బలం వచ్చినట్లు అయింది పాణికి. యమున చేతిలో మొహం దాచుకున్నాడు.

"థాంక్యూ యమునా! థాంక్యూ వెరీమచ్. నిజం తెలిస్తే నన్ను అసహ్యించుకుంటావేమోనని భయపడ్డాను. నాకు అండగా నిలబడ్డావు. నా పరిస్థితి అర్థం చేసుకుని సానుభూతితో వ్యవహరిస్తున్నావు. నీకెలా కృతజ్ఞతలు చెప్పుకోను?" అన్నాడు.

"ఎందుకింత పెద్దమాటలు! ఇందులో మీకు చేస్తున్న సాయం ఏముంది? ఇది నా స్వార్థం" అంది యమున అతని తల నిమురుతూ.

ఇద్దరూ ఒకరి స్పర్శలో మరొకరు సాంత్వన పొందుతూ చాలాసేపు వుండిపోయారు.

కాసేపు గడిచేసరికి పాణికి హఠాత్తుగా గుర్తు వచ్చింది- "యమునా! చాలా పొద్దుపోయింది. రాగానే ఇక్కడికే వచ్చేశావు. నీకు ఆకలిగా వుందేమో! ఇంటికి వెళ్ళి భోజనం చేసి పడుకో" అన్నాడు.

"మరి మీరో! మీ వాలకం చూస్తుంటే పొద్దుటినించి ఏమీ తిన్నట్లు లేదు. పదండి మా ఇంటికి వెళ్దాం" అంది.

అదిరిపడ్డాడు పాణి. "మీ ఇంటికా? అమ్మగారు ఏమనుకుంటున్నారో నా గురించి."

"ఏమీ అనుకోదు. అమ్మ స్వభావం నాకు తెలుసుగా! పదండి వెళ్దాం" అంటూ బయలుదేరదీసింది.

నెత్తిన చెయ్యి పెట్టుకుని కూర్చుంది కస్తూరి. ఆలోచించి, ఆలోచించి బుర్ర వేడెక్కిపోయింది. టెన్షన్‌కి తల బద్దలైపోతోంది. తలనొప్పికి టాబ్లెట్ వేసుకుని కూర్చుంది.

నిశ్శబ్దంగా వున్న వాతావరణంలో మాటలు వినిపించేసరికి చెవులు రిక్కించింది. అది యమున గొంతు. చివాల్న లేచి తలుపు తీసి వరండాలోకి వచ్చింది.

గేటు తీసుకుని లోపలికి వస్తున్న వాళ్ళిద్దరినీ చూడగానే ప్రాణం లేచివచ్చింది. లోపలికి వచ్చారు. పాణి తప్పుచేసినవాడిలా తలవంచుకుని వున్నాడు. యమున మాత్రం ప్రశాంతంగా వుంది. ఏమీ జరగనట్లే వుంది. ఎన్నో అడగాలనుకుంది కానీ యమున సైగ చెయ్యడంతో ఆగిపోయింది.

"అమ్మా! మా ఇద్దరికీ ఆకలి దంచేస్తోంది. నీకు పావుగంట టైం ఇస్తున్నాం. ఏం చేస్తావో నాకు తెలియదు. మా ఇద్దరికీ కడుపు నిండా ఆహారం పడాలి!" అంది యమున నవ్వుతూ.

వెంటనే వంటింట్లోకి వెళ్ళింది కస్తూరి. పొద్దున కూరకోసం ఉడకబెట్టిన బంగాళదుంపలు వున్నాయి. రెండు ఉల్లిపాయలు, టమోటాలు తరిగి కూరపోపుచేసి అవి మగ్గేలోగా గోధుమపిండి తడిపింది. కూర తయారుచేసి మూకుట్లో నూనెవేసి పోసి స్టౌమీద పెట్టింది.

కూతురు ఇచ్చిన గడువుకి ఇంకో నిముషం వుందనగానే రెండు ప్లేట్లలో పూరీలు, కూర వేసి పట్టుకొచ్చింది. పాణి, యమున టిఫెను మీద దండయాత్ర చేశారు. వేడివేడిగా వేయించి పట్టుకొస్తూ వుంటే కడుపునిండా తిన్నారు.

పొద్దుటి నుంచి కస్తూరి కూడా ఏమీ తినలేదు. వాళ్ళిద్దరినీ చూసేసరికి ఆకలి వేసింది. తనకోసం కూడా నాలుగు పూరీలు చేసి పెట్టుకుంది.

టిఫెన్ తిని వెళ్తాను అని లేచాడు పాణి.

ఈ పూటకి ఇక్కడే వుండండి అంది యమున. వద్దులే. హాస్పిటల్లో పడుకుంటాను అన్నాడు పాణి. సరేనంది యమున.

వరండాలోకి వెళ్ళాక "వూరికే ఆలోచించి మనసు పాడుచేసుకోకండి. ప్రశాంతంగా నిద్రపోండి. అవసరం అయితే కాంపోజ్ టాబ్లెట్ వేసుకుని

పడుకోండి భగవంతుడి మీద నమ్మకం వుంచండి. ఆయన మనకు మేలే చేస్తాడు" అని చెప్పింది అనునయంగా!

సరే అన్నాడు పాణి. గేటు దాకా సాగనంపి లోపలికి వచ్చింది యమున!

'యమునా! అసలేమైంది?' అప్పటివరకూ బలవంతాన ఉగ్గబట్టుకున్న కస్తూరి ఆత్రంగా ప్రశ్నించింది.

"చెప్తాను. నువ్వు టిఫిను తిను. పొద్దుటినుంచి నువ్వేమీ తినలేదని నిన్ను చూస్తుంటేనే తెలిసిపోతోంది. తీరిగ్గా మాట్లాడుకుందాం" అని తల్లికి టిఫిన్ తెచ్చి పెట్టింది.

కస్తూరి టిఫిన్ తిని వంటిల్లు సర్ది వచ్చేసింది. తల్లీ కూతుళ్ళు మంచాలమీదికి చేరారు.

ఇప్పుడు చెప్పు అంది కస్తూరి. వివరంగా పూసగుచ్చినట్లు చెప్పింది యమున. అంతా విని బరువుగా నిట్టూర్చింది.

"అంతా సవ్యంగా జరుగుతోందని ఆనందపడుతూ వుంటే ఈ సమస్య ఎదురయింది ఏమిటమ్మా? నాకేదో భయంగా వుంది" అంది.

"ఏం భయం లేదమ్మా! ఇదేమంత గంభీరమైన సమస్య కాదు. కాకపోతే కాస్త క్లిష్ట సమస్య. తెలివిగా వ్యవహరిస్తే తేలిపోతుంది" అంది యమున ధైర్యంగా.

"ఏది ఏమైనా సాఫీగా సాగుతున్న బండి గతుకుల్లో పడినట్లు అయింది కదూ" అంది కస్తూరి.

"గతుకుల బాటలూ, ఎత్తుపల్లాలు జీవితంలో సర్వసాధారణం కదమ్మా! అవే లేకపోతే జీవితం చప్పగా ఉంటుంది. ఎదిరించి పోరాడి విజయం సాధించడంలోని ఆనందమే వేరు" అంది యమున.

ఆదరంగా కూతురి తల నిమిరింది కస్తూరి. "నీ ధైర్యమే నీకు శ్రీరామరక్ష" అంది.

***

చదువుతున్న పుస్తకం పక్కన పడేసి భర్తవంక చూసింది శ్యామల. "ఏవిటి ఇవాళ్టికి తిండి ప్రాప్తం లేదా? లేకపోతే ఇంకాసేపు ఆగి అట్లతద్దిలా తెల్లవారుజామున భోజనం చేద్దామా?" అంది విసుగ్గా.

దీర్ఘాలోచనలో వున్న రమేష్ వులిక్కిపడ్డాడు. నిజానికి అతనికి అంత ఆకలిగా లేదు. అందుకే ఇంకాసేపు ఆగు అని భోజనం వాయిదా వేస్తూ వచ్చాడు.

టైం చూస్తే పదిన్నర దాటింది. "వస్తున్నాను వడ్డించు" అంటూ లేచాడు.

డైనింగ్ టేబుల్ మీద వుంచిన కేస్‌రోల్స్ మూతలు తీసి కంచంలో వడ్డించింది శ్యామల. కుర్చీలో కూర్చుని కంచం ముందుకి లాక్కున్న రమేష్‌కి హఠాత్తుగా ఏదో గుర్తుకువచ్చి అదిరిపడ్డాడు. తన తెలివితక్కువతనానికి, మతిమరుపుకి తిట్టుకున్నాడు.

డాక్టరు భార్యని పొద్దుననగా తీసుకొచ్చి ఇంట్లో దించిపోయాడు ఆ పెద్దమనిషి. ఈ గొడవల్లోపడి ఆ వ్యక్తి విషయమే మర్చిపోయాడు. కాసిని టీ నీళ్ళైనా పంపించలేదు. కొత్త ప్రదేశంలో పాపం ఏం చేస్తోందో! కంచం పక్కకి తీసేసి లేచి నిలబడ్డాడు రమేష్.

"శ్యామలా! ఒక మనిషికి సరిపడా భోజనం ఒక డబ్బాలో సర్దు" అన్నాడు.

అయోమయంగా చూసింది శ్యామల. "భోజనమా? ఎవరికి?" అడిగింది.

ఆ వివరాలన్నీ తర్వాత చెప్తాను. అర్జంట్‌గా సర్దేసెయ్" అని వరండాలోకి వచ్చాడు రమేస్.

రమేష్ ఇల్లు పోలీస్‌స్టేషన్ ఎదురుగానే వుంటుంది. స్టేషన్‌లో నైట్ డ్యూటీ చేస్తున్న కానిస్టేబుల్ కనకాలు ఎదురుగా అయ్యగారి వరండాలో లైట్ వెలగడంతో అప్రమత్తం అయ్యాడు. అయ్యగారు వరండాలోకి వచ్చి రమ్మని సైగ చేసేసరికి పరుగున వెళ్ళాడు.

శ్యామల చిన్న క్యారేజీలో అన్నీ సర్దింది. ఆ కేరేజి పట్టుకుని వరండాలోకి వచ్చాడు రమేష్.

"కనకాలూ! ఈ కేరేజి తీసుకువెళ్ళి డాక్టరుగారింట్లో ఇచ్చిరా!" అని పురమాయించాడు.

"డాక్టరు బాబుకా సార్!" అని అడిగాడు.

'కాదు ఆయన భార్యకి' అని చెప్పబోతూ ఆగిపోయాడు రమేష్.

"వాళ్ళింటికి బంధువులు వచ్చారుగా! ఆవిడకి ఇచ్చిరా!" అన్నాడు.

బుర్ర గోక్కున్నాడు కనకాలు. "సార్! ఇంత రాత్రివేళ ఆడకూతురి దగ్గరికి వెళ్ళమంటారా!" అన్నాడు.

ఏం ఫర్వాలేదు వెళ్ళిరా! అన్న రమేష్ కనకాలు వంక చూసి ఆలోచించాడు. మొహానికి మంకీటోపీ తగిలించుకుని ఒళ్ళంతా నల్లటి రగ్గు కప్పుకున్న కనకాలుని చూస్తే ఎవరైనా జడుసుకోవడం ఖాయం. ఇంత రాత్రివేళ ఆవిడ వీడిని చూసి గుండాగిపోయినా ఆశ్చర్యంలేదు. అందుకే 'ఒంటరిగా వెళ్ళొద్దులే. ఆలయ్యని తోడు తీసుకుని వెళ్ళు.' అని సలహా ఇచ్చి లోపలికి వెళ్ళిపోయాడు రమేష్.

ఆ కేరేజి ఎవరికో అప్పటికి అర్థం అయింది శ్యామలకి. నాలుక కరుచుకుంది. 'ఛ' ఈ మాత్రం తెలివితేటలు నాకు లేకపోయాయి. లేకపోతే లక్షణంగా మధ్యాహ్నమే కేరేజితో భోజనం పట్టుకెళ్ళి ఆవిడని పరిచయం చేసుకుని, మంచి చేసుకునేది. స్నేహంచేసి యమునని ఒక ఆట ఆడించాలి. అప్పుడుగాని నా కసి తీరదు. పోన్లే ఇప్పుడు మాత్రం మించిపోయింది ఏముంది? రేపటినుంచి ఆ పని మీదే వుంటేసరి!

"ఏమిటి? ఏమిటంత దీర్ఘాలోచన?" భర్త పలకరించేసరికి ఇహ లోకంలోకి వచ్చింది శ్యామల. ఈయన ముందు జాగర్తగా వుండాలి. బొత్తిగా లౌక్యం తెలియని మనిషి. తనకి తోచదు. ఎదుటివాళ్ళు చెప్తే అర్థంకాదు. అందుకే.

"అబ్బే ఏం లేదు! అన్నం సరిపోతుందా? మళ్ళీ వండనా అని ఆలోచిస్తున్నాను" అంది తెలివిగా.

"నాకు ఆకలిగా లేదు. సరిపోతుందిలే. అంత చాలకపోతే అప్పుడు చూద్దాం పద!" అన్నాడు రమేష్‌కి.

రమేష్‌కి ఆకలిగాలేదు. నాలుగు మెతుకులు నంజి లేచాడు. ముందు జరగబోయే కథ వూహించుకుంటూ శ్యామల కూడా సరిగ్గా భోజనం చేయలేకపోయింది. ఉన్న అన్నంలోనే కాస్త మిగిలింది.

పగలంతా హైరానాపడిన రమేష్ పక్కమీద ఎక్కగానే కళ్ళు మూతలు పడిపోయాయి. కానీ శ్యామలకి మాత్రం నిద్ర దరిదాపులకి రాలేదు. అటూ ఇటూ పొర్లుతూనే వుంది.

***

హాస్పిటల్లో మంచంమీద పడుకుని వున్నాడు పాణి. అతని కాళ్ళు పడుతున్నాడు ఆలయ్య.

ఆలయ్యకి ఆవేళ చాలా కోపంగా వుంది. 'డాక్టరుబాబు మగాడు. ఇష్టమైతే ఆలిని ఏలుకుంటాడు. వద్దనుకుంటే పొమ్మంటాడు. దానికింత గొడవ చెయ్యాలా?' అందుకే డాక్టరు బాబు దగ్గర కూర్చుని హితవు చెప్తున్నాడు. ఈ బెదిరింపులకి లొంగిపోవద్దన్నాడు. లక్షణంగా డాక్టరమ్మనే పెళ్ళి చేసుకోమ్మన్నాడు. ఎవరైనా అడ్డంవస్తే తను వాళ్ళ అంతు చూస్తానని హామీ ఇచ్చాడు. మనసు బాగుండక ఓ చుక్క వేసుకున్నాడేమో అప్పుడప్పుడు కాస్త అభ్యంతరకరమైన పదజాలం కూడా ఉపయోగిస్తున్నాడు.

పాణికి ఆలయ్య వ్యవహారం విసుగ్గా వుంది. 'నోరు మూసుకుని పోయి పడుకో' అని నాలుగుసార్లు చెప్పాడు. అయినా వినలేదు ఆలయ్య.

అంతలో ఎవరో పిలిచినట్లు అయి, ఎవరబ్బా ఇంత రాత్రివేళ అని సణుక్కుంటూ బయటకు వచ్చాడు. ఎదురుగా కనకాలు. తను వచ్చిన పని చెప్పాడు. అసలే మండిపడుతున్న ఆలయ్యకి మరింత కోపం వచ్చింది. "మరేం ఫర్వాలేదు. మాడి చావనీ" అన్నాడు.

కానీ కనకాలు నచ్చుచెప్పాడు. చెప్పిన పని చెయ్యకపోతే అయ్యగారు నా మక్కెలు విరగతంతారు. పద అని బ్రతిమాలి ఒప్పించాడు. ఇద్దరూ కూతవేటు దూరంలో వున్న డాక్టరింటికి బయలుదేరారు.

***

డాక్టరింట్లో ఓ మూల ముడుచుకు కూర్చుంది సరస్వతి. గత వారంరోజులుగా ఎన్నోచోట్ల తిరిగారు ఆచూకీకోసం. ఆచూకీ దొరికింది. తనని ఈ ఇంట్లో దించి వెళ్ళిపోయాడు మేనమామ. ఆ తర్వాత పెద్దగా కేకలు గొడవ వినిపించాయి. ఆ తర్వాత ఎవరెవరో ఆడవాళ్ళు వచ్చి కిటికీల్లోంచి తొంగిచూడాలని ప్రయత్నాలు చేశారు. ఆ తర్వాత మనిషి జాడ లేదు. అలికిడి లేదు. పగలు గడిచిపోయింది. చీకటిపడింది. రాత్రి అయింది. సమయం ఎంతైందో తెలియడంలేదు.

గడగడ వణికించే చలి. ఏదో పుష్యమాసంలో చన్నీళ్ళలో చెయ్యి పెడితే జిల్లుమనడం, కాస్త మందపాటి దుప్పటి కప్పుకోవడం తప్పించి ఇంత

చలివుంటుందని కూడా ఎరుగని ప్రాంతంలో పుట్టి పెరిగింది. నిన్న రాత్రి తిన్నమెతుకులు ఎప్పుడో అరిగిపోయాయి. కడుపులో ప్రేవులు అరుస్తున్నాయి.

కానీ సరస్వతిని ప్రస్తుతం వేధిస్తున్న సమస్య చలిగానీ, ఆకలిగానీ కాదు. కట్టుకున్న ముతక నేత చీరె కొంగు భుజంచుట్టూ కప్పుకుని ముడుచుకు కూర్చుంది. ఆమె మనస్సు రణరంగంలా వుంది.

బయట అడుగుల శబ్దం వినిపించేసరికి ఉలిక్కిపడింది. ఆ అడుగుల చప్పుడు దగ్గరయింది. ఎవరో వచ్చారు. చివాల్న లేచి నిలబడింది.

వరండాలో లైటు వెలిగింది. దగ్గరగా వేసివున్న తలుపులు నెట్టుకుని లోపలికి వచ్చారు ఇద్దరు. వాళ్ళని చూసి గతుక్కుమని తలవంచుకుంది సరస్వతి.

సరస్వతి వంక చూశాడు ఆలయ్య. అంత పొడుగూ కాదు. నలుపు కాదుగానీ తెలుపు కాదు. అతి సామాన్యంగా వుంది. అంతే, యమునతో సరస్వతిని పోల్చుకుంటే ఒంటికి కారం రాసుకున్నట్లు అనిపించింది ఆలయ్యకి. ఆ కోపం అంతా బయట పెట్టుకుంటూ కేరేజి నేలమీదపెట్టి 'ఇదుగో అన్నం' అంటూ విసురుగా నెట్టాడు.

ఆ విసురుకి కేరేజి జరుగుతూ వచ్చి సరస్వతి పాదాలకు తగిలి ఆగిపోయింది. అందులోని సాంబారు తొణికి బయటికి వచ్చింది. అంతే-విసురుగా తలెత్తి ఆలయ్య వంక చూసింది సరస్వతి.

అదిరిపడ్డాడు ఆలయ్య. అప్పటిదాకా వున్న కోపం ఆవిరైపోయి ఆ చూపులకు జడిసిపోయాడు. అపర ఆదిశక్తిలా నిలబడిన సరస్వతిని చూసి నిలువెల్ల వణికిపోయాడు.

అప్రయత్నంగా వెళ్ళి ఆ కేరేజి తీసుకుని వంటింట్లోకి పరుగుపెట్టాడు. కంచంలో అన్నం వడ్డించి మంచినీళ్ళు గ్లాసులో తీసుకుని హాల్లోకి వచ్చాడు. సరస్వతి ఎదురుగా పెట్టాడు. పలకరించాలని ప్రయత్నించి ధైర్యంచాలక బయటికి వెళ్ళిపోయాడు.

జరుగుతున్నదంతా కళ్ళప్పగించి చూస్తున్న కనకాలు ఆలయ్య వెనకాలే చల్లగా జారుకున్నాడు. బయటికి వచ్చిన తర్వాత అప్పుడు నోరువిప్పాడు.

"ఓయమ్మో! అదేం ఆడది బాబోయ్. కళ్ళు ఎర్రజేసి చూస్తేనే అదురు పుట్టింది. ఇక నోరు విప్పితే పారిపోవాల్సిందే" అన్నాడు.

"ఛీ నోర్ముయ్!" అంటూ నానా తిట్లూ తిట్టాడు ఆలయ్య. అతని మనసు మరింత పాడైపోయింది. గంగిగోవులాంటి అయ్యగారికి ఈ అపర కాళికావతారం ఎక్కడ దాపురించింది? ఈ రాకాసిని ఆ మారెమ్మ ఎత్తుకుపోనూ! ఈ పీడ విరగడ అయితే అంకాళమ్మ తల్లికి కోడిపెట్టని బలి ఇస్తాను అని మొక్కుకున్నాడు.

***

తెల్లవారింది. శ్యామల రోజూ కంటే పెందలాడే నిద్రలేచి పూజా పునస్కారం ముగించుకుంది. గుప్పెడు జీడిపప్పు వేసి ఇంత నెయ్యిపోసి ఉప్మా చేసింది. జడ వేసుకుని మంచి చీరె కట్టుకుని తయారైపోయింది.

ఆ తర్వాత "మీరెప్పుడు బయటికి వెళ్తారు? ఇంకెంతసేపు ఇంట్లో ఉంటారు?" అని భర్త వెంట పడింది.

"ఏమిటి విశేషం? పొద్దున్నే చక్కగా ముస్తాబు అయ్యావు. ఎక్కడికి ప్రయాణం?" అన్నాడు రమేష్.

"ఆ డాక్టరుగారి భార్యని చూసి వద్దామనుకుంటున్నాను. పాపం! సాటి మనిషి. కొత్త చోటు! ఎవరమైనా వెళ్ళి పలకరిస్తే బావుంటుంది" అంది.

"నిజమే! వెళ్ళి పలకరించిరా. మామూలు విషయాలు మాట్లాడి వచ్చెయ్. అధికప్రసంగం చెయ్యకు" అన్నాడు."సర్లెండి. మీదంతా విచిత్రం. నాకామాత్రం తెలియదా! ఇంతకీ మీరెప్పుడు వెళ్తారు? మిమ్మల్ని పంపించి నేను బయలుదేరతాను" అంది శ్యామల.

"నేనెప్పుడు వెళ్తే నీకెందుకు? నీదారిన నువ్వు వెళ్ళు. నాకివ్వాళ ఏం పనిలేదు. ఆలస్యంగా వెళ్తాను" అన్నాడు.

***

సరస్వతికి రాత్రంతా నిద్రపట్టలేదు. తెల్లవారుజామున స్నానం చేసి కూర్చుంది. ఏవో ఆలోచనలు.

బయట వాహనం చప్పుడు వినిపించింది. డ్రైవరు లోపలికి వచ్చాడు. "మా అమ్మగారు వచ్చారు!" అన్నాడు.

ఆ అమ్మగారు ఎవరో? ఎందుకొచ్చిందో తెలియకపోయినా "రమ్మను" అంది సరస్వతి.

లోపలికి వచ్చింది శ్యామల. "రండి కూర్చోండి" అంటూ చాప పరిచింది.

సరస్వతి నడకను పరిశీలించి చూసింది శ్యామల. ఎడమకాలు కుంటి అన్నారు అందరూ. కానీ బాగానే నడుస్తోంది. పరీక్షగా చూస్తే కాస్త తేడా కనిపిస్తోంది అంతే.

ఆవిడ దృష్టి తన ఎడమకాలి మీదే వుండడం గమనించి చిన్నగా నవ్వుకుంది సరస్వతి "ఏమిటలా చూస్తున్నారు? కూర్చోండి" అంది మర్యాదగా.

ఉలిక్కిపడి కూర్చుంది శ్యామల. శ్యామల కూర్చున్న తర్వాత సరస్వతి కూడా ఎదురుగా కూర్చుంది. సన్న జరీ అంచు పట్టుచీరె కట్టుకుని మెడలోనూ చేతులకీ నగలు పెట్టుకుని జడలో చామంతి పూలు పెట్టుకుని హుందాగా దర్జాగా వుంది శ్యామల.

కెంపురంగు ముతక నేత చీరె. మెడలో పసుపుతాడు, దారానికి గుచ్చిన నల్లపూసలు, నుదుట కుంకుమ బొట్టుతో అతి సామాన్యంగా వుంది సరస్వతి. తడిగా వున్న జుట్టు విరబోసుకుంది. ఆ జుట్టు నల్లగా బారుగా చాపమీద ఆనుతోంది.

కన్నార్పకుండా తనవంకే చూస్తున్న శ్యామల చూపులకు తట్టుకోలేనట్లు తలవంచుకుంది సరస్వతి.

"మీకోసం కాఫీ, టిఫెన్ తీసుకొచ్చాను. తీసుకోండి" అంటూ అందించింది శ్యామల.

"ఎందుకండీ అనవసరంగా శ్రమ తీసుకున్నారు" మొహమాటపడింది సరస్వతి.

"భలేవారే! ఇందులో శ్రమ ఏముంది? మీరు పరాయివారా! మనం మనం ఒక హోదాలో ఉన్నవాళ్ళం. మావారు పోలీస్ ఇన్స్పెక్టరు. మీ వారు డాక్టరు. మనం ఒకరికొకరం తోడుగా ఉండకపోతే ఎలా చెప్పండి."

శ్యామల మాటలకు సరస్వతి మొహం చిన్నబోయింది. అది గమనించిన శ్యామల ఇక తను రంగప్రవేశం చెయ్యవలసిన సమయం ఆసన్నమయిందని గ్రహించింది.

"ముందు మీరు ఈ టిఫెన్ తిని, కాఫీ తాగండి" అని బలవంతం చేసింది.

"వద్దండీ. నాకు టిఫెన్ అలవాటు లేదు" మర్యాదగా తిరస్కరించింది సరస్వతి.

"పోనీ కాఫీ అయినా తాగండి" అంటూ తనే చొరవగా వెళ్ళి గ్లాసు తీసుకొచ్చి ఫ్లాస్క్‌లోని కాఫీ గ్లాసులో పోసి అందించింది.

"మీరూ తీసుకోండి" అంటూ గ్లాసులోని కాఫీ సగం ఫ్లాస్క్ మూతలోకి వంపి శ్యామలకిచ్చింది సరస్వతి. ఇద్దరూ కాఫీ తాగారు.

"ఏమిటో మిమ్మల్ని చూస్తుంటే నా గుండె చెరువైపోతోందంటే నమ్మండి, మీ బాధ ఏ ఆడదానికీ రాకూడదు. కట్టుకున్న భర్త కాదంటే ఇక ఆ ఆడదాని గతి అధోగతే కదండీ" అంటూ మొదలుపెట్టింది శ్యామల.

సరస్వతి మొహం వాడిపోయింది.

"ఏవిటో మా ఆయనకి నేనంటే ప్రాణం! అయినా సంసారం అన్న తర్వాత కీచులాటలు తప్పవుకదండీ. ఎప్పుడైనా తిరస్కారంగా ఓ మాట మాట్లాడితే వున్నపాటున వురేసుకుని చద్దామా అనిపిస్తుంది నాకు. మరి అటువంటి కట్టుకున్న భర్త మనని గాలికి వదిలేసి అతీగతి పట్టించుకోకపోతే ఇక జీవితం నరకం కాదుటండీ."

సరస్వతికి కళ్ళవెంట నీళ్ళు తిరిగాయి.

"మీరు బాధపడకండి. ధైర్యంగా వుండండి. ఏమాటకామాటే చెప్పుకోవాలి. మీ ఆయన చాలా మంచివాడు. అమాయకుడు. ఆయనీ ఊరు వచ్చిన దగ్గర నుండి చూస్తున్నాను కదా! నోట్లో వేలు పెడితే కొరకలేనట్లు వుండేవాడు. అన్నీ సవ్యంగా జరిగితే ఉద్యోగరీత్యా ఈ ఊరు రాగానే లక్షణంగా మిమ్మల్ని కాపరానికి తీసుకొచ్చి ఉండేవాడు. కానీ ఆ టక్కులాడి వుందే, అది మధ్యలో శనిలా దాపురించింది."

ఆశ్చర్యంగా చూసింది సరస్వతి.

"అయ్యో రామా! మీకు తెలియదు కదూ! ఎలా తెలుస్తుంది? ఎక్కడో దూరాన వుంటిరి. ఇక్కడ ఓ లేడీ డాక్టరమ్మ వుందిలెండి. పేరు యమున. నిజానికి నటన అని పెడితే సరిగ్గా సరిపోయేది. ఎర్రగా, బుర్రగా బాగానే వుంటుంది. ముప్పై ఏళ్ళు దగ్గరపడుతున్నా పెళ్ళీ పెటాకులూ లేవు. ఆ కులుకూ, ఆ వయ్యారం ఎందుకులెండి చెప్పుకుంటే సిగ్గుచేటు. ఆవిడ

మనలాగా పరువూ మర్యాద వున్న వంశానికి చెందినదికాదు. ఆవిడగారికో తల్లి వుంది. ఆవిడగారు మహా గ్రంధసాంగురాలు. చిన్నప్పుడే మొగుడిని వదిలి పనివానితో లేచిపోయిందట. ఈ పిల్లని ఎవరికి కన్నదో మరి!

ఆ తల్లి బుద్ధులే ఈ కూతురికీనూ! ఎక్కడ ఏ వేషాలు వేసిందో ఆ భగవంతుడికే ఎరుక. ఇంతలో మీ ఆయన ఈ ఊరు వచ్చాడు. ఇహనేం ఆవిడగారి పంట పండింది. ఎర్రగా బుర్రగా ఉన్నాడు. చదువుకున్నాడు. సంపాదించుకుంటున్నాడు. ఇట్టే వల్లో వేసుకుంది. మగవాడి మనసు మహా చంచలం కదండీ! మహా మహా రుషులూ, మునులే ఆడదాని ముందర నిగ్రహం కోల్పోతుంటే మనుషులం మనమో లెక్కా? ఆవిడగారు ఆరితేరింది. అర్ధరాత్రి దాకా కబుర్లేనా, షికార్లేనా, కలిసి భోజనాలేనా చూడలేక చచ్చిపోతున్నాం అంటే నమ్మండి.

తనకు పెళ్లైన విషయం మర్చిపోయి ఆవిడ వెంట పడ్డాడంటే ఎంత మత్తుమందు జల్లిందో ఊహించుకోవచ్చు. అసలు నా అనుమానం ఏవిటంటే మీ పెళ్ళి విషయం మీ ఆయన చెప్పేవుంటాడు. ఆవిడగారే ఏదో మాయమాటలు చెప్పి వుంటుంది."

ఏకధాటిగా చెప్పుకుపోతున్న శ్యామల ఆగిపోయి సరస్వతి వంక చూసింది. సరస్వతి మొహంలో దాచుకుందామన్నా దాగని కోపం, అసహనం తెలిసిపోతున్నాయి.

అది చూసి శ్యామలకి మరింత హుషారు ముంచుకొచ్చింది. "మీరేం భయపడకండి. నేనున్నానుగా. నీకు అండగా నేనుంటాను. ఇద్దరం వెళ్ళి ఆవిడని పిల్చి నడిరోడ్డుమీద పెట్టి దులిపేద్దాం. ఊళ్ళో తలెత్తుకోకుండా చేద్దాం. అందరం కలిసి చివాట్లు పెడితే ఆ తల్లీకూతుళ్ళు తలెత్తుకోలేక ఊరొదిలి పోతారు. ఇక మీరు ఏ సవతిపోరూ లేకుండా హాయిగా సంసారం చేసుకోవచ్చు" అంది.

సరస్వతి తలెత్తి సూటిగా చూసింది.

"ఏమంటారు? చెప్పండి. మీరు ఊ అంటే ఇప్పుడే వెళ్దాం!" అంది శ్యామల మహోత్సాహంగా.

అప్పుడు నోరు విప్పింది సరస్వతి. "ఎందుకండీ ఈ యాగీలు, గొడవలూ. మనం పరువుగలవాళ్ళం. మంచి కుటుంబాలకి చెందినవాళ్ళం

అని మీరే అంటున్నారు. మరి మనం కూడా అలగావాళ్ళలాగా రోడ్డెక్కి గొడవచెయ్యడం లేకిగా వుండదూ!

మన బంగారం మంచిదైతే కంసాలి ఏం చేస్తాడన్నట్లు మగవాడు బుద్ధిమంతుడు అయితే మరో ఆడదాని జోలికి ఎందుకు పోతాడు? వూరికే సాటి ఆడదాన్ని ఆడిపోసుకోవడం తప్పుకదండీ. ఇది చాలా సున్నితమైన సమస్య. ఏదోవిధంగా గుట్టుగా పరిష్కారం చేసుకోవాలే గానీ నోరు పెట్టుకుని అరిస్తే అనవసరంగా నలుగురి నోళ్ళలో పడడం, పరువుపోవడం తప్ప ఫలితం వుంటుందా?

మీరు మంచి మనసుతో నాకు సాయం చెయ్యాలని వచ్చారు కానీ ప్రస్తుతం నాకు మీ సహాయం అవసరం లేదు. ఇది నా స్వంత విషయం కాబట్టి నేనే నా సమస్యని సర్దుబాటు చేసుకుంటాను. అవసరం అయితే నేనే వచ్చి మీ సహాయం అర్ధిస్తాను. పాపం మీరెంతో ఆదరంతో వచ్చారు. అదే పదివేలు" అంది సరస్వతి.

తన సలహా విని సంబరపడిపోతుందేమో లేదా తనను కావలించుకుని బావురుమని ఏడుస్తుందేమో అని వూహిస్తున్న శ్యామల నిర్ఘాంతపోయింది. ఏమాత్రం వూహించని అనుభవం ఎదురయ్యేసరికి తత్తరపోయింది.

ఆ షాక్‌నుంచి తేరుకునేసరికి కొంత సమయం పట్టింది. ఏం జరిగిందో అర్ధం అయ్యాక సరస్వతి మీద కోపం వచ్చింది. విసురుగా లేచి నిలబడింది.

"పుణ్యానికి పోతే పాపం ఎదురయిందిట. అలా వుంది నా పని. ఏదో సాటి ఆడవారు కదా, కష్టంలో వున్నారు అని జాలిపడి వచ్చాను. మీ సంసారం నిలబెట్టుకోవాలనే తాపత్రయం మీకే లేనప్పుడు నాకెందుకీ తలనొప్పి" అంది చిరాగ్గా.

"మీ మనసు కష్టపెడితే నన్ను మన్నించండి" అంది సరస్వతి వినయంగా.

"ఈ మన్నించడాలూ సింగినాదాలూ కూడా ఎందుకులెండి? మీరేమైనా నాకు అయినవారా ఆప్తులా! అయినా అందరినీ నెత్తిన పెట్టుకుని వూరే గాలనుకోవడం నాదీ బుద్ధితక్కువ" అని విసురుగా వెళ్ళిపోయింది.

***

భార్య శ్రద్ధగా చేసిన ఉప్మా ఆరగించి కొడుకుతో ఆడుకుంటూ కూర్చున్న రమేష్ భార్య రాకతో కొడుకుని పక్కన కూర్చోబెట్టి–

"ఏమిటీ వెళ్ళావా? పరిచయం చేసుకున్నావా?" అని అడిగాడు.

అంతే! అగ్నిపర్వతం బ్రద్దలైంది. ఆ శాల్తీని దుమ్ము తూర్పారపట్ట సాగింది. ఏదో జరగరానిదే జరిగింది, అప్పుడు శ్యామలకి అడ్డం తగలడం కోరి కొరివితో తల గోక్కోవడమే అవుతుంది. అందుకే నోరు మూసుకుని భార్య చెప్పేది వినసాగాడు. ఆ వాగ్ధాటిలో విషయం అర్థం చేసుకునేసరికి అతనికి ఆశ్చర్యానందాలు ఏకకాలంలో కలిగాయి.

శ్యామల వాక్చాతుర్యం అమోఘం. ఆ తెలివితేటలకు ఎవరైనా తేలిగ్గా బుట్టలో పడిపోతారు. ఆ తర్వాత ఈవిడ కళాకళలకు మొహంమొత్తి మొహం చాటేసినా మొదట్లో స్నేహంగానే వుంటారు. అటువంటిది ఇప్పుడీ వ్యక్తి తొలి పరిచయంలోనే శ్యామల స్వభావం అంచనావేసి నీ సాయం నాకేం వద్దు పొమ్మంది అంటే ఆవిడ ముందుచూపుకి, ధైర్యానికి జోహారు అనిపించింది.

"ఎంత పొగరనుకున్నారు? ఒంటిమీద చిన్నం ఎత్తు బంగారం లేదు. ఆ చీరె, ఆ అవతారం అడుక్కుతినేదానిలా వుంది. మొగుడొదిలేసిన ఆడది. ఈ మాత్రందానికే ఇంత పొగరుగా వుంది. అన్నీ సవ్యంగా వుంటే ఇంకెంత ఎగిరెగిరి పడేదో? అందుకే ఆ దేవుడు తగినశాస్తి చేశాడు" అంటూ అంతులేని ఆవేశంతో వూగిపోతున్న శ్యామల వంక చూశాడు రమేష్.

లాభంలేదు. ఇవాళ్టికి అంతే సంగతులు. ఈ కోపంలో ఇంట్లో అందరికీ మంగళస్నానాలు తప్పవు. రెండు మూడు గిన్నెలు సొట్టలు పడతాయి. ఒకటి రెండు గాజు సామాన్లకీ ఆయుర్దాయం చెల్లిపోతుంది. అందుకే చల్లగా జారుకోవడం మంచిది. వెంటనే లేచి యూనిఫాం తగిలించుకుని కొడుకుని ఎత్తుకుని పోలీస్‌స్టేషన్‌కి వెళ్ళిపోయాడు.

అప్పుడప్పుడు అయ్యగారు బాబుని ఎత్తుకురావడం మామూలే. అందులోనూ వాడు చాలా ముద్దుగా వుంటాడు కాబట్టి అందరూ వంతులు వేసుకుని ఆడుకుంటారు. అయ్యగారు రాగానే బాబుని ఎత్తుకున్నాడు ఒక కానిస్టేబుల్. లోపలికి వెళ్ళి కుర్చీలో కూర్చుని టోపీతీసి పక్కన పెట్టాడు రమేష్. తన రొటీన్ పనులు చేసుకుని ఆలోచనలోపడ్డాడు.

శ్యామల చెప్పినదాన్ని బట్టి చూస్తే ఆవిడ సామాన్యురాలు కాదని తెలిసిపోతోంది. గయ్యాళి, మొండిఘటం అని పాణి ముందే చెప్పాడు. ఇప్పుడు ఆ విషయం రూఢి అయింది. మరి అటువంటి మనిషిని ఒప్పించి సామరస్యంగా వ్యవహారం సర్దుబాటు చేసుకోవడం అంత తేలికకాదు. చాలా చాకచక్యంగా నడుచుకోవాలి.

ఈ విషయం పాణితోను, యమునతోనూ మాట్లాడాలి. ఇప్పుడు వాళ్ళిద్దరూ బిజీగా వుంటారు. మధ్యాహ్నం మాట్లాడవచ్చు అనుకున్నాడు.

అతని వూహ నిజమే. ఆ వేళ కిటకిటలాడిపోతోంది హాస్పిటల్. మామూలుగానే ఉదయంపూట పేషెంట్లు చాలామంది వస్తారు. అందులోనూ క్రిందటిరోజు అంత పెద్ద గొడవ జరిగింది. అసలేమయిందో డాక్టరమ్మ ఏం అందో తెలుసుకోవాలనే కుతూహలంతో ఏదో సాకుతో వచ్చారు చాలామంది. అలా వచ్చినవారికి నిరుత్సాహమే ఎదురయింది. పరిస్థితి అంతా మామూలుగా వుంది.

డాక్టరు బాబు, డాక్టరమ్మ మామూలుగా ప్రశాంతంగా ప్రసన్నంగానే వున్నారు. పేషెంట్లతో మామూలుగా మాట్లాడుతున్నారు. వాళ్ళిద్దరూ మామూలుగానే మాట్లాడుకుంటున్నారు. అసలేమీ జరగనట్లే వున్నారు. అప్పటికీ మనసు వూరుకోక బయటికి వచ్చి ఆలయ్యనూ, ఆయాను కబుర్లలోపెట్టి వివరాలు తెలుసుకుందామని ప్రయత్నించి వాళ్ళు కసిరికొట్టేసరికి నిరాశగా వెళ్ళిపోయారు.

పేషెంట్ల సందడి తగ్గేసరికి మధ్యాహ్నం పన్నెండు అయింది. అలసటగా బయటికి వచ్చారు పాణి, యమున. ఎండలో కూర్చున్నారు. వాళ్ళ కోసం టీ పట్టుకొచ్చాడు ఆలయ్య. మామూలుగా అయితే డాక్టరుగారింట్లోనే వంట చేసేవాడు. కానీ ఇవ్వాళ అటువైపు వెళ్ళలేదు. పాణి కూడా హాస్పిటల్లోనే వుండిపోయాడు. అందుకే పొద్దున టిఫెన్, కాఫీ యమున ఇంటినుండే వచ్చాయి. భోజనం కూడా అక్కడే తయారవుతోంది.

రమేష్ కూడా పాణి దగ్గరే కూర్చున్నాడు. ఆలయ్య అతనికీ టీ ఇచ్చాడు. “ఆలయ్య! డాక్టరుగారితోబాటే ఆవిడకి కూడా వంట చేయించు. నేనూ అక్కడే భోజనం చేస్తాను. నువ్వు వెళ్ళి అమ్మగారికి సాయం చెయ్యి” అని చెప్పాడు.

వెంటనే వెళ్ళాడు ఆలయ్య. కస్తూరి చాలావరకు వంట చేసేసింది. ఆలయ్య చెప్పిన మాట విని మళ్ళీ అన్నం వంగబోయింది. కస్తూరిని వారించి తను పని అందుకున్నాడు.

"ఏమిటి విశేషాలు ఆలయ్యా?" అని అడిగింది కస్తూరి.

అందుకు చాలా పెద్ద సమాధానం చెప్పాడు. ఆ వచ్చినావిడ గురించి చెప్పాడు. చాలా గయ్యాళి అన్నాడు. ఇనస్పెక్టరుగారి భార్య చూడడానికి వెళ్తే నానామాటలూ అని పంపించిందని చెప్పాడు. డాక్టరుగారికి శనిలా దాపురించిందన్నాడు అక్కసుగా.

"ఏమిటో! ఏం జరుగుతోందో" అంది కస్తూరి.

"మీకేం భయంలేదమ్మా. నేను అంకాళమ్మ తల్లికి మొక్కుకున్నాను. ఆ తల్లి ఈ పిశాచిని ఊరినుంచి వెళ్ళగొడుతుంది" అని ధైర్యం చెప్పాడు ఆలయ్య. మీరు కూడా ఆ దేవుడికే మొక్కుకోండి అని సలహా కూడా చెప్పాడు.

"ఒకసారి కాదు ఆలయ్యా! లక్షసార్లు మొక్కుకుంటున్నాను." అంది కస్తూరి.

***

అక్కడ హాస్పిటల్ దగ్గర కూడా ఇదే చర్చ సాగుతోంది. ఎలా వదిలించుకోవాలి? సమస్య ఎలా పరిష్కారం చేసుకోవాలి?

"మీరు డైరెక్ట్‌గా వెళ్ళి మాట్లాడండి" అన్నాడు రమేష్.

ససేమిరా వెళ్ళనన్నాడు పాణి. "ఆ మనిషి మొహం చూడాలంటే అసహ్యంగా వుంది నాకు" అన్నాడు.

"మరెలా! ఎవరు మాట్లాడతారు?" అంది యమున.

బుర్రపట్టుకున్నాడు రమేష్. ఒంటరిగా వెళ్ళేకంటే నలుగురు కలిసి వెళ్తే నయాన్నో భయాన్నో ఒప్పించవచ్చు. అందుకు సమర్థుడైనవాడు రామారావు ఒక్కడే. రామారావు వెంట మరో ఇద్దరు ముగ్గురు వెళ్తే బాగుంటుంది. ఆమాటే చెప్పాడు. ఆలోచన బావుందని మెచ్చుకుంది యమున.

"రామారావుగారు ఇవ్వాళో రేపో రావాలి. రాగానే ఆయనతో మాట్లాడుదాం" అంది. మధ్యాహ్నం భోజనాలు అయ్యాయి. సరస్వతికి క్యారేజి పంపించారు.

ఆ రాత్రి ఏడింటికి బస్సు దిగాడు రామారావు. నేరుగా పాణి ఇంటికి వెళ్ళాడు.

పాణి వున్నాడా అని అడిగితే లేరని సమాధానం చెప్పింది సరస్వతి లోపలినుంచే. ఎక్కడ వున్నాడు అంటే 'ఏమో నాకు తెలియదు' అంది.

నిజమే! పొద్దునే ఎవరో వచ్చి పాణి బట్టలన్నీ పట్టుకెళ్ళారు. ఆ మనిషి గురించిన వివరాలు ఏమీ తెలియవు సరస్వతికి. కాఫీ, భోజనం వేళకి అందుతున్నాయి. తిని పడుకుంటోంది సరస్వతి. బయటికి వచ్చేశాడు రామారావు.

ఆ సమయంలో యమున ఇంటి దగ్గర వున్నాడు పాణి. రమేష్ కూడా అక్కడే వున్నాడు. హాస్పిటల్‌కి వచ్చి ఆ విషయం తెలుసుకుని యమున ఇంటికి వెళ్ళాడు రామారావు.

అతన్ని చూడగానే అందరికీ ప్రాణం లేచివచ్చింది. అందరూ ఒకేసారి వంతులు వేసుకుని చెప్పసాగారు. అందరినీ వారించాడు రామారావు. పాణి వంక చూశాడు.

"పాణిగారూ! మీరు చెప్పండి" అన్నాడు. అంతా వివరంగా పూస గుచ్చినట్లు చెప్పాడు పాణి.

అంతా విని నొసలు చిట్లించాడు రామారావు. "చాలా పొరపాటు చేశారు మీరు. తెగతెంపులు చేసుకున్నప్పుడు ఆ ఆధారాలు మీ దగ్గరే వుంచుకోవాలని మీకు తెలియలేదా? ఇంత చదువుకున్నవారు ఇంత నిర్లక్ష్యంగా ఎందుకు ప్రవర్తించారు?"

పాణి మొహం పాలిపోయింది. "మాటమీద నిలబడే మనుషులనుకుని పొరపాటు పడ్డాను" అన్నాడు.

"ఇప్పుడు ఏం చేద్దాం?" అన్నాడు రామారావు.

తమ ఆలోచన చెప్పాడు రమేష్. దీర్ఘంగా ఆలోచించాడు రామారావు. "సరే. అయితే అలాగే చేద్దాం. ఫోన్ చేసి కళ్యాణిని కూడా రమ్మంటాను." అన్నాడు.

కస్తూరి ప్రాణం లేచివచ్చింది. "సరిగ్గా నా మనసులోని మాట చెప్పారు. కళ్యాణి వుంటే చాలా బావుంటుంది" అంది.

వెంటనే కళ్యాణికి ఫోన్ చేసి విషయం అంతా చెప్పాడు రామారావు.

అర్ధరాత్రి దాకా అ విషయాలే మాట్లాడుకున్నారు. ఏదిఏమైనా పాణి జీవితం బాగుచెయ్యాలని గట్టిగా నిర్ణయించుకున్నారు. ఎవరి దారిన వాళ్ళు వెళ్ళిపోయారు.

అర్ధరాత్రి ఇంటికి వచ్చిన భర్తను చూసి మండిపడింది శ్యామల.

"ఎవరి చావు వాళ్ళు చస్తారు. మధ్యలో మీకెందుకు? వూరికే వూరివాళ్ళ వ్యవహారాలు నెత్తిన వేసుకోకండి" అంది.

సమాధానం చెప్పకుండా ముసుగుతన్ని పడుకున్నాడు రమేష్.

***

తెల్లవారింది. పొద్దున పదింటికి వచ్చింది కల్యాణి. అన్ని విషయాలూ తెలుసుకుంది. ఏమాత్రం వూహించని సమస్య ఇది. ఇంకొద్దిరోజుల్లో పెళ్ళి అని సంతోషపడుతూ వుంటే ఈ అవాంతరం ఏమిటి అని బాధపడింది. ఎలా అయినా ఈ సమస్య పరిష్కారం చేసి యమునకు పాణితో వివాహం జరిపించాలి అంది. ఆ సాయంత్రం అందరూ వెళ్ళి సరస్వతితో మాట్లాడాలి. వీలైనంత త్వరగా ఆవిడని మర్యాదగా సాగనంపాలి. అదే అందరి దృఢనిశ్చయం.

మధ్యాహ్నం భోజనం తీసుకొచ్చాడు ఆలయ్య. సరస్వతి ముందు కేరేజ్‌పెట్టి "సాయంత్రం అయ్యగారు, అమ్మగారు అంతా వస్తారుట. చెప్పమన్నారు" అని గోడకో తలుపుకో చెప్పినట్టు చెప్పి వెళ్ళిపోయాడు.

మౌనంగా వుండిపోయింది సరస్వతి. ఏదో నాలుగు మెతుకులు నంజి లేచింది. గోడకి ఆనుకుని కూర్చుంది. మనసు రణరంగంలా వుంది.

మధ్యాహ్నం నాలుగింటికి వచ్చారు అందరూ– రామారావు, కళ్యాణి, రమేష్.

వాళ్ళు లోపలికి రాగానే లేచి నిలబడింది సరస్వతి. అందరూ ఆవిడవంక పరిశీలనగా చూశారు. సామాన్యంగా వుంది అంతే. ఏవిధమైన ప్రత్యేకతా లేదు.

హాల్లో రెండు కుర్చీలు వున్నాయి. అందులో రమేష్, రామారావు కూర్చున్నారు. మూలనున్న చాప పరుచుకుని చొరవగా కూర్చుంది కళ్యాణి.

"రండి. మీరూ కూర్చోండి" అంది మర్యాదగా.

సరస్వతి కళ్యాణికి కాస్త దూరంలో చాపమీద పొందికగా కూర్చుంది. కాసేపు మౌనంగా గడిచిపోయింది.

రామారావు గొంతు సవరించుకున్నాడు. "నా పేరు రామారావు. ఈవిడ నా భార్య కళ్యాణి. నేను స్టేట్‌బ్యాంక్‌లో పనిచేస్తున్నాను. కళ్యాణి స్కూల్లో టీచర్‌గా పనిచేస్తోంది. రమేష్‌గారు సబ్‌ఇన్‌స్పెక్టర్. మేమంతా పాణి స్నేహితులం" అన్నాడు. అందరికీ వినయంగా చేతులు జోడించింది సరస్వతి.

"చూడండమ్మా! మీరు చిన్నవారు. పెద్దరికంగా మీతో నాలుగు మాటలు మాట్లాడాలని వచ్చాం" అంటూ సూటిగా విషయంలోకి దిగాడు రామారావు.

"పాణి మాతో అంతా చెప్పాడు. ఒకసారి వద్దనుకుని తెగతెంపులు చేసుకున్న తరువాత మళ్ళీ ఈవిధంగా తిరిగి రావడం ఏమైనా బావుందా చెప్పండి. వివాహబంధం పవిత్రమైనది. కానీ ఒకరిమీద మరొకరికి అయిష్టం ఏర్పడినపుడు ఎవరి దారి వారు చూసుకోవడం అన్నివిధాలా మంచిది. ప్రతిరోజూ గొడవలతో జీవితాంతం బ్రతికేకంటే విడిపోయి ఎవరి మానాన వాళ్ళు నిశ్చింతగా వుండాలనుకోవడం తప్పుకాదు. పాపం అంతకంటే కాదు.

పాణి ఈ మార్గాన్నే ఎంచుకున్నాడు. అది మీ ఇద్దరికీ శ్రేయస్కరం. పాణి చదువుకోసం మీ నాన్నగారు డబ్బు సహాయం చేశారని మీరు అబద్ధాలు చెప్తున్నారట. పాపం రెక్కలు ముక్కలు చేసుకుని అతను స్వశక్తితో చదువుకుంటే అదంతా మీ ప్రయోజకత్వం అని ప్రచారం చెయ్యడం అన్యాయం కాదా! అయినా పాపం అతనేమీ అనుకోలేదు. వివాహ ధర్మానికి కట్టుబడి మిమ్మల్ని కాపురానికి రమ్మన్నాడు. దానికి మళ్ళీ షరతులూ ఆంక్షలు విధించారు మీరు. ఏ మనిషైనా ఎంతకాలం ఓర్చుకుంటాడు? మంచితనానికి కూడా ఒక హద్దు వుంటుంది. ఎదుటివాడి మంచితనాన్ని చేతగానితనంగా భావించి తెగేదాకా లాగారు మీరు. తీరా వ్యవహారం చెయ్యిదాటిపోయింది.

అతని తప్పు ఏమీ లేకున్నా నష్టపరిహారం చెల్లించాడు. మీ ఇద్దరికీ తెగతెంపులు అయిపోయాయి. అతని జీవితం అతనికి నచ్చినవిధంగా మార్చుకునే హక్కు అతనికి వుంది. తీరా ఇప్పుడు మళ్ళీ వచ్చి అతని పీకలమీద కూర్చోవడం ఏమైనా బావుందా చెప్పండి?

ఆడవాళ్లంటే అందరికీ జాలి, సానుభూతి వుంటాయి. కాదనం. కానీ దాని ఆధారంగా ఎదుటివాళ్ళను ఇరుకున పెట్టాలనుకుంటే అది చాలా

అన్యాయం. అమానుషం. మా పాణి చాలా మంచివాడు. అమాయకుడు. అతనికి మేమందరం అండగా వున్నాం. అతనిమీద ఈగ వాలనివ్వం. అది మీరు గుర్తుంచుకుంటే మంచిది.

పాణి త్వరలో యమునను పెళ్ళి చేసుకోవాలనుకుంటున్నాడు. ఇప్పుడు మీరు మళ్ళీ అతని జీవితంలో ప్రవేశించాలనుకుంటే అది మీ అత్యాశ మాత్రమే. కాబట్టి ఆ ఆలోచన మీ మనసులోకి రానివ్వకండి. మీరు తెగతెంపులు చేసుకున్న కాయితాలు పాణి దగ్గర లేవు. అదే మీ ధైర్యం అయితే అది మొండిధైర్యమే. కావాలంటే క్షణాలమీద సంపాదించగలం. కానీ దౌర్జన్యానికి దిగడం మా అభిమతం కాదు కాబట్టి మర్యాదగా చెప్తున్నాం.

నిజానికి తన తప్పు ఏమీ లేకపోయినా, ఇప్పటికే ఎంతో డబ్బు మీకు ముట్టుచెప్పివున్నా మీమీద జాలితో, ఆడవారనే ఆలోచనతో మరికొంత డబ్బు ఇవ్వడానికి పాణి సిద్ధంగా వున్నాడు. కాబట్టి మీకెంత కావాలో చెప్పండి.

రాజీకి వచ్చాం కదా అని కొండెక్కి కూచోకండి. అత్యాశకి పోకుండా అడగండి ఇస్తాం. ఆ డబ్బు తీసుకుని మర్యాదగా మీదోవన మీరు వెళ్ళిపోండి.

మీ హితవుకోరి చెప్తున్నాం. మాకు చేతకాక కాదు. మాలో తప్పు వుండి మీ దగ్గరికి రాయబారానికి రాలేదు. ఏదో మర్యాదగా వ్యవహారం సర్దుబాటు చెయ్యాలని వచ్చాం. మీరూ ఆలోచించుకుని ఒక నిర్ణయానికి రండి" అంటూ తను చెప్పదలచుకున్నది స్పష్టంగా చెప్పేశాడు రామారావు.

"అవునండీ. మాకు మీమీద ఎటువంటి వైరమూ లేదు. మేమంతా పాణికి ఆప్తులం. అతని జీవితం సాఫీగా సాగాలని మా కోరిక. అందుకే మీకు నచ్చచెప్తున్నాం." అన్నాడు రమేష్.

సరస్వతి మొహం పాలిపోయింది. ఏం మాట్లాడాలో అర్థంకానట్లు వుండిపోయింది. కొంగుతీసి భుజం చుట్టూ కప్పుకుంది. అది గమనించింది కళ్యాణి. వాతావరణం చాలా చల్లగా వుంది. అందులోనూ మబ్బుపట్టి ఈదురుగాలి వీస్తోంది.

మగవాళ్ళు ఒక్కో హాఫ్ స్వెట్టరూ, ఒక్కో ఫుల్‌స్వెట్టరూ వేసుకున్నారు. మెడచుట్టూ మఫ్లర్ కట్టుకున్నారు. కళ్యాణి స్వెట్టర్ వేసుకుని దానిమీద షాల్ కప్పుకుంది. అయినా చలిగానే వుంది.

సరస్వతి మాత్రం మామూలు నూలుచీరె కట్టుకుని వుంది. గడగడ వణికించే చలిలో ఆ కాస్త ఏం సరిపోతుంది? అందుకే చనువుగా-

"చాలా చలిగా వుంది. షాల్ కప్పుకోకపోయారా?" అంది. మళ్ళీ అంతలోనే గుర్తువచ్చింది ఆవిడ దగ్గర వుందో లేదో అని. అందుకే "పోనీ నేను తెప్పిస్తాను" అంది వెంటనే.

పేలవంగా నవ్వింది సరస్వతి.

"ఫర్వాలేదులెండి. నిండా మునిగినవాడికి చలి ఏమిటి?" అంది.

ఇక బలవంతం చెయ్యలేదు కళ్యాణి. "వాళ్ళు చెప్పింది విన్నారుగా, మీ సమాధానం ఏమిటి?" అని అడిగింది.

'ఏం సమాధానం చెప్పను? అంతా అయోమయంగా వుంది నాకు" అంది దీనంగా.

అదంతా నాటకంగా అనిపించింది రమేష్‌కి.

"ఇందులో అయోమయంగా వుండేందుకు ఏముంది! అంతా తేటతెల్లంగానే వుందిగా! ఇక ఈ మాటలు అనవసరం. మీరు చెప్పదలచుకున్నది ఏమిటో సూటిగా చెప్పండి" అన్నాడు కాస్త అథార్టీగా.

"నేను చెప్పదలచుకున్నది చాలా వుంది. వినే ఓపిక మీకు వుందా?" అడిగింది సరస్వతి.

"వినాలనే కదా వచ్చాం. చెప్పండి" అంది కళ్యాణి.

కాసేపు మౌనంగా వుంది సరస్వతి.

"మీరు చెప్పిన మాటలను బట్టి చూస్తే ఆయనకి మేమేదో అన్యాయం చేశామని అనిపిస్తుంది. మీరంతా సహృదయంతో రాయబారం నడపాలని వచ్చారు కాబట్టి నేను చెప్పేది కూడా శాంతంగా వినండి. ఆ తర్వాత మీకు తోచిన న్యాయం చెప్పండి" అంటూ ప్రారంభించింది.

"నా చిన్నతనంలో నా బుద్ధి తెలిసేసరికి మా ఇంటి పరిస్థితులు ఎంతో బాగుండేవి. లేకలేక పుట్టిన నాకు అమిత గారాబం. కాలు కిందపెడితే కందిపోతానేమో అన్నట్లు పెంచారు మా అమ్మానాన్న.

నాన్నగారికి నేనంటే పంచప్రాణాలు. ఓసారి మా ఇంటి ఆవరణలో ఆడుకుంటూ కాలుజారి పడి మోచెయ్యి కాస్త దోక్కుపోయింది. దాంతో

కంగారుపడి వాకిట్లో అంతా మెత్తని ఇసక తోలించారు. పడినా దెబ్బ తగలకూడదని ఆయన ఆరాటం.

ఆ గారాబం చూసి అమ్మ నాన్నగారిని హెచ్చరించింది. పరాయి ఇంటికి వెళ్ళవలసిన ఆడపిల్ల. మరీ అంత గారాబం చెయ్యకండి. ఏడు మల్లెపూల ఎత్తు అన్నట్లు పెంచితే తర్వాత అవస్థలు పడాలి అనేది.

నా బంగారుతల్లిని ఎక్కడికీ పంపను. నేనున్నంతకాలం నా బిడ్డ నా కళ్ళముందే వుండాలి అనేవారు నాన్నగారు. ఇంట్లోనే కాదు. ఊళ్ళోనూ అందరికీ నేనంటే అభిమానమే. నన్నో రాజకుమార్తెను చూసినట్లు చూసేవారు. జానెడంచు పట్టు పరికిణీ కట్టుకుని ఒంటినిండా నగలు పెట్టుకుని వెళ్లేదాన్ని స్కూలుకి కూడా. నా వెంట ఇద్దరు పనివాళ్ళు వచ్చేవాళ్ళు. ఆకుచాటు పిందెలాగా గడిచిపోయింది నా బాల్యం.

ఫస్ట్‌ఫారంలో చేరాను. ఆ సంవత్సరం వేసవిలో నా పెళ్ళి జరిగింది. నా సంతోషానికి అంతులేదు. ఎన్నో కొత్తబట్టలు, కొత్తనగలు, నలుగుపెట్టి మంగళస్నానాలు. రోజుకో రకం ముస్తాబులు. విందులు వినోదాలు వేడుకలు. అంతా సంబరంగా గడిచిపోయింది.

నా మెడలో కొత్తగా రెండు బంగారు మంగళసూత్రాలు వచ్చి చేరాయి. నన్ను స్కూలుకి పంపించడం మానేశారు. ఇంటికి ఓ పంతులమ్మ వచ్చి చదువు చెప్పేది. నాకా మార్పు నచ్చలేదు. అదేమంటే పెళ్ళయిన పిల్ల గడప దాటి వెళ్ళకూడదని అన్నారు.

నా వివాహం తర్వాత నా జీవితంలో ఎన్నో మార్పులు వచ్చాయి. అదివరకు లేని పద్ధతులు చాలా ప్రవేశపెట్టబడినాయి. లేవగానే మంగళసూత్రాలు కళ్ళకద్దుకోవాలని చెప్పారు. అసలే ఆ మంగళసూత్రాలతో నాకు చాలా తంటాలుగా వుండేది. ఓ తొక్కుడు బిళ్లాట ఆడుకోవాలన్నా, ఓ ఒప్పులకుప్ప తిరగాలన్నా ఆ మంగళసూత్రాలు నాకు అడ్డుగా వుండేవి. ఓరోజు తీసి కిటికీలో పెట్టాను. ఏనాడూ పల్లెత్తు మాట మాట్లాడని మా అమ్మ నన్ను కొట్టినంత పని చేసింది. అవి ఎంత పవిత్రమైనవో తెలియజెప్పింది. ప్రాణం పోయినా తియ్యకూడదని చెప్పింది. అలా అని ఒట్టు వేయించింది. నేను తెలియక చేసిన పనికి ప్రాయశ్చిత్తంగా అమ్మవారికి పూజ

చేయించి నాచేత చీరె, రవిక, గాజులు, పసుపు కుంకుమలు ఇప్పించింది. ఆ తర్వాత నేనెప్పుడూ నా మంగళసూత్రాలను నిర్లక్ష్యం చెయ్యలేదు.

నా చేత ఎన్నో నోములు నోయించింది మా అమ్మ. శ్రావణ మంగళవారాల నోము, సావిత్రీ గౌరీ దేవి నోము, పదహారు ఫలాలు, గ్రామ కుంకుమ ఇలా ఒకటికాదు ఎన్నో నోములు నోచాను. నేనెంత శ్రద్ధగా పూజలు చేస్తే నా భర్తకి అంత ఫలం దక్కుతుంది అని పెద్దలు ముత్తైదువులందరూ చెప్తే నాకు చేతనయినంత శ్రద్ధగా చేసేదాన్ని.

అలా కొద్దిరోజులు గడిచిపోయాయి. "ఇక అల్లుడిని తీసుకొచ్చి మన ఇంట్లోనే వుంచుకుందాం. మన ఇల్లు మన వాతావరణం అతనికి అలవాటు అవుతాయి. మనలో కలిసిపోతాడు" అంది అమ్మ.

"అవును. తీసుకొస్తే బావుంటుంది" అన్నారు నాన్నగారు. అంతలోనే ఆయన పై చదువులు చదువుతారని తెలిసింది.

డాక్టరు చదువు అనేసరికి అమ్మ కాస్త భయపడింది.

"మనం తూగగలమంటారా? హంగూ ఆర్భాటం అలాగే వున్నా ఈ పంటలు చేతికి అందీ అందక మనం అవస్థలు పడుతున్నాం కదా! మళ్ళీ ఈ చదువు అంటే భారం అవుతుందేమో" అంది.

"ఏమీ ఫర్వాలేదు. మనలో ఈమాత్రం చదువుకున్నవాళ్ళు ఎవరున్నారు? చదువుకుని పైకొస్తే మరీ మంచిది. ఈ పల్లెటూళ్ళో మట్టిని నమ్ముకుని గాల్లో దీపంలా బ్రతికే బ్రతుకుల నుంచి బయటపడతారు. దర్జాగా బ్రతుకుతారు. అంతగా అవసరం అయితే పొలం అమ్మి చదివిస్తాను. మన తదనంతరం అయినా వాళ్ళు అనుభవించాల్సినదేగా. వాళ్ళ భవిష్యత్తుకోసం ఇప్పుడే ఇస్తే తప్పేముంది?" అన్నారు నాన్నగారు.

ఆయన చదివించాలనే నిర్ణయించుకున్నారు. అదే మా జీవితాలలో పెద్ద మలుపు. మా పాలిట శాపం అయింది. చేతుల్లో వున్న డబ్బు అంతా తుడిచి ఇచ్చి వచ్చారు.

అల్లుడు డాక్టరు కోర్సులో చేరాడని పరమానందపడిపోయారు. అందరికీ చెప్పుకుని సంబరపడ్డారు. అందరూ నా అదృష్టానికి ఆనందించారు. నాకు దిష్టితీసిపోసింది మా అమ్మ.

ఆ తర్వాత కొద్దిరోజులకి మా అత్తగారు పోయారని కబురొస్తే వున్నపాటున బయలుదేరి వెళ్ళాం. అసలే పుట్టెడు దుఃఖంలో వున్నాడు ఆయనకి మాత్రం ఎవరున్నారు అని ఆ కర్మకాండల ఖర్చులన్నీ మా నాన్నగాగే భరించారు. నేనూ కోడలిగా చేయాల్సినవన్నీ చేశాను. నా భర్తని చూడడం అదే మొదటిసారి.

కర్మకాండలయ్యాక మా ఊరు వచ్చేశాం. ఏడాది తిరక్కుండానే మామగారు మళ్ళీ పెళ్ళిచేసుకున్నారు. నాన్న అమ్మ వెళ్ళారు. నేను చూడకూడదని నన్ను తీసుకెళ్ళలేదు.

పెళ్ళయిన పదిరోజులకి మామగారు వచ్చారు. "అబ్బాయికి ఫీజు కట్టాలిట. ఉత్తరం రాశాడు. మీరు సర్దుబాటు చేస్తే వాడికి నేను మనిఆర్డర్ చేస్తాను" అన్నారు.

అలాగే అని డబ్బులిచ్చి పంపించారు మా నాన్నగారు.

అది మొదలు నెలకు కనీసం రెండుసార్లైనా వచ్చేవారు మామగారు. అబ్బాయికి డబ్బు పంపించాలి సర్దుబాటు చెయ్యండి అని పట్టుకెళ్ళేవారు.

"ఇదేం చదువండీ! ఎంతని ఇస్తాం? ఈ చదువు పూర్తయ్యేసరికి మనం ఏ స్థితిలో వుంటాం" అనేది అమ్మ.

"చాల్లే వూరుకో. అవన్నీ నీకూ నాకూ ఏం తెలుస్తాయి? పట్నంలో వుంటున్న కుర్రాడు. మనలా నీరుకావి బట్టలు కట్టుకొని తిరుగుతాడా? మంచి బట్టలు కావాలి. హోటల్లో తింటున్నాడు. అది సామాన్యమా? గుక్కెడు కాఫీ తాగితే రూపాయి పుచ్చుకుంటారు. ఖర్చులు అవవా?" అనేవారు నాన్నగారు.

ఆ తర్వాత మా అత్తగారు కడుపుతో వుంది. "మామగారు వచ్చి బావగారూ! బొత్తిగా కటకటగా వుంది. కాస్త డబ్బు అప్పుగా ఇస్తే తీర్చుకుంటాను" అనేవారు.

"అలాగే! దానికేం భాగ్యం తీసికెళ్ళండి అని ఇచ్చేవారు నాన్నగారు. గాలికి పోయిన పేలపిండి కృష్ణార్పణం అన్నట్లు తీసుకోవడమే గానీ ఇవ్వడం ఏనాడూ లేదు.

ఇటు వరసగా పంటలు దెబ్బతినడంతో నాన్నగారి ఆర్థికపరిస్థితి దెబ్బతినడం మొదలుపెట్టింది. అటు మామగారి అవసరాలు పెరిగిపోయాయి.

డబ్బు రూపంలోనే కాక పాతబియ్యం పంపించండి, నెయ్యి పంపించండి అంటూ వస్తురూపంలో కూడా అడగడం ఆరంభించారు.

దేహి అని ఎవరడిగినా కాదనని నాన్నగారు స్వయంగా వియ్యంకుడు చెయ్యిజాచి అడిగితే కాదంటారా? అడిగినంతా ఇస్తూ వచ్చారు. ఆరోజుల్లోనే నేను పెద్దమనిషిని అయ్యాను.

ఆ తర్వాత ఆ ముచ్చట తీరిస్తే అల్లుడు వచ్చి పోతూ వుంటాడు అని అమ్మ సరదాపడింది. కానీ అలా జరిగితే ఆయన చదువుకి ఆటంకం అని వాయిదా వేశారు.

పండగలకైనా అల్లుడిని పంపించండి అని అడిగితే "ఎందుకు? మా కోడలిని తీసుకుని మీరే రండి. వాడూ వస్తాడు. అందరం కలిసి పండగ జరుపుకుందాం అనేవారు. అంతేకాదు పండగకి వస్తూ ఏమేం తీసుకురావాలో ఓ లిస్టురాసి పంపేవారు.

వారందరికీ కొత్తబట్టలు, వారడిగిన వస్తువులు అన్నీ తీసుకుని ఆర్భాటంగా వెళ్లేవాళ్ళం. ఆయన వచ్చేవారు కాదు. "ఏవో పరీక్షలు వచ్చిపడ్డాయట. రాలేనని రాశాడు" అనేవాళ్ళు.

మా అందరి ప్రాణం వుసూరుమనిపించేది. అందరం ఆయన చదువు పూర్తికావాలని ఎదురుచూసేవాళ్ళం.

మా నాన్నగారి ఆస్థి మూడొంతులు అయిపోయాక ఆయన చదువు పూర్తి అయింది. నాన్నగారు ఊపిరి పీల్చుకున్నారు. నా కష్టాలు గట్టెక్కాయి అనుకున్నారు. అంత చదువుకున్నవాడు ఈ కుగ్రామం వచ్చి ఏం చేస్తాడు? పట్నంలోనే ఉద్యోగం చేసుకుంటాడు. అమ్మాయినే కాపురానికి పంపాలి" అనుకున్నారు.

అదేమిటండీ! దాన్ని వదిలి మనం ఎలా వుంటాం" అంది అమ్మ దీనంగా.

"ఏం ఫర్వాలేదు. ముందు దాన్ని పంపిద్దాం. మన ఓపిక తగ్గేదాకా ఇక్కడే వుండి ఆ తర్వాత మనమూ వాళ్ళ పంచన చేరదాం" అన్నారు నాన్నగారు.

అమ్మకూడా మనసు గట్టిచేసుకుని నన్ను కాపురానికి పంపడానికి సిద్ధపడింది. అప్పటికి నాకు వయసు వచ్చింది. పెళ్ళంటే ఏమిటో పూర్తిగా అవగాహన అయింది. నేనూ నా భర్తకోసం ఎదురుచూడసాగాను.

హఠాత్తుగా వచ్చింది వర్తమానం. మేము అనుకుంటున్నట్లు శుభవార్త కాదు. పిడుగులాంటి వార్త. ఆయన నన్నేలుకోను అంటున్నారుట. ఇంత చదువుకున్నవాడిని నాకా పల్లెటూరి బైతు వద్దన్నారుట.

అమ్మ కుప్పకూలిపోయింది. మా నాన్న బాబాయిని వెంటబెట్టుకుని పరుగున వెళ్ళారు. వాళ్ళ కాళ్ళావేళ్ళా పడ్డారు.

అంతకాలం వంగి దణ్ణాలు పెడుతూ మాకు వినయంగా వున్న మామగారు వాడొద్దంటుంటే నేనేంచేసేది అన్నారుట.

బ్రతిమాలి ఒప్పించమని ప్రాధేయపడి తిరిగి వచ్చారు. వారం తిరక్కుండా మామగారు వచ్చారు. ప్రైవేటు ప్రాక్టీసు పెట్టుకునేందుకు డబ్బు ఇస్తే భార్యని కాపురానికి తీసుకువెళ్తానన్నారుట. నాన్నగారు అయోమయంగా చూశారు.

మా అమ్మ మాత్రం వెనకాడింది. “ఒక్కసారి అబ్బాయిని పిలిపించండి. అన్ని విషయాలూ ముఖాముఖి మాట్లాడుకుందాం” అంది.

“వాడు రానంటుంటే నేనేం చెయ్యనమ్మా? వాడి మాట మీకు చెప్పాను. ఇక వాడిష్టం మీ ఇష్టం” అని వెళ్ళిపోయారు మామగారు.

నాన్నగారు అమ్మకి నచ్చచెప్పారు. తెగేదాకా లాగడం మంచిది కాదు. ఆడపిల్లను కన్నవాళ్ళం మనమే సర్దుకుపోవాలి అని మిగిలిన పొలం బేరం పెట్టి వాళ్ళు అడిగిన సొమ్ము వాళ్ళకి ముట్టచెప్పారు.

ఆ తర్వాత కొద్దిరోజులకి వాళ్ళ దగ్గర నుండి కబురు వచ్చింది. ఆ డబ్బంతా తీసుకుని ఆయన ఇల్లు వదిలి వెళ్ళిపోయారట. ఎప్పుడో చిన్నతనంలో జరిగిన పెళ్ళికాబట్టి అది చెల్లదని చెప్పమన్నారనీ చెప్పారు.

అమ్మ కుప్పకూలింది. అప్పటివరకూ మహర్జాతకురాలని నన్ను అన్నవాళ్ళే నష్టజాతకురాలని అన్నారు. అందరి మాటలూ విని భరించలేక, నా బ్రతుకు బండలైపోయిందనే దిగులుతో అమ్మ ఆరోగ్యం పాడైపోయింది. వైద్యం చేయించినా ఫలితం దక్కలేదు. అమ్మ వెళ్ళిపోయింది.

నాన్న మరీ కృంగిపోయారు. ఆర్థికంగా చితికిపోయారు. గుండెలమీద కుంపటిలా నేను. అల్లుడిని ఎలాగైనా వెతికి తీసుకురావాలని, కాళ్ళమీద పడి ఎలాగైనా నా కాపురం చక్కదిద్దాలని వ్యర్థప్రయత్నం చేశారు. మరింత డబ్బు ఖర్చు కావడమే తప్ప ఫలితం దక్కలేదు. మా ఇల్లు కూడా అప్పుల

వాళ్ళపాలైపోయింది. మహారాజులా బ్రతికిన మా నాన్నగారికి నిలవ నీడ లేకుండా పోయింది.

మా బాబాయి వచ్చి నన్ను, నాన్నని తనింటికి తీసుకువెళ్ళి ఆశ్రయం ఇచ్చాడు. నాన్నకూడా ఎక్కువకాలం బ్రతకలేదు. మనోవ్యాధితో తీసుకుంటూనే వెళ్ళిపోయారు.

నాన్నపోయాక నా స్థానం ఏమిటని అందరూ ఆలోచించారు. నన్ను అత్తవారింట్లో దించితే ఏనాటికైనా వాళ్ళ మనసు మారుతుందేమో అని నన్ను తీసుకువెళ్ళి అత్తగారింట్లో దించారు.

భర్తలేని అత్తవారింట కోడలికి ఎటువంటి ఆదరణ లభిస్తుందో నాకూ అటువంటి ఆదరణే లభించింది. ఇంటెడు పనిచేసేదాన్ని. వాళ్ళేమన్నా పడేదాన్ని. వాళ్ళు పెట్టింది తినేదాన్ని. అయినా నా ఉనికి వాళ్ళకు ఇబ్బందికరంగా తోచింది. అందుకే ఆరునెలలు తిరక్కుండానే పండగ వంకపెట్టి బాబాయ్ దగ్గర దించారు మా మామగారు.

అక్కడ కూడా నా గతి అధోగతిగా తయారయింది. ఇక సహించలేక బాబాయ్ ఒక నిర్ణయానికి వచ్చాడు. నన్ను వెంటబెట్టుకుని బయలుదేరాడు. ఊరూరా తిరుగుతూ గమ్యం చేరాం. ఆ తర్వాత జరిగింది మీకూ తెలుసు.

నా కథంతా విన్నారు. ఒకనాడు ఒంటినిండా నగలు పెట్టుకుని తిరిగేదాన్ని. ఇదిగో ఈనాడు ఈ పసుపుతాడు తప్ప చిన్న బంగారంలేదు" అంటూ జాకెట్టు చేతిదగ్గర కాస్త పైకి లాగి చూపించింది.

"ఇవన్నీ మా అమ్మ నాకు కట్టించిన తాయెత్తులు. మీరందరూ మధ్యవర్తులుగా వచ్చారు కాబట్టి మీదగ్గర దాపరికం వుండకూడదు" అంటూ మెల్లిగా లేచి నిలబడి చీరె కాస్త పైకి తీసింది.

"ఇదిగో ఇవన్నీ చూశారా. నా కాపురం సవ్యంగా సాగాలని నలభై రోజులు నూట ఎనిమిదిసార్లు దబ్బాలు వేయించింది మా పిన్ని. ఇవి ఆ గుర్తులే."

కమిలిపోయి కాయలు కాచిన మోకాళ్ళ వంకచూసి తల తిప్పుకున్నారు శ్రోతలు.

మళ్ళీ మొదలుపెట్టింది సరస్వతి.

"నా చరిత్ర అంతా చెప్పాను. ఏనాడూ నాకై నేను గడపదాటి ఎరుగను. నాకు చదువురాదు. పూజలూ వ్రతాలు చెయ్యటం, అడుగడుగు దణ్ణాలు, పొర్లు దణ్ణాలు పెట్టడం తప్పించి నాకేం చేతకాదు. ముందు అత్తవారింట్లో దించితే అక్కడున్నాను. అక్కడినుంచి మా మామగారు తీసుకొచ్చి దించితే బాబాయ్ దగ్గరున్నాను. బాబాయి తీసుకొచ్చి ఇక్కడ దించితే ఇక్కడున్నాను. ఇప్పుడు మీరంతా వచ్చి ఇక్కడినుంచి వెళ్ళిపొమ్మంటున్నారు.

ముందే చెప్పుకున్నాను. నాకై నేను ఎక్కడికీ వెళ్ళలేదు. నాకేం తెలియదు. ఇప్పుడైనా నా భర్త పుణ్యం కట్టుకుని నన్నెక్కడికైనా తీసుకెళ్ళి దించితే అక్కడుంటాను. నాకు డబ్బులిస్తానన్నారు. డబ్బెలా ఖర్చు పెట్టాలో నాకు తెలియదు. డబ్బుకి వున్న విలువేమిటో, ఎలా దాచుకోవాలో కూడా నాకు తెలియదు.

నా వయసు ఇప్పుడు ఇరవై ఆరో ఇరవై ఏడో వుంటాయని నా అంచనా. మరి జీవితం గడవాలంటే ఎంత డబ్బు కావాలో నాకు తెలియదు. అంతా మీరే నిర్ణయించండి. మీరేం నిర్ణయించినా నాకు సమ్మతమే. ఇలా చెయ్యమని చెప్పండి చేస్తాను. ఇంతే నేను చెప్పదలచుకున్నది" అంటూ ముగించింది సరస్వతి.

మాట్లాడిన అలసట వల్లనో, పాత జ్ఞాపకాల వల్ల కలిగిన మనస్తాపంతోనో నీరసంగా గోడకి ఆనుకుని కూర్చుని కళ్ళు మూసుకుంది.

శ్రోతలంతా ఇహలోకంలోకి వచ్చారు. బయట వాతావరణం అల్లకల్లోలంగా వుంది. ఈదురుగాలి, వాన జల్లు కురిసి ఆగింది. మళ్ళీ తరుముకొస్తున్నాయి మేఘాలు, బాగా చీకటిగా వుంది.

అందరిలోకీ ముందుగా తేరుకుంది కళ్యాణి. చివాల్న లేచి పరుగున బయటికి వచ్చేసింది.

ఒక్కమాటైనా మాట్లాడకుండా అలా వెళ్ళిపోయిన కళ్యాణిని చూసి ఆశ్చర్యపోయారు రమేష్, రామారావు. ఏదో చెప్పాలని ప్రయత్నించి సాధ్యం కాక మౌనంగా బయటికి వచ్చేశారు.

ఎవరికి వారే ఏదో ఆలోచిస్తూ గమ్యం చేరారు.

***

శ్యామల భర్తమీద విరుచుకుపడింది. "బాగానే వుంది మీవరస. ఊరివాళ్ళ సంసారాలు బాగుచేసే సరికి మన సంసారం కాస్తా చెట్టెక్కేలా వుంది" అని దుమ్ము తూర్పారపట్టింది.

రమేష్ మాట్లాడకుండా పడుకున్నాడు. అరిచి అరిచి వూరుకుంది శ్యామల.

కళ్యాణి ఇంటికి వచ్చి పిచ్చిదానిలా కూర్చుంది. వెనకాలే వచ్చిన రామారావు భార్యవాలకం చూసి కాస్త కంగారుపడ్డాడు.

"అలా వున్నావేం? తలనెప్పి వచ్చిందా? కాస్త కాఫీ తాగు" అన్నాడు ఆదరంగా.

"ఈ తలనెప్పి కాఫీకి తగ్గేదికాదులెండి. మా పాలిట శాపం. మా ఆడవాళ్ళకు పుట్టుకతో వచ్చి చావుతోగానీ తగ్గని తలనెప్పి ఇది" అంది కళ్యాణి విసురుగా.

అదిరిపడ్డాడు రామారావు. "ఏమిటిది కళ్యాణీ! ఎందుకిలా మాట్లాడుతున్నావు?"

"ఇంకేం అనమంటారు? ఆవిడని చూస్తుంటే నా కడుపు తరుక్కుపోయింది. ఎంత మోసం? ఎంత అన్యాయం? జంతువులు కూడా తమకు అపకారం చెయ్యని వాళ్ళజోలికి పోవే. ఆకలైనా వేటాడి చంపుతాయే! మరి మనుషులు ఎందుకండీ ఇలా నమ్మించి గొంతు కోస్తారు? తియ్యగా మాట్లాడుతూనే నిలువునా ముంచేస్తారెందుకు?"

భార్య ఆవేశం చూసి బెదిరిపోయాడు రామారావు.

"ఆవేశపడకు కళ్యాణీ! నిజానిజాలు ఏమిటో ఆలోచించు. ఆవిడ చెప్పిందే నిజమని ఎందుకనుకోవాలి! పాణిని మనం ఎంతకాలంగా చూస్తున్నాం? అతను మోసం చేశాడని అనుకోవడం అన్యాయం కదూ!" నచ్చచెప్పాలని చూశాడు.

"ఏవండీ! ఎవరు ఎలాంటివారో నాకు తెలియదుగానీ ఒక్కమాట మాత్రం నిజం. ఏ ఆడదైనా నా భర్త నన్ను ఆదరంగా చూస్తున్నాడని చెప్పుకోవాలనే ఆశపడుతుంది. సంసారంలోవున్న లోటుపాట్లు దాచిపెట్టి గుట్టుగా కాపురం చేసుకోవాలనే చూస్తుందిగానీ రోడ్డున పడదు. అందులోనూ ఆకుచాటు పిందెలా పెరిగిన ఆడపిల్లకి మోసాలూ, నయవంచన ఏం

తెలుస్తాయి? సరస్వతి చెప్పింది అక్షరగ అక్షరం నిజం...” ఖచ్చితంగా చెప్పింది కళ్యాణి.

ఆలోచనలోపడ్డాడు రామారావు. అయితే పాణి అబద్ధం చెప్పాడా? ఏమో మరి!

ఇద్దరూ దీర్ఘాలోచనలో మునిగిపోయారు.

అలా ఎంతసేపు గడిచిందో! బయట గేటుచప్పుడు, ఆ తర్వాత “రామారావుగారూ” అంటూ యమున కంఠం వినిపించింది.

అదిరిపడ్డారిద్దరూ. ముందు అనుకున్న ప్రకారం సరస్వతితో రాయబారం జరిపాక ఆ వివరాలన్నీ యమునకి, పాణికి చెప్పాలి. కానీ అక్కడ అంతా తారుమారు అయ్యేసరికి ఇద్దరూ ఆ మాట మర్చిపోయి తలలు పట్టుకుని కూర్చున్నారు.

వాళ్ళకోసం చూసి చూసి విసుగువేసి యమున వచ్చేసింది.

యమునకేం చెప్పాలి? ఇద్దరూ మొహమొహాలు చూసుకున్నారు.

“ప్రస్తుతానికి ఏదో చెప్పి దాటేద్దాం” అన్నాడు రామారావు.

“వద్దు. ఎందుకు అదంతా? యమునకి వున్న విషయం వున్నట్లు చెప్పడమే మంచిది” అంది కళ్యాణి.

“కళ్యాణిగారూ!” మళ్ళీ పిలిచింది యమున.

వెంటనే వెళ్ళి తలుపుతీసి బయటకు వెళ్ళాడు రామారావు.

“ఏమిటండీ ఇది? మీకోసం నేను ఆత్రంగా ఎదురుచూస్తుంటే మీరిక్కడ హాయిగా కబుర్లు చెప్పుకుంటున్నారా?” అంది కినుకగా.

“లేదులెండి. ఇప్పుడే వచ్చాం!” అన్నాడు రామారావు.

“ఇంతకూ ఆవిడేం అంది? ఎంతకావాలంటుంది?” అడిగింది యమున.

“యమునగారూ” వారించింది కళ్యాణి. “ఆవిడ డబ్బు మనిషి కాదు” అంది.

తెల్లబోయింది యమున. పరిస్థితిని అర్థంచేసుకున్న రామారావు నోరు విప్పాడు. “యమునగారూ! అక్కడ జరిగింది మీకు వీలైనంత వివరంగా చెప్తాను” అంటూ చెప్పుకొచ్చాడు.

యమున మొహం పాలిపోయింది. “అంటే పాణిగారు మనతో చెప్పింది నిజం కాదా?”

“ఏమో మరి. నిజానిజాలు ఆ భగవంతుడికే తెలియాలి!” అన్నాడు రామారావు.

“మనం పాణిగారిని ఇన్నాళ్ళబట్టి చూస్తున్నాం. చలిచీమకైనా హాని తలపెట్టని మంచివాడు. అలాంటివాడు కట్టుకున్న భార్యని అంత మోసం చేస్తాడంటే నాకు నమ్మబుద్ధికావడం లేదు” అంది యమున.

“సరస్వతిని మొదటిసారే చూస్తున్నా ఆవిడ చెప్పేదంతా నిజం అని నమ్మకంగా వుంది నాకు” అంది కళ్యాణి.

“ఎవరు నిజం చెప్తున్నారో ఎలా తెలుసుకుంటాం?” అన్నాడు రామారావు.

“పాణిగారినే మరోసారి అడగండి” అంది కళ్యాణి. తలూపాడు రామారావు.

***

ఆ సమయానికి రమేష్ దగ్గర తన నిర్దోషిత్వం నిరూపించుకోవాలని శతవిధాలా ప్రయత్నం చేస్తున్నాడు పాణి. తను చెప్పిందంతా అక్షరసత్యం అన్నాడు. దేవుడిమీద ప్రమాణం చేసి చెప్తున్నానన్నాడు. ఆవిడ కల్లబొల్లి కథలు నమ్మవద్దని దీనంగా వేడుకుంటున్నాడు.

విషయం అంతా తెలుసుకున్న కస్తూరి దిగులుపడిపోయింది. సమస్య జటిలం అయిపోయింది. కూతురి భవిష్యత్తు ప్రశ్నార్థకం అయిపోయింది. మౌనంగా భగవంతుడి ఎదుట కళ్ళు మూసుకుని నిలబడింది.

రమేష్, రామారావు సీరియస్‌గా ఆలోచించారు. ఇక లాభంలేదు. నిజం తెలియాలంటే పాణి తండ్రిని కలుసుకుని మాట్లాడాలి తప్పదు.

రమేష్, రామారావు వెళ్ళాలనుకున్నారు. “నా కోసం ఇంత శ్రమ పడుతున్నారు. మీ రుణం ఈ జన్మలో తీర్చుకోలేను” అన్నాడు పాణి.

ఫర్వాలేదులే అన్నారు ఇద్దరూ. నిజానికి మనసులో వాళ్ళకి కాస్త చిరాగ్గానే వుంది. ఏదో మాట సాయం చేద్దామనుకుని రంగంలోకి దిగితే ఈ వ్యవహారం ఓ చిక్కు సమస్యలా తయారయింది. శ్రమతో కూడిన వ్యవహారంగా వుంది. అలా అని మధ్యలో వదిలెయ్యడానికీ మొహమాటంగా వుంది.

అందులోనూ శ్యామల ఇంట్లో యుద్ధం సృష్టించింది. నచ్చచెప్పి ప్రయాణం అయ్యాడు రమేష్. బస్సులో రామారావు, రమేష్ ఈ విషయమే మాట్లాడుకున్నారు. తమ సంసారాలు సవ్యంగా సాగాలంటే ఈ గొడవ త్వరగా సర్దుబాటు చెయ్యాలి అనుకున్నారు.

రోడ్డుమీద బస్సుదిగి రెండు కిలోమీటర్లు నడుచుకుంటూ ఆ కుగ్రామంలోకి వెళ్ళారు. అక్కడ తమకు కావలసిన ఇంటి ఆచూకి కనుక్కోవడం ఏమీ కష్టంకాలేదు.

ఆ ఇల్లు చేరేసరికి వాళ్ళకి అడుగు ముందుకు పడలేదు. ఓ ఆడకంఠం లౌడ్స్పీకరు స్థాయిలో అరుస్తోంది. పక్కవాయిద్యాల లాగా పసిపిల్లల ఏడుపులు.

ఎందుకూ పనికిరానివాడివని భర్తను తిట్టిపోస్తోంది ఆ ఇల్లాలు. ఆవిడ ఉపయోగిస్తున్న పదజాలం వింటున్న వీళ్ళకి భయం వేసింది. కానీ ఆ ఇంటి అరుగుమీద కూర్చున్న యజమాని మాత్రం దున్నపోతు మీద వర్షం కురిసినట్లు కూర్చున్నాడు. ఆవిడ తిట్లు ఆపితే లోపలికి వెళ్దామని వాకిట్లోనే ఆగిపోయారు రామారావు, రమేష్. కానీ పది నిమిషాలు గడిచినా ఆ తిట్లవర్షం ఎక్కువ అవటం తప్ప తగ్గే సూచనలు కనిపించకపోవటంతో ఇక లాభంలేదని లోపలికి వెళ్ళారు.

నిర్లిప్తంగా అరుగుమీద కూర్చుని శూన్యంలోకి చూస్తున్న వెంకట్రావు వీళ్ళు రావడంతో లేచి నిలబడి పక్కనున్న తుండుగుడ్డ దులిపి భుజాన వేసుకుని ఎదురొచ్చాడు.

"ఎవరూ బాబూ!" అన్నాడు.

"మేము మీ అబ్బాయి స్నేహితులం" అన్నాడు రమేష్.

ఎండిపోయిన ఆయన మొహంలో మెరుపులా మెరిసింది సంతోషం.

"మా వాసు స్నేహితులా? మా వాసు ఎక్కడున్నాడు నాయనా! ఎలా వున్నాడు? క్షేమంగా వున్నాడా?" ప్రశ్నల వర్షం కురిపించాడు.

ఎవరో వచ్చిన విషయం పసిగట్టి బయటికి వచ్చింది బాలాత్రిపుర సుందరి. వంటచేస్తూ వచ్చిందేమో, చేతిలో గరిటె కూడా వుంది.

నల్లటి మనిషి, ఎర్రచీరె, నుదుట పెట్టుకున్న కుంకుమ, చేతిలో గరిటె. సాక్షాత్తు కాళికాదేవిలా వుంది.

"ఎవరూ? ఎవరు వాళ్ళు? అప్పులాళ్ళా?" హూంకరించింది.

"కాదే. మన వాసు స్నేహితులు" తడబడిపోయి నోరు జారాడు. అంతే. ఇక ఆవిడ ఒంటికాలిమీద లేచింది.

"ఏడి ఆ వెధవ? ఎక్కడున్నాడు? కన్నతండ్రిని, తోడబుట్టినవాళ్ళని వాళ్ళ ఖర్మానికి వదిలేసిపోయి టింగురంగామంటూ కులుకుతున్నాడా? అంటూ మొదలెట్టి తిట్టిపోస్తుంటే ఎంతోమంది రౌడీలను, దొంగలను చూసిన రమేష్‌కే చమటలు పట్టాయి. ఇక రామారావు పని అడగనక్కర్లేదు. కాళ్ళూ చేతులూ వణుకు.

అయినా ఎలాగో ధైర్యం తెచ్చుకున్నాడు రమేష్.

"ఏవండీ! మీరు అటు కోడలి తండ్రి దగ్గర డబ్బు గుంజి, ఇటు కొడుకు దగ్గరా డబ్బు గుంజారని విన్నాం. నిజమేనా? అంతేకాకుండా వాళ్ళివ్వడం లేదని అతనితోనూ, అతనికి కావాలని వాళ్ళతోనూ చెప్పి అంతా గందరగోళం చేశారట కదా! ఇది మీకు న్యాయంగా వుందా? అలా మనుషులని మోసం చెయ్యడం పాపం కాదా?" అన్నాడు వెంకట్రావుతో.

"ఆయన్నడుగుతావేం? నన్నడుగు నేను చెప్తాను" అంది ఆ మహాతల్లి కల్పించుకుని.

"ఏం అడిగావయ్యా. మేం చేసింది న్యాయమేనా అన్నావా? ఎక్కడుంది నాయనా న్యాయం? వెతికి చూపించు. నేనూ చూసి ఆనందిస్తాను. ఆడదిక్కులేదనే నెపంతో నాకంటే రెట్టింపు వయసున్న ఈయనకు నన్ను కట్టబెట్టారు. సరే! ఆడజన్మ ఎత్తాక చాకిరీకి భయపడితే ఎలా వెళ్ళమారుతుంది జీవితం? అందుకే వయసు మళ్ళిన భర్తకీ సవతి పిల్లలకీ చాకిరీ చెయ్యడానికి సిద్ధపడి కాపరానికి వచ్చాను. దరిద్ర దేవత తాండవించే ఇల్లు. సంపాదన వున్నా లేకపోయినా వేళకి వచ్చి కంచం ముందు కూచుంటే ఇంత ముద్దపెట్టాల్సిన బాధ్యత ఆడదానిదేగా. దానికితోడు పిల్లలు పుట్టుకొచ్చారు. ఆయన చూడబోతే నోట్లోంచి మాటేరాదు. ఇక ఏం చెయ్యను? అందుకే వియ్యంకుడి దగ్గర డబ్బు గుంజాను.

అది తప్పా? అయ్యో పాపం చెట్టుకి దెబ్బతగులుతుందనుకుంటే పళ్ళు రాల్తాయా?" అంటూ తనని తాను సమర్థించుకుంది.

శ్రోతలకి ఏం చెప్పాలో తోచలేదు.

"సరే డబ్బు తింటే తిన్నారు! కొడుకూ కోడలికి మధ్య గొడవలెందుకు సృష్టించారు? లేనిపోనివన్నీ చెప్పి వాళ్ళ కాపురం ఎందుకు కూల్చారు?" ధైర్యం చేసుకుని అడిగాడు రామారావు.

"ఇది మరీబావుంది. ఒట్టిపోయిన గొడ్డు వల్ల ఏం ప్రయోజనం? మా అబ్బాయి డాక్టరీ చదివాడు. నిలువెత్తు కట్నం ఇస్తారు ఎవరైనా. ఆ డబ్బుంటే నా పిల్లలకు పెళ్ళి చెయ్యొచ్చు. ఇందులో అన్యాయం ఏముంది?" అందావిడ.

"మీరు చేస్తున్న పని చాలా తప్పు. మీమీద చీటింగ్ కేసు పెట్టవచ్చు. నేరం రుజువైతే మీకు జైలు శిక్ష కూడా పడుతుంది. నేను పోలీస్ ఇన్స్పెక్టర్ని. నేను తల్చుకుంటే ఏమైనా చెయ్యగలను" బెదిరించాడు రమేష్.

ఆవిడ మాత్రం బెదరలేదు సరికదా ఎదురుతిరిగి గయ్ మంది. "చాలు చాలులేవయ్యా పెద్దమనిషీ,నీ బోడి బెదిరింపులు నా దగ్గర పనిచెయ్యవు. తెల్లవారి లేస్తే మహామహా వాళ్ళే సవాలక్ష నేరాలు చేస్తారు. వాళ్ళందర్నీ ఎవరేం చేస్తున్నారు? ఎంతమందికి జైలుశిక్ష వేయిస్తున్నారు? అయినా నేనేం చేశానని నన్ను జైల్లో పెట్టిస్తావు? నీ దిక్కున్నచోట చెప్పుకో" అని తిట్టిపోసింది.

అంతటితో ఆగకుండా "మా కొడుకు ఎక్కడున్నాడో చెప్పండి. వెళ్ళి బుద్ధిచెప్పి లాక్కొస్తాం. తండ్రినీ, తల్లినీ, చెల్లెళ్ళనీ వదిలేసి వాడి మానాన వాడు కులుకుతూ కూర్చుంటాడా? బోలెడంత కట్నం ఇచ్చి పెళ్ళి చేస్తామని సంబంధాలు వస్తున్నాయి. మంచి సంబంధం చూసి చేస్తాం. వాడికీ సుఖం, మాకూ సుఖం" అంటూ మొదలుపెట్టింది.

దాంతో బెదిరిపోయారు ఇద్దరూ. ఇంకాసేపు అక్కడే వుంటే మొదటికే మోసం అని బయలుదేరారు.

"ఆగండి. మీవెంట మా ఆయన వస్తారు" అంది బాలాత్రిపురసుందరి.

గొంతులో పచ్చివెలక్కాయ పడినట్లు అయింది రామారావుకి. "ఇప్పటికి ఇప్పుడేం వస్తారు? అడ్రస్ ఇస్తాం. నిదానంగా రండి" అన్నాడు ఆవిడ వినిపించుకోలేదు. ఓ జత బట్టలు సంచీలో పడేసి ఆ సంచి భర్తచేతికిచ్చింది.

"అడ్రసుంటే మాత్రం అవన్నీ మీరెక్కడ వెతుక్కుంటారు? వీళ్ళవెంట వెళ్ళండి. వాడిని చెవి పుచ్చుకుని లాక్కురండి. మీ మాట విని రాకపోతే నాకో ఉత్తరం రాయండి. నేనొచ్చి ఐసాపైసా తేలుస్తాను" అంది.

తలూపి వాళ్ళవెంట నడిచాడు వెంకట్రావు.

రమేష్, రామారావుల పరిస్థితి వర్ణనాతీతం. పుణ్యానికి పోతే పాపం ఎదురయింది అన్నట్లు అయింది వాళ్ళ పరిస్థితి.

గుట్టుగా బ్రతుకుతున్న పాణిని అనవసరంగా వీళ్ళ బారిన పడేశామే అని మథనపడ్డారు. బస్టాండుకు వెళ్తూ వుండగా నోరు విప్పాడు వెంకట్రావు.

"చూడండి! దాని మాటకి ఎదురు చెప్పలేక మీవెంట బయలుదేరాను గానీ మీవెంట రావడం నాకిష్టంలేదు. మా వాసుమీద నాకెంతో జాలి, ప్రేమ. తల్లిపోయాక వాడి బ్రతుకు అస్తవ్యస్తం అయిపోయింది. వాడికేనాడూ ఓ నయాపైసా పంపిన పాపాన పోలేదు నేను. ఏనాడూ ఓ చొక్కాగుడ్డ కొనిపెట్టి ఎరగను. వాడి బాధలేవో వాడుపడ్డాడు. నలుగురి మాటలూ విని మళ్ళీ పెళ్ళి చేసుకుని ఆ కొరివితో తల గోక్కుంటున్నాను. దానికెదురు చెప్పి బ్రతకలేను.

వాసు మాకు చెప్పకుండా వెళ్ళి మంచిపనే చేశాడు. లేకపోతే జీవితాంతం జలగల్లా పట్టి పీడించే వాళ్ళం. వాడు అలా వెళ్ళిపోయినందుకు నేను లోలోపలే సంతోషించాను. ఎక్కడున్నా సుఖంగా వుంటే అంతే చాలు అనుకున్నాను. ఇప్పుడు మీరొచ్చారు. మీవెంట వెళ్ళమంది నా ఇల్లాలు. కానీ నేను రాను. నన్ను మాయచేసి మీరు లారీలో వెళ్ళిపోయారని కట్టుకథ చెప్తాను. మీరు వెళ్ళిపోండి. మా అబ్బాయికి నా ఆశీస్సులు అందజెయ్యండి. వాడు బావుంటే అంతే చాలు నాకు" అంటూ గబగబా పొలాలకి అడ్డంపడి వెళ్ళిపోయాడు వెంకట్రావు.

ఆపద తప్పినందుకు ఆనందించి అంతలోనే ఆయన మీద జాలిపడ్డారు ఇద్దరూ. రోడ్డుమీదికి రాగానే దొరికిన మొదటి వాహనం పట్టుకుని వెళ్ళిపోయారు.

వీళ్ళ రాకకోసం అందరూ ఆత్రుతగా ఎదురుచూస్తున్నారు పాణి, యమున, సరస్వతి, కస్తూరి, కళ్యాణి, ఆలయ్య. ఒకరేమిటి అందరూ ఎదురుచూస్తున్నారు.

రమేష్, రామారావు బస్సు దిగారన్న వార్త క్షణంలో పాకిపోయింది. పాణి పరుగున వచ్చేశాడు. రామారావు ఇంటికి వెళ్ళాడు.

"ఏమిటి? ఏమైంది" అంటూ ఆదుర్దాగా అడిగాడు. వివరంగా చెప్పాడు రామారావు.

"అంతా విని నిట్టూర్చాడు పాణి. ఇదంతా మా సవతితల్లి చేసిన నిర్వాకమా? పోన్లెండి మీ అందరికీ నా నిర్దోషిత్వం రుజువు అయింది. అంతే చాలు" అన్నాడు.

యమున కూడా అదే మాట అన్నది తల్లితో.

"నేను చెప్పలేదా అమ్మా పాణి మోసగాడు కాదని" అంది తృప్తిగా. ఆ సమస్యలో మునిగి తేలుతున్న ముగ్గురిలో ఇద్దరికి నిజం తెలిసిపోయింది. ఇంకో వ్యక్తికి తెలియాలి- సరస్వతికి.

ఆ పనిమీద బయలుదేరారు అందరూ. రామారావు, కళ్యాణి, రమేష్, వారితోబాటు కస్తూరి కూడా వచ్చింది. పెద్దది ఓ మాటసాయానికి వుంటుందని కళ్యాణే బలవంతంపెట్టి రమ్మంది.

నలుగురూ పాణీ ఇంటికి వెళ్ళారు. వీళ్ళని చూడగానే చివాల్న లేచి నిలబడింది సరస్వతి. ఏదో అడగాలని ప్రయత్నించి విఫలురాలైంది.

"మీ అత్తవారి ఊరు వెళ్ళొచ్చాం సరస్వతి గారూ" అంటూ మొదలుపెట్టాడు రమేష్.

"అవునండీ. ఎన్నో చేదునిజాలు బయటపడ్డాయి. మీ అత్తగారు డబుల్ గేమ్ ఆడింది. అటు పాణిగారినీ, ఇటు మీ నాన్నగారినీ మోసం చేసింది" అంటూ పూస గుచ్చినట్లు వివరంగా చెప్పాడు రామారావు.

వింటున్న సరస్వతి మొహం పాలిపోయింది. దుఃఖం, కోపం ముంచుకురాగా నిలువెల్ల వణికిపోయింది. రెండు చేతుల్లో తల పట్టుకుని కూర్చుని వుండిపోయింది. అలా ఎంతసేపు గడిచిందో.

తల విదుల్చుకుని లేచి నిలబడింది. లోపలికి వెళ్ళి తాడుమీద ఆరేసిన చీరె జాకెట్టు తీసి సంచిలో కుక్కింది. చరచర గదిలోకి వచ్చింది.

"మన్నించండి. నిజం తెలియక ఇంతకాలం ఏదో భ్రమలో వున్నాను. ఇక ఇక్కడ ఒక్కక్షణం వుండను. వెళ్ళొస్తాను" అంది.

అందరూ ఉలిక్కిపడ్డారు. నిజానికి వారందరూ కోరుకున్నది అదే. అందుకే అందరూ కూడబలుక్కుని వచ్చారు. కానీ ఆవిడ అంత హఠాత్తుగా ప్రయాణం అయ్యేసరికి కాస్త కంగారుపడ్డారు.

"ఆగండమ్మా. చీకటి పడుతోంది. ఇప్పుడు మీరెక్కడికి వెళ్తారు? నిదానంగా వెళ్ళచ్చు. ఒకటి రెండు రోజుల్లో వెళ్దురుగాని" అన్నాడు రామారావు.

"అవునండీ! జరిగినది అంతా విని పాణి ఒక నిర్ణయానికి వచ్చాడు. మీకో పదివేలు ఇస్తానన్నాడు. ఒకటి రెండు రోజుల్లో డబ్బు సర్దుబాటు చేస్తాను. ఈలోగా మీరు ఎక్కడికి వెళ్ళాలనుకుంటున్నారో నిర్ణయించుకుంటే మనిషిని తోడిచ్చి పంపిస్తాం" అన్నాడు రమేష్.

వారించింది సరస్వతి. "వద్దండీ. నాకేం వద్దు. అసలు నిజం తెలిస్తే రాకనేపోదును. ఇలా వచ్చినందుకే మొహమాటంగా వుంది. ఇంకా సహాయాలు కూడానా. నన్ను వెళ్ళనివ్వండి" అంది.

"ఆవేశపడకండి సరస్వతిగారూ. ఈ రాత్రివేళ ఒంటరిగా ఎక్కడికి వెళ్తారు?" అంది కళ్యాణి.

"ఇక జీవితాంతం ఒంటరిగా బ్రతకాల్సినదాన్ని. ఈ వంటరితనానికి బెదిరిపోతే ఎలా వెళ్ళమారుతుంది నా జీవితం? నిండా మునిగినవాడికి చలి ఏమిటి? నాలాటి దిక్కులేనివాళ్ళకి ఆ దేవుడే దిక్కు" అంది సరస్వతి.

నిలువునా నీరయిపోయింది కళ్యాణి. "అది కాదండీ. ఎప్పుడూ వంటరిగా ఎక్కడికీ వెళ్ళలేదని మీరే చెప్పారు. ఇప్పుడు ఎక్కడికి వెళ్తారు?" అంది జాలిగా.

"అదంతా గతంలో కళ్యాణిగారూ. అప్పుడంటే కొండంత మనిషి మా నాన్నగారి చాటున బతికాను. ఆ తర్వాత నేను ఒక డాక్టరుకు భార్యననే భ్రమలో బ్రతికాను. ఇప్పుడేదిక్కూ లేనిదాన్నని తెలిసిపోయింది. ఇక నా ప్రయాణం వంటరిగా సాగించాలి తప్పదు. ముందిక్కడనుంచి వెళ్ళిపోతాను" అంటూ చరచర నాలుగడుగులు వేసేసరికి కళ్ళు మసకలు కమ్మాయి.

గత చాలారోజులుగా హైరానా, మానసిక వేదన, సరిగ్గా తినీ తినకా. దానికితోడు ఈ చలికి తట్టుకోలేక పొద్దుటినుంచీ జ్వరం కూడా వచ్చింది. అవన్నీ ఏకమై కళ్ళు తిరిగి గోడ పట్టుకుని కుప్పకూలి పోయింది.

అది చూసి కళ్యాణి, కస్తూరి పరుగున వచ్చారు.

సరస్వతి వంటిమీద చెయ్యి వేసిన కస్తూరి ఉలిక్కిపడింది.

"అయ్యో! ఒళ్ళు కాలిపోతోంది. పాపం జ్వరం వచ్చిందండీ" అంది కంగారుగా.

నుదుట చెయ్యివేసి చూసింది కళ్యాణి. "అమ్మో! జ్వరం బాగా వుంది" అంది.

ఇద్దరూ సాయంపట్టి చాపమీద పడుకోబెట్టారు. లోపలికి వెళ్ళి దిండు దుప్పటి తెచ్చి తల దిండుమీద పెట్టి దుప్పటి కప్పింది కళ్యాణి. "జ్వరం చూడబోతే ఇలా వచ్చింది. అసలే ఇక్కడ మలేరియా ఎక్కువ. ఎందుకైనా మంచిది. పాణిగారిని పిలవండి" అంది.

మొహమొహాలు చూసుకున్నారు రమేష్, రామారావు. పాణి వస్తాడా? వాళ్ళ ఆలోచన గమనించింది కస్తూరి.

"పోనీ యమునకు కబురు పెట్టండి" అంది.

రమేష్ వెంటనే జీప్ వేసుకుని యమున దగ్గరికి వెళ్ళాడు. పాణి కూడా అక్కడే వున్నాడు.

రమేష్‌ని చూడగానే చివాల్న లేచాడు. "ఏమైందండీ! ఆవిడ ఒప్పుకుందా?" ఆత్రంగా అడిగాడు.

టూకీగా పరిస్థితి వివరించాడు రమేష్. తలపంకించింది యమున. "ఈ టాబ్లెట్లు తీసుకువెళ్ళి మింగించండి. తగ్గకపోతే నేను వచ్చి చూస్తాను" అంది.

అలాగే అంటూ వెళ్ళిపోయాడు రమేష్.

"ఏమిటిది యమునా? మనకు అడుగడుగునా అపశ్రుతులు ఏమిటి?" అన్నాడు దీనంగా.

"ఏం ఫర్వాలేదు. అన్నీ అవే సర్దుకుంటాయి. మీరు ధైర్యంగా ఉండండి" అంది యమున ఓదార్పుగా.

సరస్వతిని బలవంతంగా లేపి మందు మింగించారు. కళ్ళు మూసుకుని పడుకుంది సరస్వతి. కాసేపటికి జ్వరం తగ్గుమొహం పట్టింది. అంతా ఊపిరి పీల్చుకున్నారు.

రాత్రి అయింది. ఇక ఎవరి దారిన వాళ్ళు వెళ్ళాలి. సరస్వతిని ఒంటరిగా వదిలి వెళ్ళే పరిస్థితి కాదు. ఎవరో ఒకరు తోడు ఉండాలి. ఎవరుంటారు? కాసేపు తర్జనభర్జన పడ్డారు.

చివరికి ఆలయ్య తన కోడలు గంగని సాయం పంపిస్తానని చెప్పాడు.

అందరికీ ఆ ఆలోచన నచ్చింది. కాస్త సాయం వుంటే జ్వరం తగ్గాక తన దోవన తను వెళ్ళిపోతుంది.

నిశ్చింతగా ఎవరి దోవన వాళ్ళు వెళ్ళారు.

ఇంటికి వచ్చిన తల్లిని చూసి రేడియో ఆపేసింది యమున. "ఎలా వుందమ్మా ఆవిడకి?" అని అడిగింది.

"బాగానే వుంది. జ్వరం తగ్గింది" అంటూ క్లుప్తంగా వివరాలన్నీ చెప్పింది కస్తూరి. తల్లీకూతుళ్ళు మౌనంగానే భోజనం ముగించారు. పక్కమీదికి చేరారు. మనసు ఆందోళనగా వున్నా, ఆరోగ్యం బాగుండకపోయినా తల్లికి దగ్గరగా జరిగి పడుకుంటుంది యమున. ఆవేళ కూడా తల్లి దగ్గరగా జరిగి పడుకుంది.

కూతురిని దగ్గరికి తీసుకుని తల నిమిరింది కస్తూరి.

"అమ్మా! నాకెందుకో భయంగా వుంది" అంది యమున.

"ఎందుకమ్మా భయం? ఆ దేవుడిమీద భారంవేసి నిశ్చింతగా వుండు" అంది కస్తూరి.

"అమ్మా! నువ్వు ఆవిడని చూశావుగా. నీకేమనిపించింది?" అడిగింది యమున.

"ఏం చెప్పమంటావు యమునా? అమాయకురాలు, ఆత్మాభిమానం వున్న పిల్ల... చూస్తుంటే జాలిగా వుంది" అంది కస్తూరి.

యమున దీర్ఘాలోచనలో మునిగిపోయింది. ఒక్కక్షణం మనసు కలుక్కుమంది. మరుక్షణం సర్దుకుంది. దేశంలో ఆకలికి అలమటించేవాళ్ళు ఎంతోమంది వున్నారు కదా అని అన్నం తినటం మానేస్తున్నామా? ఇదీ అంతే. ఎవరి జీవితం వారిది. అమూల్యమైన జీవితాన్ని వీలైనంత సుఖంగా బ్రతికే హక్కు అందరికీ వుంటుంది. ఆ తర్వాత నిశ్చింతగా నిద్రపోయింది.

***

తెల్లవారింది. సూర్యకిరణాలు మొహాన పడేసరికి మెలవకు వచ్చింది సరస్వతికి. ఒక్కక్షణం అంతా అయోమయంగా అనిపించింది. మెల్లిగా జరిగినది అంతా గుర్తు వచ్చింది. చివాల్న లేచి కూర్చుంది.

పక్కనే వున్న గంగ వచ్చి పట్టుకుంది. "జాగర్తమ్మా. నిదానంగా లేవండి" అంది.

గంగ వంక చూసింది సరస్వతి. "ఎవరు నువ్వు?" అని అడిగింది.

"నేనా అమ్మా! హాస్పిటల్లో పనిచేస్తాడే ఆలయ్య. ఆయన కోడలిని. నిన్నరాత్రి మీరు ఒళ్ళెరక్కుండా పడుకున్నారు. నన్ను సాయం వుండమన్నారు ఇనస్పెక్టరు బాబు" అంది వినయంగా.

చల్లనీళ్ళు ముట్టుకోవద్దని వేడినీళ్ళు పెట్టి మొహం కడిగించింది. తలదువ్వి జడ వేసింది. బలవంతంగా పాలు తాగించింది.

"ఎందుకు గంగా నేనంటే నీకింత అభిమానం?" అడిగింది సరస్వతి.

"అదేంమాట తల్లీ? పుట్టెడు దుఃఖంలో వున్నావు. మనిషికి మనిషి సాయం. అంతేనమ్మా" అంది గంగ.

"నీ రుణం ఎలా తీర్చుకోగలను గంగా?"

"ఎందుకమ్మా అంతమాట? పెద్దింటి బిడ్డవి. సాటిమనిషిగా నేను నీకు ఈ మాత్రం చెయ్యలేనా?" అంది గంగ.

"ఇంకా ఏం పెద్దింటి బిడ్డని గంగా? అదంతా ఏనాడో పోయింది. ఇక ఇప్పుడు ఇల్లూ వాకిలి లేని అనాధను" చెప్తూంటే కన్నీళ్ళు జలజల రాలాయి. జాలిగా చూసింది గంగ.

"వూరుకో తల్లీ. దిక్కుమాలిన ఆడజన్మ ఇంతేనమ్మా." నేనంతా విన్నాను. ఏం చేస్తావు? గుండె రాయి చేసుకో. ఇంకా బోలెడంత బతుకు ముందు వుందికదమ్మా. అదెట్టా బతకాలో ఆలోచించుకో" అంది తల నిమురుతూ.

"అదే అర్థం కావడం లేదు గంగా. ముందు ఇక్కడినుంచి వెళ్ళిపోవాలి. ఇక్కడుంటే ముళ్ళమీద వున్నట్లు వుంది నాకు. ఇప్పుడు బస్సేమైనా వుందా?" అంది సరస్వతి లేచి నిలబడి.

"ఆవేశపడకమ్మా. బస్సుదేముందిలే. ఇప్పుడు కాకపోతే ఇంకాసేపాగినా దొరుకుతుంది. కానీ ఎక్కడికి వెళ్తావమ్మా? ఈ పాపిష్టి లోకం వంటరి ఆడదాన్ని బతకనిస్తుందా? పీక్కుతినరా? ముందు ఎక్కడికి వెళ్ళాలో చూసుకో" అంది గంగ.

"ఎక్కడికైనా సరే వెళ్తాను. ఏ గుడిముందో లేదా ఎందులోనైనా దూకి ఆత్మహత్య చేసుకుంటాను. ఇక్కడ మాత్రం మొహమాటంగా వుంది. నా బాధ నీకు అర్థం కాదు గంగా" అంది సరస్వతి దీనంగా.

"ఎందుకర్థం కాదు తల్లీ? నేనూ నీలాటి ఆడదాన్నేగా. నేనూ ఎన్నో కష్టాలు పడ్డాను."

నా మావకి అయిదుగురు కొడుకులు. ముగ్గురు కూతుళ్లు. నా మొగుడు మూడోవాడు. చిన్నతనంలోనే పెళ్ళయింది. పెళ్లయిన వెంటనే కాపరానికి రావాలని అత్తావాళ్ళు, పంపించం అని అమ్మావాళ్ళు కొట్టుకుచచ్చారు. నా మీద ప్రేమతో అనుకునేవు తల్లీ, అదేం కాదు. నేను తెచ్చే ఆ పావలా కూలి డబ్బులకోసం కక్కుర్తిపడి.

ఇద్దరివీ దరిద్రపుగొట్టు కుటుంబాలే. రెక్కాడితేగానీ డొక్కాడదు. నా మొగుడు చాలా మంచివాడు. నేనంటే తగని ప్రేమ. కాస్తోకూస్తో చదువుకున్నాడు. తాపీమేస్త్రీ దగ్గర పనికోసం పట్నం వెళ్ళాడు. బాగానే సంపాదించేవాడు. నన్నూ తీసికెళ్ళాడు. ఒక బాబుగారింట్లో పనిచేసేదాన్ని. ఆ అయ్యగారూ, అమ్మగారూ ఉద్యోగాలకి పోతే పగలంతా ఇంట్లో వుండి పిల్లలని చూసుకుంటూ వుండేదాన్ని. బాగానే వుండేవాళ్ళం.

ఇక్కడ మా మావ కుటుంబం పరిస్థితి ఏమీ బాగుండలేదు. మా అత్త జబ్బుపడింది. వచ్చే కూలి డబ్బులు రాకపోగా మందూ మాకూ ఖర్చొకటి వచ్చిపడింది. చేద్దామన్నా పన్లు దొరక్క కటకటలాడిపోయారు. మేం పొదుపుగా వాడుకుని వున్న డబ్బంతా ఇక్కడికే పంపేవాళ్ళం. అయినా చాలేది కాదు. అట్టా వుండగా నా భర్తకి దుబాయ్‌లో ఉద్యోగం దొరికింది. అక్కడ ఓ ఏడాది కష్టపడితే ఇక్కడ అయిదేళ్ళు సంపాదించినంత సంపాదించవచ్చు అని చెప్పారు అందరూ. ఇంటి పరిస్థితి బాగలేదు. అక్కడికి వెళ్తేనే మంచిదని వెళ్ళాడమ్మా.

పట్నంలో వంటరిగా ఎలా వుంటాను? నేనిక్కడికే వచ్చేశాను. ఆయనక్కడికి వెళ్ళాక నెలతిరిగేసరికి డబ్బు పంపేవాడు. ఇక్కడ ఇంటి పరిస్థితులు బాగుపడ్డాయి. అందరూ రెండు పూటలా తినడం మొదలుపెట్టారు.

కానీ నా పని మాత్రం దిగజారిపోయింది. చాకిరీ, కూలిపనీ తప్పలేదు. కాయకష్టం చెయ్యడానికి అలవాటుపడిన శరీరం. పనికి భయపడేదాన్ని కాను. కానీ సూటీపోటీ మాటలు. కూచుంటే తప్పు. నుంచుంటే తప్పు. మొదట ఏడాది అక్కడ పనిచేస్తే డబ్బు వెనకేసుకోవచ్చు అనుకుని ఆశపడ్డాడు నా మొగుడు. కానీ మూడేళ్ళయినా దమ్మిడీ నిలవెయ్యలేకపోయాడు. ఇంట్లో

అందరికీ షోకులు ఎక్కువయిపోయాయి. దాంతో ఖర్చు ఎక్కువైంది. ఇదంతా చూసి నా కళ్ళు మండుకొచ్చేవి. అయినా నోరెత్తేదాన్నికాదు.

ఓనాడు వరసకు బావ అయిన వాడితో నవ్వుతూ మాట్లాడానని నాకు రంకుగట్టి యాగీచేసింది మా అత్త. నేనూ ఎదురుతిరిగి సమాధానం చెప్పాను. మాటామాటా పెరిగింది. కర్ర తీసుకుని నా మీదికి వచ్చింది మా అత్త. ఆ కర్ర లాక్కుని దాన్నే నాలుగు బాదాను. అడ్డం వచ్చిన వాళ్లందరికీ తలా నాలుగు తగిలించాను.

ఎంతకాలం వూరుకుంటానమ్మా? అక్కడ నా మొగుడు రెక్కలు ముక్కలు చేసుకుని సంపాదించినదంతా వీళ్లకు పెడుతున్నా చాలక జలగల్లా పీక్కుతింటున్నారే? నాచేత చాకిరీ చేయించుకుని నన్ను నానా మాటలూ అంటూ వుంటే నాకు ఒళ్ళు మండిపోదా? నేనూ వయసులోనే వున్నాను. వాళ్లంతా కాపరాలు చేసుకుంటూ కులుకుతుంటే నా కడుపు రగిలిపోదా? అయినా నేను నోరెత్తలేదు. ఉత్తపుణ్యానికి నాకు రంకు అంటగట్టేసరికి నాకు చిర్రెత్తుకొచ్చింది. ఆ ఎదురు తిరగటం మొదలు నా పద్ధతే మార్చేసుకున్నాను.

పట్నంలో అమ్మగారింట్లో వున్నందువల్ల నాకన్నీ తెలుసు. మాటామంచీ, లెక్కాడొక్కా అన్నీ క్షుణ్ణంగా నేర్చుకున్నా. అవసరానికి పనికొచ్చాయి. నెలనెలా నా మొగుడు పంపిన డబ్బు నేనే తీసుకోవడం మొదలుపెట్టాను. మొదట్లో అంతా నానాగొడవా చేశారు. నేను ఎదురుతిరిగేసరికి తగ్గిపోయారు. డబ్బంతా నా చేతిలో పెట్టుకుని బింకంగా వుండేసరికి వాళ్ళే కాళ్ళబేరానికి వచ్చారు. ఆ డబ్బు తీసికెళ్ళి బేంకిలో కడుతున్నాను. రామారావు బాబుగారు వడ్డీ వచ్చే విధంగా ఏర్పాటు చేశారు.

ఇంటికి కావలసినంతమటుకు తీసి వాడతాను. ఆపైన గింజుకు చచ్చినా పైసా ఇవ్వను. మంచి చీరెలు నాలుగు కొనుక్కున్నాను. కాస్త బంగారం కూడా కొనుక్కున్నాను. అది చూసి ఏడుపు. నా ఎదుట మాట్లాడే ధైర్యం లేక చాటున ఏదేదో వాగుతూ వుంటారు. నేనేం లెక్కచెయ్యను. వాగిన వాళ్ళ నోళ్ళే నెప్పిపుడతాయి. ఇంకో రెండేళ్ళు ఆగితే నా మొగుడొచ్చేస్తాడు. నా కష్టాలు గట్టెక్కుతాయి.

ఇదంతా నీకెందుకు చెప్తున్నానంటే తల్లీ కష్టాలు వచ్చినప్పుడు గుండె రాయి చేసుకోవాలి. మొండికి పడి ఎదురుతిరిగి పోట్లాడాలి. మనం

డీలాపడిపోతే అది అలుసుగా తీసుకుని మరింత బెదరగొడతారు అందరూ. కాబట్టి ధైర్యంగా వుండమ్మా. చస్తానని మాత్రం అనకు. చచ్చి ఏం సాధిస్తావు?" అంది గంగ.

అంతా విని నిట్టూర్చింది సరస్వతి. "నాకు మాత్రం చావడం సరదానా గంగా? నాకూ బ్రతుకుమీద తీపి ఎక్కువే. కానీ ఏం చెయ్యను? నేనూ పిరికిదాన్ని కాదు. నా భర్త నన్ను మోసం చేశాడని తెలిసి కూడా చావకుండా నిలదీసి అడగాలని బాబాయ్ అంటే నేనూ సరే అని వెంటవచ్చాను.

తీరా చూస్తే ఆ మనిషిది ఏం తప్పులేదు. ఇంకెవరో మోసం చేశారు. ఇక నేనేం చెయ్యను? నా దారి నేను చూసుకోవాలి కదా!" ప్రశ్నించింది.

"ఎట్లా బ్రతుకుతావు తల్లీ. కాయకష్టం చేసి ఎరగనిదానివి. ఆకు చాటు పిందెలా పెరిగినదానివి. ఏం చేస్తావు?"

సరస్వతి మొహం పాలిపోయింది. "ఏమో గంగా! ఇంతకాలం ఏదో భ్రమలో బతికాను. ఇప్పుడు వాస్తవంలో బ్రతకాలి. చూద్దాంలే. ఏదో ఒక దోవ కనిపించకపోతుందా? దేశంలో నాలాటి నిర్భాగ్యులు ఎంతోమంది వున్నారు. వాళ్ళలో నేనూ ఒకదాన్ని. ముందు ఇక్కడినించి బయటపడాలి. నేనిక బయలుదేరుతాను" అంది.

"పోతా పోతానంటావు. ఈ జ్వరంతో ఎక్కడికి పోతావమ్మా? నిన్ను జాగర్తగా చూసుకోమని ఇనస్పెక్టరు బాబుగారూ, రామారావు బాబుగారూ మరీ మరీ చెప్పారు. ఇంకాసేపట్లో కళ్యాణమ్మగారు వస్తారు. మీరూమీరూ పెద్దవాళ్ళు. ఏం చెయ్యాలో మీరే చూసుకోండి" అంది గంగ.

చెంపన చెయ్యి పెట్టుకుని ఆలోచిస్తూ వుండిపోయింది సరస్వతి.

పదిన్నర దాటాక కళ్యాణి వచ్చింది. వస్తూ అన్నం వండితీసుకొచ్చింది. ఆదరంగా పలకరించింది. దగ్గర కూర్చుని అన్నం తినిపించింది. ఆ ఆప్యాయతకి తలమునకలైపోయింది సరస్వతి. కళ్ళనీళ్ళ పర్యంతం అయి పోయింది.

అది చూసి "ఛ. ఏమిటది? ఎందుకా కన్నీళ్ళు?" అంది కళ్యాణి ఓదార్పుగా.

"ఏమీలేదు. అమ్మానాన్నా పోయాక నన్నెవరూ ఇంత ప్రేమగా చూడలేదు. అందుకే." ఇక ఆపైన మాట్లాడలేకపోయింది సరస్వతి.

ఆదరంగా తల నిమిరింది కల్యాణి. కాసేపటికి తేరుకుంది సరస్వతి. "కల్యాణిగారూ! ఇప్పటికే మీ అందరికీ చాలా శ్రమ కలిగించాను. ఇంకా మిమ్మల్ని ఇబ్బందిపెట్టడం నాకు ఇష్టం లేదు. ఇక నాకు శలవు ఇప్పించండి" అంది.

"ఎక్కడికి వెళ్తారు?" అడిగింది కల్యాణి.

"ఏమో! నాకే తెలియదు!"

"అలా అంటే ఎలా? శాంతంగా ఆలోచించండి ఎవరైనా బంధువులున్నారా?"

"పచ్చగా వుంటే వచ్చి వాలిపోయి కష్టంలో వుంటే ఈసడించుకునే బంధువులుంటే వున్నారేమో. వాళ్లెవరూ నన్నాదరించరు" చెప్పింది సరస్వతి.

"పోనీ మంచి స్నేహితులున్నారా? బంధువుల విషయంలో మీరు చెప్పింది నిజమే. కానీ మంచి స్నేహితులు అవసరానికి ఆదుకుంటారు కదా?" మరో మార్గం సూచించింది కల్యాణి.

"ఎప్పుడో చిన్నతనంలో చింతగింజలు, వామనగుంటలు ఆడుకునే రోజుల్లో వున్న స్నేహితులే తప్ప ప్రత్యేకించి నాకెవరూ స్నేహితులు లేరండీ. పల్లెటూర్లో ఆడపిల్లలకు స్నేహాలు తక్కువే" అంది సరస్వతి.

నిజమే. మరి సరస్వతిలాంటి పల్లెటూరి పిల్లకు ఆపదలో ఆదుకునే స్నేహితులుండటం అసంభవం. మన సమాజంలో ఆడవాళ్ళ స్నేహాలు పెళ్ళితో ముగిసిపోతాయి.

ఆ తర్వాత ఏ శుభకార్యం సందర్భంలోనో ఎదురుపడితే నీకెంతమంది పిల్లలు? మీవారికెంత జీతం అంటూ పలకరించుకోవటానికే పరిమితం అయిపోతుంది. ఉత్తరప్రత్యుత్తరాలు కూడా వుండవు సామాన్యంగా. ఇక అంతకంటే అధికంగా ఆశించడం అత్యాశే.

ఇప్పుడీ సరస్వతికి స్నేహితులెవరూ లేరు. ఎక్కడికి వెళ్తుంది? దీర్ఘాలోచన మొదలుపెట్టింది కల్యాణి. నిజానికి ఏ సంబంధమూ లేని సరస్వతి గురించి కల్యాణి అంతగా ఆలోచించవలసిన అవసరంలేదు. కాని ఏ జన్మ అనుబంధమో సరస్వతి పట్ల జాలి, దయ కలిగాయి. అయ్యోపాపం అనిపిస్తోంది. ఏదైనా దారి చూపించాలని తపనగా వుంది. కాకపోతే ఏ దారి

చూపించాలో అర్థం కావడం లేదు. అందుకే బుర్ర వేడెక్కేలా ఆలోచించడం. ఎంత ఆలోచించినా మార్గం కనిపించడం లేదు. సమస్య చాలా జటిలమైనది.

అందుకే ప్రస్తుతానికి సరస్వతి పూర్తిగా కోలుకునే దాకా తాత్కాలికంగా వాయిదా వేస్తే నిదానంగా ఏదో దారి చూడొచ్చని కల్యాణి తాపత్రయం. కానీ అందుక్కూడా ఒప్పుకోవడం లేదు సరస్వతి. "ఇక ముందు జీవితం అంతా ముళ్ళబాటే కదండీ నాకు. ఈ కాస్త జ్వరానికి భయపడితే ఎలా?" అంది.

"సరే వెళ్ళు. కానీ పాణిగారు ఇస్తున్న డబ్బు తీసుకో" అంది కల్యాణి.

"ఏ అధికారంతో తీసుకోను? ఆయనకి నాకు ఏ సంబంధం వుందని తీసుకోను?" అని అడిగింది సరస్వతి.

"అదేం మాట? మీ నాన్నగారు పాణికి చదువులో సాయం చేశారుగా!" అంది కల్యాణి.

"చెయ్యలేదని తెలిశాక కూడా ఆ మాట ఎలా అనమంటారు" అంది సరస్వతి.

"తరువాత మీ మామగారు అత్తగారు దోచుకున్నా మొదట్లో మీ నాన్నగారే డబ్బిచ్చారు! కాబట్టి అతనిచ్చే డబ్బు నువ్వు తిరిగి తీసుకోవచ్చు. అంది కల్యాణి."

"క్షమించండి. మా నాన్నగారు ఆయనని అల్లుడుగా చదివించారే తప్ప దానధర్మంగా చదివించలేదు. ఆ సంబంధానికే విలువ లేనప్పుడు ఆ డబ్బుకి విలువేముంది? నా బుద్ధితెలిశాక నాన్నగారు పేదవిద్యార్థులకు ఓ పూట అన్నం పెట్టేవారు. అలా చాలామంది వారాలకుర్రాళ్ళు ఉండేవాళ్ళు. వాళ్ళందరూ వచ్చి మా నాన్నగారు తమకు చేసిన సాయానికి విలువ కట్టి నాకు తిరిగి ఇస్తానంటే నేనెందుకు తీసుకుంటాను? పుణ్యాత్ములు నాన్నగారు! ఆయన చేసిన పుణ్యం ఆయనకే దక్కాలి. దక్కుతుంది కూడా. మధ్యలో నా ప్రమేయం ఎందుకు?" అంది సరస్వతి.

కల్యాణికి ఓర్పు నశించిపోతోంది.

"సరస్వతిగారూ! మీకు మరీ ఇంత మొండితనం పనికిరాదు. ఆయన ఏదో సహాయం చేస్తానంటున్నారు. మీరేం అర్థించలేదు. ఆయన కూడా ఇష్టపడి ఇస్తున్నారు. ఇబ్బందిపడి ఇవ్వడం లేదు. తీసుకోవడానికి మీకేం అభ్యంతరం చెప్పండి?" కల్యాణి గొంతులో కాస్తంత చిరాకు, అసహనం తొంగిచూశాయి.

సరస్వతి కళ్ళవెంట నీళ్లు తిరిగాయి.

"కల్యాణిగారూ! నాది మొండితనం కాదు. మీరు కూడా ఆవేశపడకుండా శాంతంగా ఆలోచించండి. నా పరిస్థితి కూడా కాస్త అర్థం చేసుకోండి. ఆయన నాకు డబ్బిస్తానన్నారు. ఎంత ఇస్తారు? పదివేలు, పదిహేనువేలు మహా అయితే పాతికవేలు. అంతేనా? ఆ డబ్బు నేనేం చేసుకోను? దాంతో నా జీవితం వెళ్ళమారిపోతుందా? లేక అదలాగే బేంకిలో వేసుకుంటే వచ్చే వడ్డీకి నేను బ్రతకగలనా? ఓ మనిషి బ్రతకడానికి ఆ డబ్బు సరిపోతుందా?

అసలైనా ఆయన నాకెందుకు సాయం చేస్తున్నారు? భార్యనని ఆదరంతోనా? ఆ సంబంధం ఏనాడో తెగతెంపులు చేసుకున్నానని ఆయనే చెప్తున్నారు. ఆయన భావిజీవితానికి నేను అడ్డుపడతానని భయంతో నా పీడ వదుల్చుకునేందుకు డబ్బు మూల్యంగా చెల్లిస్తున్నారా? ఆ భయం ఆయనకు అక్కర్లేదు. నేనెవరికీ అడ్డురాను నాకు అధికారం లేనిదాన్ని ఆశించే కుసంస్కారిని కాదు నేను. ఇవేవీ కారణాలు కాదని మీకూ తెలుసు.

నా పరిస్థితి చూసి జాలిపడి ఇస్తున్నారు. దిక్కులేనిదానినని ఆర్థిక సహాయం చేస్తున్నారు. అంతే కదూ!

కల్యాణిగారూ! మీరూ ఆడవారే. నా బాధ అర్థం చేసుకోగలరు. ఎంత దీనస్థితిలో వున్నా అయినవారి దగ్గరకు వెళ్ళి చెయ్యి జాచాలంటే ప్రాణం చచ్చిపోతుంది ఎవరికైనా! ఆయన నన్ను భార్యగా భావించకపోవచ్చు. నాతో సంబంధం తెంచుకుని మరో పెళ్ళికి సిద్ధమై వుంచవచ్చు. కానీ నేనింకా ఆయన నా భర్త అనే భావిస్తున్నాను."

తెగతెంపులు అయిపోయాయి కదా అని మంగళసూత్రాలు తీసి విసిరెయ్యలేదు. ఈ సంబంధానికి ఖరీదు కట్టి చెల్లించడానికి ఆయన సిద్ధంగా వున్నా తీసుకోవడానికి నేను సిద్ధంగా లేను.

ఎప్పుడో మా నాన్నగారు ఆయనకు చేసిన సాయానికి నా మెడలో మంగళసూత్రానికి చెల్లు. మనిషి తోడులేకపోయినా ఈ మెళ్ళో తాడు ఓ తోడుగా వుంటుంది. పెళ్ళయిందనీ, భర్త వున్నాడనీ నలుగురికి తెలుస్తుంది.

పరదేశం వెళ్ళాడనో, ఏదో సాకు చెప్పే అవకాశం నాకు వుంటుంది.

నా పరిస్థితి మీకు తెలుసు. చాలా గడ్డురోజులు గడవాలి. తలరాతను తప్పించలేం కాబట్టి నేనూ పరిస్థితులకు ఎదురీది నిలబడాలి. చూస్తాను.

ఏదో జీవనాధారం దొరక్కపోదు. దొరకలేదనుకోండి అప్పుడే ఎవరి దగ్గరైనా చెయ్యి చాస్తాను. ముక్కూ మొహం తెలియని వాళ్ళ దగ్గర అడుక్కున్నా అంత బాధ అనిపించకపోవచ్చు.

దానికోసం ఇప్పుడే కట్టుకున్న భర్త దగ్గర ముష్టెత్తుకునే దుస్థితికి దిగజారడం నాకిష్టంలేదని చెప్తూంటే సరస్వతి కళ్ళవెంట నీళ్ళు జారాయి.

గుండె పిండేసినట్లు అయింది కల్యాణికి. నిజమే. నువ్వొద్దు పొమ్మంటున్న భర్త దగ్గర ఆర్థికసహాయం ఆశించడం నిజంగానే నరకం ఆడదానికి.

గంగకి కూడా కడుపులో దేవినట్లయింది. అత్తా మావా ఆదరించకపోతే పీడాపోయింది. తోడికోడళ్ళో ఆడపడుచులో ఓ మాట అన్నా వచ్చిన నష్టం లేదు. కానీ కట్టుకున్నవాడు కాదంటే వేరే ఏ ఆధారమూ లేని ఆడపిల్లకి అంతకంటే బాధాకరం ఏముంటుంది?

"ఏంటో తల్లీ! మాలో అయితే మారుమనువు కెళ్ళచ్చు. మీరు చూడబోతే పెద్దవాళ్ళు. మీకా అచారమా లేదు. ఎట్లా బతుకుతావు" అని అడిగింది జాలిగా.

"ఏమో గంగా! ఇంతకాలం ఆ అవసరం రాలేదు. నాకు అంతగా పనులు కూడా రావు. చిన్నతనంలో మా ఇంట్లో వంటకి వంటమనిషి ఉండేది. మిగిలిన పనులన్నీ కూడా పనివాళ్ళే చేసేవాళ్ళు. ముందంతా మహారాణిలా వుంటుందని నన్ను గారాబంగా పెంచారు. ఆ తర్వాత అత్తగారింటికెళ్ళినప్పుడు అక్కడ అంట్లు తోమడం, బట్టలుతకడం నేర్చుకున్నాను. వంట కూడా చేయించాలని చూసేది మా అత్తగారు. కానీ సరిగా చేతకాక తగలెడుతుంటే పదార్థం పాడైపోతుందని వంట మాత్రం తనే చేసుకునేది. అందుకే వంట బాగా రాదు " అని చెప్పింది సరస్వతి.

"పోనీ కుట్లూ అల్లికలూ ఏమైనా చాతవుతాయా?" అడిగింది కల్యాణి.

తల అడ్డంగా వూపింది సరస్వతి.

తల పట్టుకుని కూర్చుంది కల్యాణీ.

"ఏమిటో పైన పటారం లోన లొటారం అంటే ఇదే. మాలో కూతురు మనువు చేస్తే ఓ ఆవునో రెండు మేకలో నాలుగు కోడిపెట్టలనో కూతురికిస్తారు. మీ పెద్దవాళ్ళ ఇళ్ళల్లో అంతా అల్లుడికి దోచిపెట్టడం తప్పించి కూతురి చేతిలో కాణీ డబ్బు పెట్టరు కదా!" విసుక్కుంది గంగ.

"ఆ మాట నిజమే గంగా. కానుకలూ కట్నాలూ అన్నీ అల్లుడికే ఇస్తారు. మా ఇళ్ళల్లో ఆడపిల్లలకి ఏమీ ఇవ్వరు" అంది కల్యాణి.

"అంతా సజావుగా సాగిపోతే ఏ గోలా వుండదు. ఇదుగో ఇలా బోల్తా పడితే మాత్రం కష్టం" అంది గంగ.

మళ్ళీ అందరూ ఆలోచించారు. చివరికి గంగే నోరు విప్పింది. "చూడమ్మా! నువ్వెక్కడికీ వెళ్ళద్దు. ఈ ఊళ్లోనే వుండు" అంది.

అదిరిపడింది సరస్వతి. "ఈ ఊళ్ళోనా? ఎక్కడుండను? ఏం చెయ్యను?" అంది దీనంగా.

"చూద్దాంలే. ఇంత ఊళ్ళో నువ్వుండడానికి చోటే దొరక్కపోతుందా" అంది గంగ.

"నాకూ ఈ ఆలోచన బాగానే వుంది. మీరు ప్రస్తుతానికి ఇక్కడే వుండండి. నేను టౌన్‌కి వెళ్తాను కదా. అక్కడ ఆచూకీ తీస్తాను. ఏదైనా ఆధారం దొరుకుతుందేమో చూద్దాం" అంది కల్యాణి.

"నా చేతిలో మా బాబాయి ఇచ్చిన పది రూపాయలు తప్ప ఇంకేంలేదు కల్యాణిగారూ! నేనెలా బ్రతకాలి?" దీనంగా అడిగింది సరస్వతి.

"ఏమిటమ్మా ఆ మాటలు? పూటకి పదిపుట్లు తినేదానిలాగా మాట్లాడుతున్నావు. నువ్వు తినే గుప్పెడు మెతుకులే కరువవుతాయా? పక్షులకీ పశువులకీ మేత దొరకగా లేంది మనిషికి అన్నం దొరకదా?" మందలించింది గంగ.

"అదికాదు గంగా" ఏదో చెప్తున్న సరస్వతిని వారించింది. "ఇంకేం మాట్లాడకమ్మా. నీకేదైనా దారి దొరికేదాకా నీ మంచీ చెడ్డా చూసే బాధ్యత నాది. సరేనా!" అంది ఖచ్చితంగా.

కల్యాణికి గంగను చూస్తే చెప్పలేనంత అభిమానం కలిగింది. "నీలాటి మంచివాళ్ళు నూటికీ కోటికీ ఒక్కరు కూడా వుండరు గంగా. ఎంతో చదువుకుని ఉపన్యాసాలు దంచే వాళ్ళంతా నీ కాలిగోటికి సరిరారు" అంది గంగ వంక ఆరాధనగా చూస్తూ.

"అంత పెద్దమాటలెందుకులేమ్మా! పెద్దింటిపిల్ల. పుట్టెడు కష్టాల్లో వుంది. నాకు ఇంకో ఆడపడుచుంటే చెయ్యనా?" అనేసింది గంగ. దీనంగా తన వంక చూస్తూ కళ్ళనీళ్ళు పెట్టుకున్న సరస్వతి వంక చూసి తల నిమిరింది.

సరస్వతి ఆ ఊళ్ళోనే వుంటుందనే విషయం తెలిసి గతుక్కు మన్నారందరూ. కానీ మరో మార్గాంతరం లేదు. అందుకే మాట్లాడకుండా వూరుకున్నారు. ఎంత వద్దనుకున్నా అందరి మనసుల్లోనూ ఏదో ఓ మూల సరస్వతి పట్ల జాలి, సానుభూతి ఏర్పడిపోయింది.

సరస్వతికి ఏదైనా దారి చూపే ప్రయత్నం చెయ్యమని కల్యాణికి మరీ మరీ చెప్పారు అందరూ. అలాగే కనుక్కుంటాను అని హామీ ఇచ్చి వెళ్ళిపోయింది కల్యాణి.

ఆ ఊళ్ళో గవర్నమెంటు వారు అక్కడికి వచ్చి పనిచేసే ఉద్యోగులకోసం చాలా ఇళ్ళు నిర్మించారు. అయితే ఉద్యోగులెవరూ రాకపోవడంతో చాలా ఇళ్ళు ఖాళీగా వున్నాయి. ఆలనా పాలనా లేక పాడుబడిపోతున్నాయి. అటువంటి ఇళ్ళలో ఒక చిన్న ఇంట్లో సరస్వతి వుండేలా నిర్ణయం జరిగింది. ఇంత మారుమూల ప్రాంతంలో ఎవరూ వచ్చి అడగరు. అంతగా అడిగితే అప్పుడే చూసుకోవచ్చు అనుకున్నారు.

రమేష్ మనుషులను పెట్టి ఇంటి చుట్టూ బాగుచేయించాడు. తనకున్న ఏకైక ఆస్తి తనచేతి సంచీతో పాణి ఇల్లు వదిలి ఆ ఇంట్లోకి వచ్చింది సరస్వతి. వెంటనంటే వుంది గంగ.

ఓ ఈతాకుల చాప, నాలుగు మట్టి కుండలు, రెండు చీపుళ్ళు, ఓ పాత లాంతరు మొదలైన సామాన్లు తెచ్చి ఇచ్చింది.

సరస్వతి మొహమాటపడుతుంటే 'ఏంటమ్మా నీదంతా విచిత్రం! ఇందులో ఏదైనా డబ్బు పెట్టి కొన్న వస్తువుందా చెప్పు? చాపలునేసే వాడిదగ్గర చాపా, కుమ్మరి దగ్గర తెచ్చిన కుండా!" అంది తేలిగ్గా.

పగలంతా ఇంటిచుట్టూ తవ్వి కూరల పాదులకి గింజలు నాటింది గంగ. సరస్వతి కూడా సాయం చేసింది. తనే వండుకొచ్చి సరస్వతికి అన్నం పెట్టింది. రాత్రికి చాప చంకనపెట్టుకుని వచ్చి తనకు అంత దూరంలో పడుకుంటే సరస్వతి అడిగింది!

"అదేమిటి గంగా! నువ్వు కూడా ఇక్కడే వుంటావా? మీవాళ్లు ఏమైనా అనరా" అంది.

"అంటే వాతపెడతాను. కొత్తచోటు, వంటరిగా ఎలా వుంటావమ్మా? నాల్రోజులు నేను సాయంగా వుంటాలే" అంది.

రెండు మూడు రోజులు గడిచిపోయాయి. సరస్వతి భారం పూర్తిగా తనమీదే వేసుకుంది గంగ. ఆ రోజు రాత్రి గోడకి అనుకుని కూర్చుని సుందరాకాండ పాడుకుంటూ వుంది సరస్వతి.

"ఎంత బావుందమ్మా ఈ పాట! పట్నంలో ఉండగా రేడియోలో వినేదాన్ని. ఏం పాటమ్మా ఇది?" అని అడిగింది గంగ.

"సుందరకాండ గంగా!" అంది సరస్వతి.

"అంటే ఏమిటమ్మా?" మళ్ళీ అడిగింది గంగ.

సుందరాకాండ అంటే రామాయణంలో ఒక భాగం గంగా. ఇది చదువుకుంటే కష్టాలు గట్టెక్కుతాయని అనేది మా అమ్మ" చెప్పింది సరస్వతి.

"అలాగా! ఏదమ్మా పెద్దగా పాడు వింటాను" అంది గంగ.

అలాగే అంటూ మొదలుపెట్టింది సరస్వతి. శ్రావ్యంగా పాడుతూ వుంటే వింటూవుండిపోయింది గంగ. లీనమైపోయింది.

సరస్వతి పాట ఆపిన తర్వాత కూడా కాసేపటిదాకా ఆ తన్మయత్వం లోనే వుండిపోయింది. "ఎంత కమ్మగా పాడావు తల్లీ? కళ్ళముందు ఆ హనుమంతులవారు కనిపించారు, నువ్వు పాడినంతసేపూ!" అంది. మర్నాటినుండి ప్రతిరోజూ సరస్వతిచేత పాడించుకుని వినడం మొదలు పెట్టింది.

నాలుగు రోజుల తరువాత ఇద్దరు ముసలివాళ్ళను వెంటపెట్టుకుని వచ్చింది "పుట్టెడు దిగుల్లో మునిగివున్నారమ్మా. ఏవో కష్టాలు. మీ పాటవింటే ప్రాణం హాయిగా వుందని చెప్పి తీసుకొచ్చాను. నాలుగు ముక్కలు పాడు తల్లీ" అంది వాకిట్లో అరుగుమీద కూర్చుని.

"అలాగే గంగా! దానికేం భాగ్యం" అంటూ మొదలుపెట్టింది సరస్వతి. అందరూ శ్రద్ధగా విన్నారు.

ఆ సీతమ్మవారికే తప్పలేదు. ఇక మనం ఎంత? అనుకుంటూ వెళ్ళిపోయారు.

ఆ తర్వాత అదే అలవాటుగా మారింది. ప్రతి రోజూ నలుగురైదుగురు ఆడవాళ్ళు వస్తూవుంటారు.

సరస్వతికి చాలా పాటలు వచ్చు. పురాణ కథలన్నీ వచ్చు. ఆ కథలు వింటూ పాటలు పాడించుకుంటూ ఆనందించేవాళ్ళు ఆ వచ్చిన వాళ్ళు.

అందరికీ సరస్వతి పట్ల అభిమానం ఏర్పడింది. పాపం పెద్దింటి బిడ్డ. పుట్టెడు కష్టంలో వుంది అనుకుని ఏదో తమకు తోచిన సహాయం చేద్దాం అనుకున్నారు. సరస్వతి దగ్గరకు వట్టి చేతులతో వెళ్ళకుండా నాలుగు అరటిపళ్ళో, గ్లాసెడు మజ్జిగో, పావుశేరు జొన్నలో తీసుకెళ్ళడం అలవాటు చేసుకున్నారు. సరస్వతి వారించినా వినలేదు. మా సంతోషంకోసం తీసుకోవాల్సిందే అని బలవంతపెట్టేవాళ్ళు. సరస్వతికి రోజులు బాగానే వెళ్ళిపోతున్నాయి.

"చూశావా అమ్మా! నువ్వూరికే భయపడిపోయావు. ఇప్పుడు చూడు ఎంత దర్జాగా వున్నావో" అంది గంగ.

సరస్వతి ఇంటి పక్కన పెట్టిన ఆనపపాదు ఇంటి మీదికి పాకింది. కూరల పాదులు పూతపుయ్యడం మొదలుపెట్టాయి.

***

మధ్యాహ్నం రెండు గంటలు అయింది. ఒక డెలివరీ కేస్ అటెండ్ అవుతోంది యమున. హాస్పిటల్‌కి తీసుకువచ్చారు. మొదట్లో కాస్త కంగారుపెట్టినా నార్మల్ డెలివరీనే అయింది. అబ్బాయి పుట్టాడు. బిడ్డని తీసుకొచ్చి బయట నిలబడ్డ ముసలమ్మకి అందించింది యమున. "ఇడుగో మనవడు. వూరికే కంగారుపడిపోయావు. నన్నూ కంగారు పెట్టేశావు" అంది.

"ఏదోనమ్మా తల్లిప్రాణం కదా! కాళ్ళూ చేతులూ ఆడలేదు. నీది చల్లని చెయ్యి డాక్టరమ్మా. మా గేదెలు ఈనగానే గిన్నెడు జున్నుపాలు తెచ్చిపెడతాను నీకు" అని యుమునకు చెప్పి మనవడిని ముద్దులాడింది ఆ ముసలమ్మ.

"నా బంగారు నాయన. అమ్మతో చెప్పి నీకు మంచి పేరు పెట్టాలి." అంది.

"ఎవరా అమ్మ?" నవ్వుతూ అడిగింది యమున.

"ఇంకెవరమ్మా? డాక్టరుగారి భార్య" మురిపెంగా మనవడిని చూసుకుంటూ సమాధానం చెప్పింది.

మొహాన వేడినీళ్ళు కొట్టినట్టు అయింది యమునకి. విసురుగా అక్కడినుంచి వెళ్ళి వాకిట్లో కూర్చీలో కూర్చుంది.

***

ఆ సంఘటన తర్వాత పాణిలో చాలా మార్పు వచ్చింది. మనిషి స్తబ్దుగా, ముభావంగా తయారయ్యాడు. ఆ తర్వాత గంభీరత కాస్త తగ్గినా మునుపటి మనిషి కాలేదు.

అతను పెళ్ళి ప్రసక్తి తీసుకువస్తాడేమో అని ఎదురుచూస్తోంది యమున. అసలా మాటే మాట్లాడ్డం లేదు పాణి.

ఇటు చూడబోతే సరస్వతి ఆ ఊళ్ళోనే మకాం పెట్టింది. జనం ఆవిడని డాక్టరుగారి భార్య అనే అంటున్నారు. మళ్ళీ ఆ జనమే డాక్టరమ్మా! మాకు పప్పన్నం ఎప్పుడు పెట్టిస్తావు? అని అడుగుతున్నారు. అటువంటి మాటలు విన్నప్పుడల్లా చెప్పలేని అలజడికి గురిఅవుతోంది యమున.

విసుగు, చిరాకు కలుగుతోంది. "ఎందుకమ్మా అలా వున్నావు? ఒంట్లో బాగా లేదా" అని అడుగుతారు అందరూ. ఏం చెప్పాలో తెలియక మాట మారుస్తుంది. ఇక లాభంలేదు ఇవాళ పాణితో ఖచ్చితంగా మాట్లాడాలి అనుకుంది. ఊళ్ళో విజిట్‌కి వెళ్ళాడు పాణి. వచ్చేసరికి ఆలస్యం అవుతుంది నాకోసం వెయిట్ చెయ్యకు అని చెప్పే వెళ్ళాడు.

అయినా భోజనం చెయ్యకుండా అలాగే వుండిపోయింది యమున. నాలుగున్నరకి వచ్చాడు పాణి. యమున ఇంకా భోజనం చెయ్యలేదని తెలుసుకుని 'అదేమిటి యమునా? మీకు చెప్పే వెళ్ళాగా? అన్నాడు పాణి కాస్త చిరాగ్గా.

"ఫర్వాలేదులెండి. మీకోసం వెయిట్ చెయ్యడం కొత్తేమీ కాదుగా. ఒకవిధంగా అలవాటయిపోయింది" అంది యమున కూడా చిరాగ్గానే.

వింతగా చూశాడు పాణి. "ఏమయింది యమునా? ఎప్పుడూ లేనిది వింతగా మాట్లాడుతున్నావేం?"

"ఏం చెయ్యను? నాలో ఓర్పు నశించిపోతోంది" చెప్పింది యమున.

"అంటే నువ్వు మాట్లాడేది?" సాలోచనగా చూశాడు.

మరింత చిరాకు వేసింది యమునకి "ఇంకా విడమరచి చెప్పాలా? పెళ్ళి విషయం" విసురుగా చెప్పింది.

బరువుగా నిట్టూర్చాడు పాణి. ఆ సంఘటన జరిగాక పెళ్ళి ప్రసక్తి తేవడానికి సంకోచంగా వుంది పాణికి. యమునే అడుగుతుందేమో అని ఎదురుచూశాడు.

ఆ మాటే అన్నాడు పాణి. “ఇది మరీ బావుంది. మీరే చెప్తారేమో అని నేను అనుకున్నాను” అంది యమున.

‘నేనెలా అడుగుతాను యమునా? జరిగినది అంతా నీకూ తెలుసు. పెళ్ళి ప్రస్తావన నీ దగ్గర నుండి వస్తే నాకు రిలీఫ్‌గా వుంటుంది అన్నాడు పాణి.

“సర్లెండి. మనిద్దరం వాదించుకోవటం ఎందుకూ? ఇప్పుడు ఈ ప్రసక్తి వచ్చింది కదా! ఇప్పుడు చెప్పండి” అంది యమున.

“ఏం చెప్పను? నీ ఇష్టమే నా ఇష్టం.”

“సరే. అయితే పెళ్ళి ఎప్పుడు చేసుకుందాం?” మళ్ళీ అడిగింది.

“నువ్వెప్పుడంటే అప్పుడే” అన్నాడు పాణి.

వాళ్ళిద్దరూ ఒకరినొకరు మనస్ఫూర్తిగా ఇష్టపడ్డవాళ్ళు. పెళ్ళి చేసుకోవాలని కలలు కన్నవాళ్ళు. తీరాపెళ్ళి చేసుకునే సమయం వచ్చేసరికి వుండవలసినంత ఉత్సాహంలేదు ఇద్దరిలోనూ. ఆ నిజం ఇద్దరికీ స్పష్టంగా తెలిసిపోతోంది.

అందుకు కారణం ఏమిటో కూడా వాళ్ళకి తెలుసు. సరస్వతి. నిజం చెప్పాలంటే సరస్వతి వాళ్ళపెళ్ళికేం ఆటంకం కాదు. భర్త తనను స్వీకరించడానికి సిద్ధంగా లేడని, మరో వివాహం చేసుకునే ఆలోచనలో వున్నాడనీ తెలిసిన మరుక్షణం అతని జీవితంనుంచి వెళ్ళిపోవడానికి సిద్ధపడింది సరస్వతి. ఆ తర్వాత ఊళ్ళోనే వుంటున్నా ఇటువైపు తొంగిచూడలేదు. తన జీవితం ఏమో, తనేమో అంతే. ఇప్పుడు పెళ్ళి చేసుకున్నా ఆవిడేం అడ్డుండదు.

అయినా ఏదో సంకోచం. తప్పు చేస్తున్నామేమో అనే భావన. ఎవరైనా వేలెత్తి చూపిస్తారేమో అని భయం. సరస్వతి ఈ ఊర్నించి వెళ్ళిపోతే నిశ్చింతగా పెళ్ళిచేసుకోవచ్చు.

అందుకే పాణి నువ్వెప్పుడంటే అప్పుడే పెళ్ళి అన్నా “చూద్దాంలెండి మరికొన్నాళ్ళు ఆగుదాం” అంది యమున.

తలాడించాడు పాణి.

సరస్వతికి ఏదైనా దారి చూపించే బాధ్యత కల్యాణి మీద వుంది.

అలా ఏదైనా మార్గం దొరికి సరస్వతి వెళ్ళిపోతే ఇక ఏ ఆలోచనా లేకుండా పెళ్ళిచేసుకోవచ్చు.

అందుకే కల్యాణికి ఆ విషయం పదేపదే గుర్తుచేయసాగింది యమున. మరో పది రోజుల తర్వాత కల్యాణి వచ్చింది. నాలుగు రోజులు శలవుపెట్టి వచ్చింది. రాగానే అందరి దగ్గరకూ వెళ్ళి అందరినీ పలకరించి వచ్చింది. సరస్వతి ఇంటికి వచ్చి చూసి తృప్తిపడింది.

చక్కగా పర్ణశాలలా వుంది మీ ఇల్లు అని మెచ్చుకుంది.

సరస్వతికి బాగానే కాలక్షేపం అవుతోందని తెలుసుకుని ఆనందించింది. ఇకనేం? లక్షణంగా ఇక్కడే వుండిపోండి అంది.

"ఇక్కడా? ఏదో కొంతకాలం అంటే ఫర్వాలేదు గానీ శాశ్వతంగా ఇక్కడే వుండాలంటే కష్టంకాదూ" అంది సరస్వతి.

"ఏం కష్టం? అక్కడ పట్నంలో ఒంటరిగా వుండడం కష్టంగానీ ఇలాంటి చోట వుండడానికేం? ఇక్కడ అందరికీ మీరంటే అభిమానం. గంగ తోడువుండనే వుంది. ఇక జీవనం సాగించడంకోసం ఏదైనా మార్గం ఆలోచిద్దాం" అంది కల్యాణి.

కల్యాణి రాకకోసం ఎదురుచూస్తున్న యమున కల్యాణి తన దగ్గరకు వచ్చినప్పుడు వివరాలు అడిగింది.

"కనుక్కున్నాను యమునగారూ! నేనున్న ఊళ్లో అటువంటి సదుపాయం ఏమీ లేదు. ఏదైనా పెద్ద సిటీలో ప్రయత్నించాలి. అయినా ఇప్పుడా అవసరం లేదులెండి. సరస్వతి ఇక్కడ బాగానే సెటిల్ అయింది. ఏదైనా ఉపాధి కల్పిస్తే తన బ్రతుకు తను బ్రతుకుతుంది" అంది కల్యాణి.

యమున మొహంలో ప్రసన్నత ఎగిరిపోయింది.

"అంటే ఆవిడ ఇక్కడే వుండిపోతారా?" అని అడిగింది అసహనంగా.

"మరి ఎక్కడో ఒకచోట వుండాలిగా? ఎవరున్నారు ఆవిడకి? ఆనాథలను ఆదరించే సంస్థలలో చేరినా కాయకష్టం చెయ్యనిదే కూర్చోబెట్టి భోజనం పెట్టరుకదా! ఆ కష్టం ఏదో ఇక్కడే చేసుకుంటుంది. ఇక్కడే వుంటుంది" అంది కల్యాణి.

తల పట్టుకుంది యమున. ఆ మధ్యాహ్నం రామారావు భార్య దగ్గర ఆ ప్రస్తావన తీసుకువచ్చాడు.

"ఆవిడకి ఇక్కడ బాగానే వుండవచ్చు. కానీ ఆవిడ ఇక్కడ వున్నంతకాలం పాణి, యమునల వివాహం జరగడం అనుమానమే. వాళ్ళు సంకోచ

పడుతున్నారు. సరస్వతిగారు వెళ్ళిపోతే నిశ్చింతగా పెళ్ళి చేసుకుంటారు. ఆవిడకి నువ్వే ఏదైనా ఏర్పాటు చేస్తావని ఎంతో ఆశతో వున్నారు. నువ్వే ఏదైనా దారి చూడాలి" అన్నాడు రామారావు.

చిరాకు వేసింది కల్యాణికి. "ఉరుము ఉరిమి మంగలంమీద పడినట్టు చివరికి అందరూ కలిసి నామీద పెట్టారా ఈ బాధ్యత! ఏదో మాటసాయం చెయ్యడంవరకూ అంటే బాగానే వుందిగానీ మొత్తం బాధ్యత నాదే అనడం ఏం న్యాయం చెప్పండి? నాకేం సంబంధం? అయినా నా ప్రయత్నం నేను చేసి చూశాను. ఫలితం లేదు. ఇక నేనేం చెయ్యను? ఆవిడ వునికి ఇబ్బంది అయినవాళ్ళు ఆవిడకి వేరే ఏర్పాటుచేసి ఊళ్ళోంచి పంపించమనండి. అంతేగాని నన్ను నమ్ముకున్నందువల్ల ఏ ప్రయోజనం లేదు. ఈ విషయంలో ఇంతకంటే నేనేం చెయ్యలేను" అని తెగేసి చెప్పేసింది.

భర్తతోనే కాకుండా గంగతో కూడా ఆ విషయమే మాట్లాడింది.

"ఇది మరీ బావుందమ్మా! ఆ అమ్మ బతుకు ఆ అమ్మ బతుకుతోంది. అదీ కాదంటే ఎట్లా? ఏమాటకామాటే చెప్పుకోవాలి. పొరపాటునైనా డాక్టరు బాబు ఊసే ఎత్తదు. అంత కలిగిన ఇంట్లో పుట్టి కాలుకింద పెట్టకుండా పెరిగినదైనా పేద కుటుంబంలో పుట్టినదానిలాగే వుంటుంది. తిండికి లేకపోతే మంచినీళ్ళు తాగి పడుకుంటుందేకానీ ఎవరినీ అడగదు. అలాంటిది ఆ మహాపట్నంలో ఏ దిక్కూలేకుండా ఎలా బతుకుతుంది?" అంది.

"నిజమే అనుకో గంగా. కానీ మనిషికి ఏదో జీవనాధారం వుండాలికదా! రామాయణ భాగవతాలు చదువుతూ ఎంతకాలం బ్రతకగలదు? ఎంతో కొంత నికరాదాయం వుంటే బావుంటుంది" అంది కల్యాణి.

దీర్ఘంగా ఆలోచించింది గంగ. "నువ్వు చెప్పింది నిజమేనమ్మా. ఏదో దారి చూపాలి." అనేసింది.

ఆ మర్నాడు రామారావు దగ్గరికి వెళ్ళి మాట్లాడింది. "బాబూ! పాడిపశువుకు లోనిస్తుంది కదా మీ బ్యాంకు? మన సరస్వతమ్మకు ఆ లోనిప్పించరాదూ నీకు పుణ్యం వుంటుంది" అంది.

బుర్ర గోక్కున్నాడు రామారావు. "సవాలక్ష రూల్సున్నాయి గంగా. సరస్వతికి ఏ ఆధారమూలేదు కదా! లోన్ రావడం కష్టం" అన్నాడు.

"అంతేలే బాబూ! అవసరం అయినవాడిని ఏనాడు ఆదుకుంటారు ప్రభుత్వం వాళ్ళు? పోనీ నాకిస్తావా?" అంది గంగ.

"నీకైతే ఇప్పించగలను" అన్నాడు రామారావు.

"సరైతే అలాగే కానీ" అంది గంగ. వెంటనే ఏవో ఫారాలు తీసి నింపి గంగచేత సంతకాలు చేయించాడు రామారావు.

గంగకి ఏదైనా తలకి ఎక్కిందంటే ఆ పని పూర్తయ్యేదాకా నిద్రపట్టదు. అందుకే ఆ డబ్బు వచ్చేలోగా పశువుని వెతుకుదాం అని గాలింపు మొదలుపెట్టింది.

రెండ్రోజుల్లోనే పని సాధించింది. "గేదె ఎందుకు మోడ పశువు? మహాలక్ష్మిలాంటి ఆవు దొరికింది. ఆ అమ్మకి ఆవైతేనే సుఖం. లక్ష్మివారం నాడు తోలుకురమ్మన్నాను" అని చెప్పింది సంబరంగా. సరస్వతి పెరట్లో చిన్న కొట్టం వేయించింది.

బ్యాంకు నుండి డబ్బు డ్రా చేసింది. ఆవురాగానే ఆ డబ్బిచ్చి పంపేసింది. సరస్వతి చాలా మొహమాట పడిపోయింది.

"ఏం ఫర్వాలేదులేమ్మా. అప్పుగానే ఇచ్చాను" నెలకింతని చెల్లువెయ్. నేనేం కడుపు కట్టుకుని నీకివ్వటంలేదుగా. బ్యాంకులో పడివుండేది నీకు అసరా అవుతుంది" అంది గంగ తేలిగ్గా.

"వెయ్యి జన్మలెత్తినా నీ రుణం తీర్చుకోలేను గంగా" అంది సరస్వతి కళ్ళు తుడుచుకుంటూ.

"అంత మాటనకమ్మా. కిందటి జన్మలో నేనే నీకు రుణపడి వున్నానేమో. అదిప్పుడు తీర్చుకుంటున్నాను" అంది గంగ.

పదిరోజుల తర్వాత ఆవు ఈనింది. పెయ్యదూడ. ఇకనేం? మరో మహాలక్ష్మి పుట్టింది అని సంబరపడింది గంగ. చెంగుచెంగున గంతులేస్తున్న దూడని చూస్తుంటే గతం గుర్తుకొచ్చింది సరస్వతికి. చిన్నతనంలో ఇంట్లో బోలెడు పాడిపశువులుండేవి. నాకూ మళ్ళీ మంచిరోజులు వస్తున్నాయి అనుకుంది.

ఆ పల్లెటూళ్ళో ఆవుపాలకు మంచి గిరాకియే వుంది. చిన్నపిల్లలకు, పథ్యంవాళ్ళకూ కావాలి ఆవుపాలు. గంగే వాడుకలు కుదిర్చిపెట్టింది.

సరస్వతికి జీవనోపాధి సమకూరింది. నెలకింత అని నికరాదాయం ఏర్పడింది. పురాణ కాలక్షేపం వుండనే వుంది. నిజం చెప్పాలంటే సరస్వతికి ఖర్చేంలేదు. రెండు జొన్నరొట్టెలో, కాస్తంత అన్నమో వండుకుంటే ఎక్కీ తొక్కీపాలు, కూరలు ఇంట్లోనే వున్నాయి. నెల తిరిగేసరికి పాలమీద వచ్చిన డబ్బంతా గంగ చేతిలో పెట్టేసింది.

"చూశావా మరి. వూరికే భయపడిపోయావు. అనవసరపు అడంబరాలకు పెట్టే ఖర్చు తప్ప మనిషి బ్రతకడానికెంత కావాలమ్మా. కూడూ, గుడ్డా, నీడా వుంటే చాలు. చూస్తుండు నీ బాకీ ఇట్టే తీరిపోతుంది" అంది గంగ.

ఆ డబ్బు మొత్తం బ్యాంకిలో వెయ్యకుండా కొంచెం తీసి రామారావు చేతికిచ్చి సరస్వతికోసం రెండు చీరెలు తెప్పించింది.

"నువ్వు ఏ జన్మలోనో నాకు తల్లివై వుంటావు గంగా" అంది సరస్వతి కృతజ్ఞతతో.

"ఏ జన్మ సంగతో ఎందుకమ్మా. ఈ జన్మలోనే నీ తల్లిననుకో. నాకు ఓపిక తగ్గిపోయాక నీ దగ్గరకే వస్తా. నువ్వే ఇంత గంజి కాచి పొయ్యి" అంది గంగ నవ్వుతూ.

జీవితంలో స్థిరపడేసరికి సరస్వతిలో చాలా మార్పు వచ్చింది. దిగులు తీరిపోయి మొహంలో నూతనోత్సాహం తొంగిచూడసాగింది. సంతోషం సగంబలం. అంతకుమించిన అందం. మామూలు చీరెలే కట్టుకున్నా ఏ ఆభరణాలు లేకపోయినా సరస్వతి అందంగా కనిపించసాగింది అందరి కంటికీ.

ఇక్కడ సరస్వతి ఇంత ఆనందంగా వుంటే అక్కడ యమున రోజురోజుకీ వాడిన గులాబీలా అయిపోతోంది. చిరాకు పరాకు ఎక్కువయ్యాయి. అలంకరణ మీద శ్రద్ధ తగ్గిపోయింది.

ఎందుకిలా చిర్రుబుర్రులాడుతుంది డాక్టరమ్మ అని సణుక్కుంటున్నారు పేషెంట్లు. నోరున్నవాళ్ళు "ఎందుకమ్మా అలా విసుక్కుంటావు? బాగానే వుంది నీ వరస" అని మొహం మీదే అడుగుతున్నారు.

వాళ్ళమీద విరుచుకుపడుతుంది యమున. వాళ్ళు కూడా నోరు పెట్టుకుని అరుస్తారు. అల్లరీ ఆగడం. రెండ్రోజులకు ఒకసారైనా ఈ రభస జరుగుతూ వుండడంతో హాస్పిటల్ స్టాఫ్ విసిగిపోతున్నారు.

ఆయా ధైర్యంచేసి యమునను కాస్త మందలించింది. "చూడమ్మా పెద్దదాన్ని చెప్తున్నాను. ఇక్కడంతా మోటు మనుషులు. వాళ్ళతో కాస్త జాగ్రత్తగా వుండాలి. కస్సుబుస్సుమంటే వూరుకోరు. వాళ్ళతో విరోధం తెచ్చుకోవటం అంత మంచిది కాదు" అని చెప్పింది.

దాంతో మరింత చిరాకుపడింది యమున. జరిగినది అంతా తల్లికి చెప్పి ఇక నేనీ ఊళ్ళో వుండలేనమ్మా. ట్రాన్స్‌ఫర్‌కి పెట్టుకుంటాను" అంది విసుగ్గా.

కస్తూరి గతుక్కుమంది. మర్నాడు కూతురు హాస్పిటల్‌కి వెళ్ళాక రమేష్ దగ్గరికి వెళ్ళింది.

***

"రండి, రండి. వూరకరారు మహాత్ములు. చాలారోజులకి వచ్చారు మా ఇంటికి" అంటూ వ్యంగ్యంగా ఆహ్వానించింది శ్యామల.

ఆ వ్యంగ్యం గమనించినా పట్టించుకోకుండా నవ్వుతూ లోపలికి వెళ్ళింది కస్తూరి.

"ఏమిటి విశేషం? పెళ్ళికి పిలవడానికి వచ్చారా?" అడిగింది శ్యామల.

కస్తూరి మొహం మాడిపోయింది.

అక్కడే వున్న రమేష్‌కి కోపం వచ్చింది.

"శ్యామలా ఏమిటది? రాకరాక వచ్చారు. కాసిని కాఫీ ఇవ్వాలనైనా లేకుండా ఏదేదో మాట్లాడతావే? వెళ్ళి కాఫీ తీసుకురా" అన్నాడు చిరాగ్గా.

"అయ్యో నేనిప్పుడేమన్నాననీ. అప్పుడెప్పుడో అనగా పెళ్ళని చాలా సంబరపడి షాపింగులవీ చేశారు కదా! అందుకే పెళ్ళా అని అడిగాను. తప్పా" అంటూనే లోపలికి వెళ్ళింది.

"దాని మాటలు పట్టించుకోకండమ్మా. కూర్చోండి" అన్నాడు రమేష్.

"నా అదృష్టం బావుంటే నిజంగా పెళ్ళికి పిలవడానికే వచ్చేదాన్ని" అంది కస్తూరి బాధగా.

"ఇప్పుడేం మునిగిపోయింది? ఇవ్వాళ కాకపోతే రేపైనా పిలుస్తారు కదా!" ఓదార్పుగా అన్నాడు రమేష్.

"ఏమో ఏం పిలుస్తానో. యమున ఈ వూర్నించి ట్రాన్స్‌ఫర్ చేయించుకుంటుందట" అంది కస్తూరి దిగులుగా.

తెల్లబోయాడు రమేష్. "ట్రాన్స్‌ఫరా? ఎందుకు? యమునకి ఈ ఊరంటే చాలా ఇష్టం కదా?" అన్నాడు.

"ఏమో బాబూ! ఈమధ్య యమున చాలా మారిపోయింది. వూరికే చిరాకుపడుతోంది. గంటలతరబడి మాట్లాడకుండా కూర్చుంటుంది." దీనంగా చెప్పింది.

వంటింట్లో వున్నా ఒక చెవి ఇటువేపే వుంచింది శ్యామల. కాఫీ తీసుకొస్తూ "పాపం! ఏమైనా గాలీధూళీ సోకిందేమో. ఎవరికైనా చూపించి వైద్యం చేయించండి" అని సలహా చెప్పింది.

రమేష్ చురచుర చూశాడు. అదేం లెక్కచెయ్యలేదు శ్యామల.

మాట్లాడుకుంటూ పోయింది– "చిర్రుబుర్రు లాడుతోందంటే ఆడదూ మరీ? ఏ వయసుకి ఆ ముచ్చట అని వూరికే అన్నారా? లక్షణంగా వయసు రాగానే పెళ్ళి చేసుకుంటే ఏ గొడవలూ వుండవు. వయసు మీదపడ్డాక పెళ్ళోపెళ్ళో అంటూ పరుగులు పెట్టడం, ఆ వ్యవహారాలు బెడిసికొట్టి చిరాకుపడడం చివరాఖరుగా ఎవరితోనో లేచిపోవడం. తెల్లవారిలేస్తే ఎంతమందిని చూడడం లేదు" అంది.

వేడినీళ్ళు మొహాన కొట్టినట్లు అయింది కస్తూరికి. నేరకపోయి వచ్చాను అనుకుంది. ఆ కాఫీ రెండు గుక్కల్లో తాగి వెళ్ళొస్తాను అని చెప్పి వెళ్ళిపోయింది.

రమేష్ భార్యని తలవాచేలా చివాట్లు పెట్టాడు. శ్యామలకి ఎవరేం అన్నా లెక్కలేదు. దున్నపోతు మీద వర్షం కురిసినట్లే. భర్త తిట్టినందుకు బాధపడలేదు సరికదా కస్తూరి మీద అక్కసు తీర్చుకున్నందుకు ఆనందపడింది.

రమేష్ ఆ సాయంత్రం పాణిని కలుసుకున్నాడు. కస్తూరి వచ్చిన విషయం చెప్పాడు. "యమున ట్రాన్స్‌ఫర్ కోసం ప్రయత్నిస్తోందట" అన్నాడు.

బరువుగా నిట్టూర్చాడు పాణి. "ఆవిడ ఇష్టం" అన్నాడు నిర్లిప్తంగా.

ఆశ్చర్యపోయాడు రమేష్. "అదేమిటీ? ఆవిడ వెళ్ళిపోతానంటే మీకు బాధగా లేదా?"

"ఎందుకుండదు? కానీ ఏం చెయ్యను?" నిస్సహాయంగా అన్నాడు పాణి.

"మీకు తెలుసో తెలియదో సరస్వతి ఈ ఊళ్ళోనే శాశ్వతంగా ఉండిపోతుందిట. కాబట్టి మీరు భవిష్యత్తు గురించి త్వరగా ఏదో నిర్ణయం

తీసుకోవడం మంచిది. యమునగారిని ఎంతమాత్రం తప్పుపట్టలేం. ఆవిడ పరిస్థితిలో ఎవరున్నా అలాగే ప్రవర్తించేవారు" అన్నాడు రమేష్.

"మీకు అన్నీ తెలుసు. నన్నేం చెయ్యమంటారో చెప్పండి" అడిగాడు.

"వీలైనంత త్వరగా మీ వివాహం జరిగేలా చూడండి" చెప్పాడు రమేష్.

"పెళ్ళిదేముందండీ. కావాలంటే రేపు పొద్దున పెళ్ళి చేసుకునేందుకు సిద్ధమే. కానీ మా ఇద్దరి మధ్యా ఏర్పడిన దూరం మా పెళ్ళితో సమసి పోతుందా!"

"అంటే మీ ఇద్దరికీ ఏమైనా గొడవ జరిగిందా?" అవమానంగా అడిగాడు.

"లేదు. కానీ ఆ సంఘటన తరువాత, మాలో చెప్పలేనంత మార్పు వచ్చింది. అదివరకు కబుర్లు చెప్పుకుంటూ వుంటే కాలమే తెలిసేది కాదు. ఇప్పుడు ఏం మాట్లాడుకోవాలో అర్థంకాక తికమకపడుతున్నాం. అదివరకు లాగే కలిసి పనిచేస్తున్నాం. కలిసి భోజనం చేస్తున్నాం. కానీ ఏదో స్తబ్దత. మాలో ఉత్సాహం తుడిచిపెట్టుకుపోయింది. ఈ పరిస్థితిలో పెళ్ళి చేసుకున్నా మేమిద్దరం ఇలాగే వుండిపోతే అంతకంటే నరకం మరొకటి లేదు. ఏదో మొక్కుబడిగా పెళ్ళి చేసుకుని యాంత్రికంగా జీవితం గడిపేకంటే వూరుకోవడం ఉత్తమం" చెప్పాడు పాణి.

"అంటే అసలు పెళ్ళే చేసుకోరా?" అయోమయంగా ప్రశ్నించాడు రమేష్.

"ఏమో! నాకు జీవితం మీద ఆశ చచ్చిపోయింది. కొన్నాళ్ళ క్రిందట భవిష్యత్తు గురించి ఏవేవో ఊహించుకున్నాను. ఎన్నెన్నో కలలు కన్నాను. అంతా ఒక్కసారి తలక్రిందులైపోయింది. మనిషికి జీవితంలో కష్టసుఖాలు తప్పవంటారు. మరి నా జీవితంలో సుఖం అనే అధ్యాయం లేనే లేదేమో" నిరాశగా చెప్పాడు పాణి.

అతని బాధ అర్థంచేసుకున్న రమేష్ జాలిగా చూశాడు. "పెళ్ళయిపోతే ఈ సమస్యలన్నీ సర్దుకుంటాయి కదా!" అన్నాడు.

"సర్దుకుంటే బాగానే వుంటుంది. మరిన్ని సమస్యలు ఎదురైతే ఏం చెయ్యాలి?" అడిగాడు పాణి.

ఆ ప్రశ్నకు సమాధానం చెప్పలేక మౌనంగా వుండిపోయాడు రమేష్.

***

ఆ ఊళ్ళో ఏ వార్త అయినా కార్చిచ్చులా పాకిపోతుంది. డాక్టరమ్మకి ట్రాన్స్‌ఫర్ అవుతుందని, ఆవిడ వెళ్ళిపోతుందని కబురు బయటికి వచ్చింది. అందరూ రకరకాలుగా వ్యాఖ్యానించారు.

"అయితే డాక్టరుబాబు డాక్టరమ్మని పెళ్ళిచేసుకోడా? అంతే అయివుంటుంది. అందులోనూ కట్టుకున్న భార్యని కళ్ళెదురుగా పెట్టుకుని తగుదునమ్మా అని మళ్ళీ పెళ్ళి ఎలా చేసుకుంటాడు? డాక్టరు బాబు ధర్మరాజు. చూస్తూ చూస్తూ అలాంటి అన్యాయం చెయ్యడు. ఇకపోతే అమ్మకూడా అపర లక్ష్మీదేవిలా ఉంటుంది. ఆ ఓర్పూ, ఆ సహనం.

ఆ లక్షణాలు డాక్టరీ చదివిన డాక్టరమ్మకి ఎక్కడినుంచి వస్తాయి? ఈమధ్య మరీ చిర్రుబుర్రులాడుతోంది. డాక్టరుబాబేం తెలివితక్కువవాడు కాదు. లక్ష్మీదేవిలాటి ఇల్లాలిని వదిలేయడు" అని రకరకాలుగా చెప్పుకున్నారు.

ఆ నోటా ఆ నోటా పడి చివరికి చేరవలసిన చోటికి చేరింది ఆ వార్త.

ఓ ముసలమ్మ ఆపూట సరస్వతి చెప్పిన పురాణకథను ఆలకించి తను తెచ్చిన పనసతొనలను సరస్వతికి ఇచ్చి నా తల్లీ, నీ కష్టాలన్నీ తీరేరోజు వచ్చింది. ఇకమీద భర్తతో కాపరం చేసుకుంటూ పిల్లాపాపలతో చల్లగా వుండు" అని మనసారా దీవించింది.

తెల్లబోయింది సరస్వతి. గంగ రాగానే "ఏమిటీ గొడవ" అని అడిగింది.

జవాబుగా డాక్టరమ్మ బదిలీకోసం ప్రయత్నిస్తోందనీ, త్వరలోనే ఊరొదిలి వెళ్ళిపోతుందనీ చెప్పింది.

"అదేమిటి గంగా? మరి వాళ్ళిద్దరి పెళ్ళి?" అయోమయంగా ప్రశ్నించింది సరస్వతి.

"పిచ్చితల్లీ. ఈ పెళ్ళిళ్ళు ఈనాటివా? ఏ జన్మలోనో ఎవరికో ముడివేసి పెట్టేవుంటాడు ఆ దేవుడు. అది తప్పించటం మనిషితరం కాదు" అంది గంగ.

"ఇది అన్యాయం గంగా!"

"ఏం అన్యాయం? యమునమ్మకేం తక్కువ? అందానికి అందం. చదువుకు చదువు. ఆ అమ్మ కోరుకోవాలేగానీ ఎవరైనా కళ్ళకి అద్దుకుని పెళ్ళి చేసుకుంటారు. ఇదీ ఒకందుకు మంచిదే. నీ జీవితం బాగుపడుతుంది.

ఆ దేవుడిని నమ్ముకున్నవాళ్ళకి మంచే జరుగుతుంది. ఆ దేవుడు చల్లగా చూసి నువ్వు మళ్ళీ డాక్టరు బాబింట్లో కాలుపెడితే అమ్మవారికి బోనాలు పోయిస్తాను" అంది గంగ.

గోడకి చేరబడి దీర్ఘాలోచనలో మునిగిపోయింది సరస్వతి.

***

యమున తనకు ట్రాన్స్‌ఫర్ కావాలని అర్జీపెట్టుకుంది.

నెలరోజుల తర్వాత సమాధానం వచ్చింది.

యమున ట్రాన్స్‌ఫర్ కావాలనుకోవడం న్యాయమేననీ, పల్లెటూర్లో పనిచేసినవారిని వారడిగిన చోటికి ట్రాన్స్‌ఫర్ చెయ్యమని రూల్ కూడా వుందనీ తెలియజేశారు. కాకపోతే ప్రస్తుతం పోస్టులు ఖాళీ లేని కారణంచేత ఖాళీ కాగానే యమునను ట్రాన్స్‌ఫర్ చేస్తామనీ తెలియజేశారు.

ఆ ఉత్తరం పాణికి చూపించింది యమున.

చదవగానే పాణి ముఖం నల్లబడిపోయింది. ఆ లెటర్ భద్రంగా మడిచి యమునకు అందించాడు.

ఇద్దరూ మాటలు దొరకక మౌనంగా వుండిపోయారు.

"నేనూ ట్రాన్స్‌ఫర్‌కి అప్లై చేస్తాను" అన్నాడు పాణి.

"మీ ఇష్టం" అంది యమున నిర్లిప్తంగా.

ఆరోజు ఇంటికి వెళ్ళాక తల్లితో ఈమాటే చెప్పింది.

"అదేమిటి యమునా? ఎందుకిలా తొందరపడుతున్నావు? పాణితో అన్ని విషయాలూ వివరంగా మాట్లాడు. పెళ్ళయ్యాక కావాలంటే ఇద్దరూ కలిసే ట్రాన్స్‌ఫర్ కోసం ప్రయత్నించండి" అంది కస్తూరి.

"పెళ్ళి మాట ఎత్తకమ్మా. నాకు చీదరగా వుంది" అంది విసుగ్గా.

"అదేమిటే! మీ ఇద్దరూ ఏదైనా గొడవ పడ్డారా?" అనుమానంగా అడిగింది.

"అలాటిదేమీ లేదమ్మా. మాకే గొడవలూ లేవు. కాకపోతే నాకే పెళ్ళి వద్దనిపిస్తోంది. నా మనస్తత్వం నీకు తెలుసుకదమ్మా. మొదటినుంచీ నాకు పెళ్ళంటే ఆసక్తి లేదు. ఆ తర్వాత ఒక స్థితిలో మనసు మార్చుకుని

పెళ్ళిచేసుకుందాం అనుకున్నమాట నిజమే. కానీ ఆ తరువాత ఎన్నో సంఘటనలు జరిగిపోయాయి. ఎన్నో మార్పులు వచ్చాయి.

ఎంతో ఆలోచించి నేనీ నిర్ణయం తీసుకున్నాను. నేను ఇక్కడినించి వెళ్ళిపోతే పరిస్థితులు బాగుపడతాయి. అందరికీ అందరూ సుఖపడతారు. అందరి జీవితాలూ బాగుపడతాయి" అంది యమున.

"మరి నీ జీవితం మాటేమిటి? పాణిని నువ్వెంతగా అభిమానించావో పెళ్ళికోసం ఎన్ని కలలు కన్నావో నాకు తెలియదా? అతనికి దూరమై నువ్వు వుండగలవా?" అడిగింది కస్తూరి.

యమున కళ్ళల్లో నీళ్ళు తిరిగాయి. "కష్టమే. కాదనను. కానీ కాలక్రమేణ ఇదంతా మరపుకు వస్తుంది. ఇవ్వాళ వున్న బాధ ఇంకొన్నాళ్ళ తర్వాత వుండదు" అంది.

కస్తూరి గుండె చెరువైపోయింది. అక్కడినుంచి వెళ్ళిపోయి దేవుడి పఠం దగ్గర నిలబడి చేతులు జోడించి కన్నీళ్ళు కారుస్తూ వుండిపోయింది.

***

ఫాల్గుణం గడిచిపోయింది. చైత్రమాసం ప్రవేశిస్తుంది. ఆ ఊళ్ళో ఆలయం లేదు. ఓ మూల గట్టుమీద రావిచెట్టు కింద దీర్ఘచతురస్రాకారంలో వున్న రాయి రూపంలో వున్న మారెమ్మ తల్లే ఊరివారికి దిక్కు. పసుపు పూసి కుంకుమబొట్లు పెట్టి పూజిస్తారు. బలులూ అక్కడే. బోనాలూ అక్కడే.

ఊళ్ళో ఏదైనా గుడి కట్టుకోవాలని చాలా రోజులుగా అనుకుంటున్నారు పెద్దలందరు. అది కార్యరూపం దాల్చింది. చుట్టూ గోడలు, పైకప్పుతో ఒక చిన్న ఆలయం ఏర్పడింది. అందులో రాములవారి విగ్రహం స్థాపించారు. మంత్రాలు చదివేందుకు ఒక పూజారినీ పిలిపించారు.

నూతన సంవత్సరం ప్రవేశించిన రోజునే ఆరంభం. పూజ, అందరికీ ప్రసాదాలు. ఉన్నంతలో కాస్త ఘనంగానే ఏర్పాటు చేశారు. అందరినీ పిలిచారు. అందరూ వచ్చారు.

అందరికంటే ముందుగానే సరస్వతిని లాక్కెళ్ళింది గంగ. పూజా కార్యక్రమం మొదలయింది. కాస్త ఆలస్యంగా వచ్చాడు పాణి. ఆ వెనకే యమున, కస్తూరి.

డాక్టరు గారొచ్చారని కలకలం మొదలయింది. ఎక్కడినించో ఓ మంచం తీసుకొచ్చి వేసి దానిమీద దుప్పటి పరిచారు.

కూర్చో డాక్టరుబాబూ. కూర్చో డాక్టరమ్మా అని మర్యాద చేశారు. మంచినీళ్ళు అందించారు. అందరూ నమస్కారాలు చేశారు. అందులో కొందరు తమ జబ్బులు ఏకరువు పెట్టడం మొదలుపెట్టారు.

అదంతా చూసి 'పొండెహె. ఇక్కడా మీ రోగాలేనా?' అని కసురుకున్నాడో పెద్దాయన. దాంతో అందరూ వెనక్కు తగ్గారు.

డాక్టరు రాకవల్ల చెలరేగిన కలకలంతో పూజకు కాస్త అంతరాయం కలిగింది. కాసేపటికి ఆ సందడి సద్దుమణగడంతో మళ్ళీ పూజా కార్యక్రమం సాగిపోయింది.

ఆ పూజారి పేరుకి పూజారేగానీ అంత డొక్కశుద్ధి వున్నవాడేం కాదు. ఎక్కడా చెల్లుబడికాక ఇక్కడికొచ్చాడు పొట్టకోసం.

అతను పూజచేసే విధానం, మంత్రాలు చదివే తీరూ చూస్తూ నవ్వాపుకోలేక అవస్థపడుతోంది సరస్వతి.

జనం అంతా ఎవరి గొడవలో వాళ్ళున్నారు. పూజారి పూజ ముగించాడు.

"అయ్యా! పూజా కార్యక్రమం ముగిసింది. ఇక పెద్దలంతా వచ్చి కొబ్బరికాయలు కొట్టి ఆ పరమాత్ముని ఆశీస్సులు అందుకోవాలి. ముందుగా దంపతులు వచ్చి ఆ స్వామివారిని సేవించాలి" అన్నాడు.

ముందెవరంటే ఎవరని మాట్లాడుకున్నారు అందరూ. "ఇంకెవరో ఎందుకూ? మన డాక్టరుబాబూ ఆయన భార్యా వున్నారుగా. వాళ్ళను ముందుగా మొక్కమనండి" అంది ఓ ముసలమ్మ.

ఒక్కక్షణం అంతా నిశ్శబ్దం. యమున మొహం మాడిపోయింది. పాణి తడబడిపోయాడు.

అందరూ మళ్ళీ గుసగుసలాడుకోసాగారు.

ఇదంతా చూసి ఒక ముసలాయన కల్పించుకున్నాడు.

"ఏం డాక్టరుబాబూ! నీ చేతి చలవమంచిది. ఇంకా ఆలస్యం ఎందుకు? లేచి ఈ సంబరం మీ చేత్తో జరిపించు" అన్నాడు.

అందరూ డాక్టరు పాణి వంకే చూస్తూ వుండిపోయారు. చేతుల్తో తల

పట్టుకుని కూర్చుండిపోయాడు పాణి. యమున నిర్లిప్తంగా వుండిపోయింది. కస్తూరి కళ్ళవెంట నీళ్ళు తిరిగాయి.

అంతలోనే మరోవైపు నుంచి కలకలం వినిపించింది. "అమ్మగారేరీ? సరస్వతమ్మ ఏదీ? ఇంతసేపూ ఇక్కడే వుందిగా" అంటూ సరస్వతికోసం వెతికారు. సరస్వతి అక్కడ లేదు.

మళ్ళీ చెవులు కొరుక్కోవడం మొదలుపెట్టారందరూ.

"అయ్యా! అవతల సమయం మించిపోతోంది. ఎవరో ఒకరు కార్యక్రమం ప్రారంభించండి" అన్నాడు పూజారి.

ఓ వృద్ధదంపతులు లేచారు. వారి తర్వాత మరొకరు. కాసేపటికి ఆ కార్యక్రమం ముగిసింది. ప్రసాదం తీసుకుని అందరూ వెళ్ళిపోయారు.

పాణి, యమున, కస్తూరి కలిసే వచ్చారు. ఎవరూ ఏమీ మాట్లాడుకోలేదు. కాలిబాట చివరిదాకా వచ్చాక తలొంచుకుని తనింటివైపు దారితీశాడు పాణి. వాళ్ళింటికి వెళ్ళిపోయారు యమున, కస్తూరి. ఇంటికి వెళ్ళాక మాటాపలుకూ లేకుండా పడుకుంది యమున. కూతురిని పలకరించే ధైర్యం లేక వూరుకుంది కస్తూరి.

***

చీకటిపడింది. లాంతరు వెలిగించి దేవుడికి దణ్ణం పెట్టుకుంది సరస్వతి.

"ఎందుకొచ్చిన చదువులమ్మా తెలివితేటలు లేకపోయాకా? చేజేతులారా జీవితం నాశనం చేసుకోడం అంటే ఇదే. అదృష్టం తోసుకొస్తే వద్దు పొమ్మంటే ఎవరికి నష్టం" గుమ్మం దగ్గర కూర్చుని సాధించి చంపుతోంది గంగ.

మధ్యాహ్నం నుంచి అదే వరస. ఎందుకలా వచ్చేశావు గుడినుంచి అని దెబ్బలాట వేసుకుంది. కట్టుకున్న మొగుడితో పూజ చెయ్యమంటే ఎగిరిగంతేసి సరే అనక అలా పారిపోతారా అని నిలదీసింది. ఈ వరసన బిగుసుకు కూర్చుంటే నీ సంసారం ఎప్పటికి బాగుపడుతుంది అని అడిగింది.

అన్నీ వింటూ వుండిపోయింది సరస్వతి.

వాగి వాగి విసిగిపోయిన గంగ "ఏమోనమ్మా! నీ వరస నాకేం నచ్చలేదు. నా మాట విని మంచి నిర్ణయం తీసుకో. ఇకనైనా నీ జీవితం బాగుపడేలా చూసుకో" అనేసి వాకిట్లోకి వెళ్ళిపోయింది.

కాసేపు కళ్ళు మూసుకుని దీర్ఘాలోచనలో మునిగిపోయింది సరస్వతి. లేచి లాంతరు తీసుకుంది.

"గంగా! పద వెళ్దాం. ఈ సమస్యకి శాశ్వతంగా పరిష్కారం చెయ్యాల్సిన సమయం వచ్చింది" అంటూ చెప్పులు వేసుకుంది.

గంగ మొహం వెలిగిపోయింది 'పదమ్మా పద' అంటూ లేడిపిల్లలా లేచింది. ఇద్దరూ కలిసి యమున ఇంటికి బయలుదేరారు.

***

కస్తూరి, యమున వరండాలోనే కూర్చుని వున్నారు. "అమ్మా మనదేశంలో పెళ్ళికి చాలా ప్రాముఖ్యత వుందికదా! వివాహబంధానికి చాలా గౌరవం ఇస్తుంది కదూ మన సమాజం. దానికి కారణం ఏమిటమ్మా!" అడిగింది యమున.

ఏం సమాధానం చెప్పాలో తెలియలేదు కస్తూరికి. పొద్దున జరిగిన సంఘటన కూతురి మనసును ఎంతగా గాయపరిచిందో అర్థం అయింది. అందుకే మౌనంగా వుండిపోయింది. ఇద్దరూ ఎవరి ఆలోచనలో వాళ్ళుండిపోయారు. దూరంగా లాంతరు వెలుగు. మనుషుల అలికిడి.

'ఎవరదీ?' అడిగింది కస్తూరి. "ఎవరైనా పేషెంటేమో" అంది యమున.

"నేనమ్మా గంగని" అంటూ గేటు తీసుకుని లోపలికి వచ్చింది. వెనకే సరస్వతి.

సరస్వతిని చూసి ఆశ్చర్యపోయింది కస్తూరి. అంతవరకూ సరస్వతిని చూడని యమున ఎవరా ఈవిడ అన్నట్లు చూసింది.

అది గమనించింది గంగ. "డాక్టరమ్మా, మన డాక్టరుగారి భార్య సరస్వతమ్మ" అంటూ పరిచయం చేసింది.

తుళ్ళిపడింది యమున. ఎంత దాచుకుందామనుకున్నా దాగలేదు కోపం, చిరాకు.

"క్షమించాలి. చెప్పకుండా వచ్చేశాను. మీతో కొంచెం మాట్లాడాలని పించింది" అంది సరస్వతి.

"వుండండి కుర్చీ వేస్తాను" అంటూ లేచిన కస్తూరిని వారించి నేలమీదనే కూర్చుంది సరస్వతి. ఏం మాట్లాడాలో అర్థంకానట్లు వుండిపోయారు ఎవరికి వారే. సరస్వతి మొదలుపెట్టింది.

"యమునగారూ! మీతో ఓ ముఖ్యమైన విషయం మాట్లాడాలని వచ్చాను. ఇది మన జీవితాలకు సంబంధించిన సమస్య. జరిగినది అంతా మీకూ నాకూ ఇద్దరికీ తెలుసు. ఇన్నాళ్ళూ ఈ విషయం గురించి అంతగా ఆలోచించలేదు. ఇవ్వాళ పొద్దున గుడిదగ్గర జరిగిన సంఘటన చూశాక ఇక ఆలస్యం చెయ్యటం మంచిది కాదనిపించింది. అందుకే ఒక నిర్ణయం తీసుకోవాలని ఇలా వచ్చాను" అంది.

యమునకి చిరాకు వేసింది. "ఈ విషయం నేనూ ఆలోచిస్తూనే వున్నాను. ఈ సమస్యకి పరిష్కారం మీకంటే ముందుగా నేనే ఆలోచించాను. త్వరలో నేనీ వూరు వదిలిపెట్టి వెళ్ళిపోతున్నాను" అంది.

"ఎందుకలాంటి నిర్ణయం తీసుకున్నారు? అని నేనడగను. ఎవరి ఇష్టాయిష్టాలు వారివి. నా మనసులోని మాట చెప్పాలనే వచ్చాను.

నా పెళ్ళి నాకు బాగా చిన్న వయసులో జరిగింది. అదో సామాన్యమైన పెళ్ళి. ఏ ప్రత్యేకతా లేదు. నాకు నా భర్త రక్షణ కల్పిస్తాడు. అతని దగ్గర నా జీవితం వెళ్ళమారిపోతుంది. అదే ఆ పెళ్ళి పరమార్థం. నేనూ అదే ఆలోచనతో కాలక్షేపం చేశాను. కానీ పరిస్థితులు తారుమారయ్యాయి. తెగతెంపులు అయిపోయాయి.

అప్పుడు కూడా నా భవిష్యత్తు ఏమైపోతుందా అనే కంగారు, భయం తప్పించి భర్త అనే ఆ వ్యక్తి నాకు దూరం అయిపోయాడనే బాధ కలగనేలేదు. నా బరువు బాధ్యతలు జీవితాంతం మోయాల్సి వస్తుందనే భయంతోనే నా అనే వాళ్ళందరూ తప్పుకున్నారు. ఆ భయంతోనే వాళ్ళుచెప్పినట్లు నేనూ నడుచుకున్నాను. ఆ భయంతోనే ఆయన్ని వెతుక్కుంటూ ఇక్కడికి వచ్చిపడ్డాను.

ఆ తర్వాత నిజం తెలిసింది. అప్పుడు కూడా నా బ్రతుకుతెరువేదో నేను చూసుకోవాలనే తపనే తప్ప వెళ్ళి ఆయన కాళ్ళమీద పడి నా వివాహ బంధం నిలబెట్టుకోవాలనే నాకనిపించలేదు.

తర్వాత గంగ నాకు ఆశ్రయం ఇచ్చింది. నన్ను ఆదుకుంది. నాకు దారి చూపించింది. నా కాళ్ళమీద నేను నిలబడడం నేను ఊహించినంత కష్టం కాదని తెలిసివచ్చింది. నా భయం పటాపంచలు అయిపోయింది. నేను స్వతంత్రంగా సుఖంగా జీవించగలనని తెలుసుకున్నాను. నాకీ జీవితం చాలా బావుంది.

ఇక ఇప్పుడు మళ్ళీ వెనక్కి తిరిగి వచ్చినదారిన వెళ్ళే అవసరం నాకు లేదు. ఈ మాట చెప్పాలనే వచ్చాను. "ఏమాత్రం తొణుకూ బెణుకూ లేకుండా చెప్పేసింది. శ్రోతలెవరికీ అర్థం కాలేదు. మొహామొహాలు చూసుకున్నారు.

"అది కాదమ్మా. ఎంత కాదనుకున్నా డాక్టరు పాణి నీ భర్త. నువ్వతని భార్యవి. ఈ సంబంధం కాదనుకుంటే తెగిపోయేది కాదు" అంది కస్తూరి.

"అందరూ వుందనుకుంటున్న సంబంధం ఏనాడో తెగిపోయింది. నేనాయన భార్యని కాదని ఆయన ఏనాడో నిర్ణయించుకున్నారు. ఇక నా సంగతంటారా? అదో విచిత్రమైన పద్ధతి. దేవుడెక్కడో వున్నాడని ఆయన మీద భారం వేసి అన్నీ మనమే చేస్తాం. ఆ దేవుడు మనకెప్పుడూ కనిపించడు. నేనూ అలాగే నాకో భర్త వున్నాడనీ, నా మంచీ చెడ్డా అతనే చూస్తాడనీ ఇన్నాళ్ళు అనుకున్నాను. ఆ కనిపించని దేవుడెంతో, ఈ భర్తా అంతే. అదో నమ్మకం. ఇది తప్ప ఆయనకూ నాకూ ఏవిధమైన సంబంధమూ లేదు. దేవుడు లేడనుకునేవారు దర్జాగా వుండడం లేదా? నేనూ అంతే."

"చాల్లే తల్లీ. ఇది అనుకున్నంత తేలిక కాదమ్మా. ఇవ్వాళేదో ఆవేశంలో కట్టుకున్న భర్తని కాదనుకుంటే రేపు కావాలనుకుంటే వస్తాడా?" అంది గంగ.

"ఇది ఆవేశంతో తీసుకున్న నిర్ణయం కాదు గంగా. ఎంతో ఆలోచించి తీసుకున్న నిర్ణయమే" చెప్పింది సరస్వతి.

"మీరు నాకోసం నా మీద జాలితో ఈ నిర్ణయం తీసుకుంటే మీ మనసు మార్చుకోండి. నేను డాక్టర్ని. నా కాళ్ళమీద నేను నిలబడగలను" అంది యమున.

చిన్నగా నవ్వింది సరస్వతి. "నేనూ నిలబడగలను యమునగారూ. మీకున్నంత గొప్ప చదువు నాకు లేకపోవచ్చు. కానీ ఆత్మవిశ్వాసం ఉంది. నామీద నమ్మకం వుంది. అవి చాలు నాకు" అంది.

"అయితే ఓ దారి చూపించడం చివరికిలా పనికొచ్చిందా? రేపు నా ఆవుని నేను తోలుకుపోతే ఏం చేస్తావమ్మా?" అంది గంగ ఉక్రోషంగా.

ఫకాల్న నవ్వింది సరస్వతి. "గంగా! నువ్వు నాకు చేసిన ఉపకారం ఏమిటో నీకర్థం కావడంలేదు. నువ్వు నాలోని పిరికితనం పోగొట్టావు. అది నువ్వు ఎంత ప్రయత్నించినా వెనక్కి తీసుకుపోలేవు. నువ్వు ఆవుని తోలుకుపోయినా, నువ్వే నన్ను వెలివేసినా నేను భయపడను. మరోదారి ఎంచుకుంటాను" అంది.

గంగకి కన్నీళ్ళు తిరిగాయి. "ఛ. అదేంమాటమ్మా. ఏదో నీ బ్రతుకు బాగుచెయ్యాలనే తపనతో అన్నాను గానీ నిన్నొదిలి పోతానా?" అంది దీనంగా.

"అంటే మీరీ ఊళ్ళోనే ఇలాగే వుంటారా?" అడిగింది యమున.

"అవును ఇక్కడే వుంటాను. ఇలాగే వుంటాను. మరింత సుఖంగా బ్రతకడానికి కృషి చేస్తాను" దృఢంగా చెప్పింది.

"అది కాదమ్మా. నువ్విక్కడే వుంటే నలుగురూ యమునని ఆడి పోసుకోరూ! నువ్వు కాదనుకున్నా అందరూ నిన్ను డాక్టరుగారి భార్యవనే అంటున్నారుకదా" అంది కస్తూరి.

"అది యమునగారికి సంబంధించిన విషయం. ఆవిడ డాక్టరుగారిని పెళ్ళి చేసుకుంటారో మానుకుంటారో ఆవిడ ఇష్టం. ఇక లోకుల సంగతి అంటారా! ఇవ్వాళ నన్ను డాక్టరుగారి భార్య అన్నవాళ్ళే రేపు సరస్వతమ్మ అంటారు.

నా జీవితం గురించి నేను తీసుకున్న నిర్ణయం మీకు తెలియజెయ్యాలని పించింది. అందుకే వచ్చాను. నేను చెప్పాలనుకున్నది చెప్పాను. ఇక వెళ్తాను" అంటూ లేచింది సరస్వతి.

ఇంటికి వచ్చిన అతిథికి ఏవిధమైన మర్యాదా చెయ్యలేదని అప్పుడు గుర్తువచ్చింది కస్తూరికి. "ఆగమ్మా. కాఫీ తాగివెళ్ళు" అంది.

"ఇప్పుడు వద్దండీ. ఇంకోసారి తీరిగ్గా వస్తాను. అప్పుడు ఏకంగా భోజనమే పెట్టండి" అంది సరస్వతి. ఇద్దరికీ మరోసారి చెప్పి వెళ్ళిపోయింది. వెనకాలే గంగ.

వాళ్ళు వెళ్ళినవైపే చూస్తూండిపోయారు తల్లీకూతుళ్ళు. మాటామంతీ మర్చిపోయి వుండిపోయారు. జరిగేదేమిటో జీర్ణించుకునేసరికి కొంత సమయం పట్టింది.

తుఫాను వచ్చి ముంచేస్తుందేమో అనుకుంటే అది పక్కకు జరిగి చల్లని గాలిలా మిగిలిపోతే ఎలా వుంటుందో అలా వుంది యమున స్థితి. సరస్వతి తన నిర్ణయం తెలియజేసింది. ఇక నిర్ణయించుకోవలసింది తనే. మార్గం సుగమం అయిపోయింది. పురివిప్పిన నెమలిలా న్యాటం చేసింది యమున హృదయం. చివాల్న లేచి పరిగెట్టింది.

కస్తూరి మనసు ఆనందంతో నిండిపోయింది. “ఆగవే. నీ కంగారు బంగారంగానూ. చెప్పులు వేసుకుని, టార్చ్ తీసుకువెళ్ళు” అంది నవ్వుతూ.

వెనక్కి వచ్చి చెప్పులు వేసుకుని టార్చ్ తీసుకుని వెళ్ళిపోయింది యమున.

కస్తూరి కళ్ళు నీటితో నిండిపోయాయి. మనస్ఫూర్తిగా భగవంతుడికి నమస్కారం చేసుకుంది.

* * *

చెంగుచెంగున నడిచిపోతోంది సరస్వతి. వారించింది గంగ. “ఏమిటా పరుగు? కాస్త నిదానంగా నడు” అంది.

నడక వేగం తగ్గించింది సరస్వతి. “నాకివ్వాళ గాల్లో తేలిపోతున్నట్లు వుంది గంగా” అంది.

గంగకి మాత్రం సంతోషం లేదు. ఏదో దిగులు. సరస్వతి మీద కోపం.

“మొగుడొద్దని చెప్పేసినదానికి ఆ పుస్తెలు మాత్రం ఎందుకు?”

“బాగా గుర్తుచేశావు గంగా! రేపే నీకిచ్చేస్తాను. అమ్మి లోన్‌కి కట్టు!”

నోరావలించింది గంగ. “అదేమిటమ్మా! నేనేదో మాట వరసకన్నాను. పుస్తెలమ్మి ఆవుకి డబ్బు కడతావా?”

“ఇందులో ఆశ్చర్యం ఏముంది? ఇప్పుడు నాకు ఈ పుస్తెలకంటే ఆవు అప్పు తీరటం ముఖ్యం కదూ” అంది సరస్వతి.

"ఇప్పుడు సరే బాగానే వున్నారు. ఇంకా చిన్న దానివి. బోలెడంత జీవితం ముందు వుంది. మరి నీకు తగినవాడు దొరికితే మళ్ళీ పెళ్ళి చేసుకుంటావా?" ఆశగా అడిగింది గంగ.

"అప్పటి సంగతి అప్పుడాలోచిద్దాం. ప్రస్తుతానికి నాకు నిన్నటి ఆలోచనా లేదు. రేపటి గురించి ఆదుర్దా లేదు. ఇవ్వాళ నిశ్చింతగా ఉన్నాను. అదే చాలు" అంది సరస్వతి ధీమాగా.

ఆరాధనతో సరస్వతి వంక చూస్తూ వుండిపోయింది గంగ.

## సమాప్తం

# కృష్ణపక్షం-శుక్లపక్షం

**మారుమూల కొండల ప్రాంతంలో ఒక చిన్న కొండమీద ఏనాడో బ్రిటీష్‌వారి కాలంలో నిర్మించిన గెస్ట్‌హౌస్. బయటి ప్రపంచంతో ఆ ప్రాంతానికి సంబంధ బాంధవ్యాలు లేవు. పక్కనే ఉన్న దట్టమైన అడవినుండి కలప, ఇతర వస్తువులు చేరవేసే లారీలు మాత్రం తిరుగుతూ ఉంటాయి. అంతే!**

రోడ్డుమీద నుండి కొండమీద గెస్ట్‌హౌస్‌కి నాలుగు కిలోమీటర్ల ఎర్రమట్టి రోడ్డు ఉంది. ఆ గెస్ట్‌హౌస్‌కి వాచ్‌మన్ రంగన్న. ఎవరూ లేని ఏకాకి. వారానికి ఒకసారి కొండ కింద ఉండే చిన్న ఊళ్ళో జరిగే సంతలో అడవిలో దొరికే అడ్డాకులు, చింతపండు, పనసకాయలు మొదలైనవి అమ్మి ఆ డబ్బుతో ఉప్పూ పప్పూ కొని తెచ్చుకుంటాడు. చేతిలో నాలుగు డబ్బులుంటే సారా తాగి ఉమర్ ఖయ్యాంలా కవిత్వం చెప్తాడు. లేకపోతే కడుపులో కాళ్ళు పెట్టుకుని పడుకుంటాడు.

ఈ మధ్య ఓ ఏడాదిగా అతని పని బాగానే ఉంది. డబ్బున్న శ్రీమంతుడు ఒకాయన తరుచు ఈ గెస్ట్‌హౌస్‌కి వచ్చి నాలుగైదు రోజులుండి వెళ్తున్నాడు. ఆయనకి అన్ని సౌకర్యాలు చేసినందుకు వెళ్ళేటప్పుడు రంగన్నకి బాగా ముట్టజెప్పి వెళ్తున్నాడు. కాబట్టి రంగన్నకి పైలాపచ్చీస్‌గా ఉంది జీవితం. అతనే ఇవ్వాళ రావాలి. క్రిందటిసారి వచ్చినప్పుడు చెప్పాడు. అందుకే అన్ని ప్రయత్నాలు చేసి ఉంచాడు రంగన్న.

అన్నీ మరోమారు చెక్ చేసుకుని వచ్చి వరండాలో కూర్చున్నాడు. ఆ అయ్యగారు మంచివారే. కానీ ముక్కు చివర్నే ఉంటుంది కోపం. ఏమాత్రం అటూ ఇటూ అయినా తిట్టిపోస్తారు. ఓసారి ఊళ్ళో కెళ్ళి సిగరెట్లు తెమ్మన్నారు. తెచ్చాడు తను. బుద్ధి తక్కువై చిల్లరలో ఓ రూపాయి వుంచేసుకున్నాడు. లెక్క చూసుకున్న అయ్యగారు మండిపడిపోయి చేతిలోని కాఫీ కప్పు మొహాన విసిరికొట్టాడు. క్షమించమని కాళ్ళమీద పడితే అప్పుడు క్షమించారు.

"ఒరే రంగన్నా! నేను దేన్నైనా సహిస్తాను కానీ మోసాన్ని, నమ్మక ద్రోహాన్ని సహించలేను. నీక్కావాలంటే అడుగు వందరూపాయలు ఇస్తాను. కానీ ఇలా దొంగతనంగా ఎప్పుడూ తీసుకోకు" అన్నారు. 'బ్రతుకు జీవుడా' అనుకున్నాడు తను. కోపం ఉందన్న మాటే గాని మనసు వెన్నపూస లాటిది.

ఆలోచనలో ఉన్న రంగన్న అదిరిపడి లేచాడు. దూరంగా ఎర్రదుమ్ము రేపుకుంటూ మెలికలు తిరుగుతూ వస్తున్న కారు కనిపించింది. 'అయ్యబాబోయ్! వచ్చేస్తున్నారు' అనుకుంటూ మెట్లు దిగి పరుగెట్టాడు. మరో రెండు నిమిషాల్లో వచ్చి ఆగింది విదేశీకారు. డోర్ తీసుకుని దిగాడు కృష్ణమోహన్. రంగన్న నమస్కారాలు అందుకుంటూ లోపలికి నడిచాడు. తాబేటి కాయలో పోసి ఉంచిన చల్లటి నీళ్ళు గ్లాసులో పోసి తెచ్చి ఇచ్చాడు రంగన్న. మంచినీళ్ళు తాగి అలసటగా కుర్చీలో కూర్చున్నాడు కృష్ణమోహన్.

"బాబూ! తానం చేస్తారా? నీళ్ళు పెట్టమంటారా?" వినయంగా అడిగాడు రంగన్న. "కాసేపు ఆగి ఏకంగా సాయంకాలం చేస్తాను" అన్నాడు కృష్ణ. వెళ్ళిపోయాడు రంగన్న. కార్లోని సామాన్లు అన్నీ తెచ్చి పొందికగా గదిలో సర్దాడు. కృష్ణ లేచి టేప్‌రికార్డర్‌లో రవిశంకర్ "సితార్ కేసెట్ పెట్టి మళ్ళీ వచ్చి ఈజీఛైర్‌లో పడుకున్నాడు. సామాన్లు సర్దటం పూర్తిచేసి రంగన్న మెల్లిగా బయటికి వెళ్ళి పాత గుడ్డతో దుమ్ముకొట్టుకుపోయిన కారుని అద్దంలా తుడవసాగాడు.

సాయంత్రం ఆరుగంటలకి లేచి స్నానం చేశాడు కృష్ణ. వరండాలో కూర్చుని వేడి వేడి టీ తాగి, బిస్కెట్లు తిన్నాడు. కాసేపు రంగన్నతో కబుర్లు చెప్పాడు. కాసేపు ఏదో పుస్తకం చదువుకున్నాడు. పెందలాడే భోజం ముగించి నిద్రపోయాడు. అలవాటుప్రకారం నాలుగు గంటలకే లేచి మార్నింగ్ వాక్‌కి వెళ్ళాడు. తిరిగి వచ్చేసరికి తెల్లవారిపోయింది. తల వంచుకుని నడుస్తూ వరండా మెట్టుమీద కాలు పెట్టబోతూ ఆగిపోయాడు కృష్ణ. అతని ముఖం ఎర్రబడింది. ఆ గెస్ట్‌హౌస్‌లో రెండు భాగాలు ఉన్నాయి. మధ్యలో డైనింగ్ హాల్. కుడివైపు భాగం కృష్ణ వాడుకుంటాడు. ఎడమవైపు భాగం తాళం పెట్టి

ఉంటుంది. కానీ, ఈరోజు అలవాటుకి విరుద్ధంగా తాళం తీసి ఉంది. అంటే ఎవరైనా వచ్చారా? ఆ ఆలోచన రాగానే పట్టరాని ఆగ్రహం వచ్చింది అతనికి. "రంగన్నా.....రంగన్నా!" అని కేకపెట్టాడు.

అయ్యగారు వచ్చే టైము అయిందని కాఫీ ఏర్పాటులో ఉన్న రంగన్న ఆ కేక వినపడగానే వణికిపోయాడు. గడగడలాడుతూ వచ్చి అయ్యగారి ఎదుట నిలబడ్డాడు. "ఆ గది తాళం తీసి ఉందేం? ఎవరున్నారు లోపల?" పిడుగులు పడినట్లు ఉన్న ఆ ప్రశ్నకి మరింత అదిరిపోయాడు రంగన్న.

"ఎవరో బాబుగారు వచ్చారు అయ్యగారూ!" రంగన్న మాట పూర్తి కాలేదు. కృష్ణ చేతిలోని కాఫీ కప్పు విసురుగా వెళ్ళి గోడని ఢీకొని బ్రద్దలైపోయింది. "నీకు నేను మొదటే చెప్పాను నేను ఉన్న నాలుగురోజులూ మరెవరినీ ఇక్కడికి రానివ్వవద్దని. నీకు నా మాటంటే లక్ష్యం లేకుండా పోయింది. నేనిక్కడ క్షణం కూడా ఉండను. నా సామాన్లు సర్దేయ్. వెళ్ళిపోతాను" అనేసి విసురుగా బీరువా తెరిచి అందులో సర్దిన బట్టలన్నీ మంచం మీద గిరవాటు వేశాడు. మంచం పక్కనే ఉంచిన సూట్‌కేస్ తెచ్చి మంచం మీద పడేసి బట్టలు అందులో కూరడం మొదలుపెట్టాడు.

"అదికాదయ్యగారూ! అర్ధరాత్రి వచ్చారు ఆ బాబుగారు. గది ఖాళీ ఉందా అని అడిగారు. మీరున్నారని మరొకరు ఉండడం మీ కిష్టం ఉండదనీ, వెళ్ళిపొమ్మనీ చెప్పాను. ఇంత రాత్రివేళ ఎక్కడికి వెళ్ళను? ఈ పూటకి ఉండనీ. రేప్పొద్దున్నే వెళ్ళిపోతాను అని బ్రతిమాలారు. కాదనలేకపోయాను. ఇదుగో. ఇప్పుడే చెప్పేస్తాను వెళ్ళమని- తమరు వెళ్ళకండయ్యగారూ!" చేతులు నులుముకుంటూ దీనంగా వేడుకున్నాడు రంగన్న.

సర్దటం ఆపేసి లేచి నిలబడ్డాడు కృష్ణ. "సరే. అయితే తక్షణం పంపించెయ్. ఇక ఎప్పుడూ ఇలాటి బుద్ధితక్కువ పని చెయ్యకు. నాకు కొంపాగోడూ లేక ఇక్కడికి రావడం లేదు నేను. నాలుగురోజులు ప్రశాంతంగా బ్రతకాలని వస్తున్నాను. ఇక్కడికి కూడా నువ్వు జనాన్ని తెచ్చి సత్రంలా తయారు చేసేటట్లయితే ఇక రావటం ఎందుకు? మరోచోటు చూసుకుంటాను" అన్నాడు విసురుగా.

"నాకు తెలుసయ్యగారూ! ఆయన అర్ధరాత్రి పూట పాపం అంత దూరంనించి వస్తే కాదనలేకపోయాను. ఆయనకీ మనసు బాగోక, ఇక్కడ నాలుగురోజులుండి వెళదామని వచ్చారుట. వీల్లేదని చెప్తే సరే, తెల్లారగానే మరో దారి చూసుకుంటాను అన్నాడు. ఇప్పుడే లేపి వెళ్ళిపొమ్మని చెప్తాను" అంటూ వెళ్ళబోయాడు రంగన్న. బట్టలు తీసి బీరువాలో సర్దుతున్న వాడల్లా ఆగిపోయాడు కృష్ణ. "రంగన్నా!" అంటూ వెనక్కి పిలిచాడు. "చూడు! అతణ్ణి కూడా ఉండమను. కానీ, ఒక షరతు. నన్ను పలకరించే ప్రయత్నంగానీ, నాతో మాట్లాడే ప్రయత్నం చెయ్యొద్దనీ చెప్పు. నా జోలికి రావడానికి వీల్లేదని ఖచ్చితంగా చెప్పు" అన్నాడు కఠినంగా.

అయోమయంగా అయ్యగారివంక చూసి తలాడించి వెళ్ళిపోయాడు రంగన్న. అన్యమనస్కంగా కుర్చీలో కూలబడ్డాడు కృష్ణ. మరికాసేపటికి బ్రేక్‌ఫాస్ట్ తీసుకొచ్చిన రంగన్నను అతని గురించి అడిగాడు. "మీరు చెప్పమన్నట్లే చెప్పాను అయ్యగారూ! ఉండనిచ్చినందుకు కృతజ్ఞతలు చెప్పమన్నారు" అన్నాడు రంగన్న. ఆ రోజంతా మామూలుగా గడిచిపోయింది. సాయంత్రం యథాప్రకారం ఆరుబయట ఈజీఛైర్లో కూర్చుని గులామ్ ఆలీ ఘుజల్స్ వింటూ ఏదో గుర్తువచ్చి ఆ పోర్షన్ వైపు చూశాడు కృష్ణ. తలుపు మూసి ఉంది. కిటికీ కూడా మూసి ఉంది. ఏమాత్రం అలికిడి లేదు. అసలా ఇంట్లో మనిషి ఉన్నాడా అన్నట్లు ఉంది. ఎనిమిదిన్నరకి భోజనం చెయ్యడానికి డైనింగ్ రూమ్‌లోకి వచ్చాడు కృష్ణ. కూర కలుపుకుంటూ "ఆ పక్కనున్న అతనికి భోజనం పెట్టావా?" అని అడిగాడు. "లేదయ్యగారూ! మీరు తిని వెళ్ళాక రమ్మంటాను" వినయంగా సమాధానం చెప్పాడు రంగన్న.

ఒక్కక్షణం ఏదో ఆలోచించి తల పైకెత్తాడు కృష్ణ. "వెళ్ళు. వెళ్ళి ఆయన్ని కూడా పిల్చుకురా! ఇద్దరం కలిసే భోంచేస్తాం" అన్నాడు. ఆశ్చర్యంగా చూసి బయటికి వెళ్ళాడు రంగన్న. రెండు నిమిషాల్లో గుమ్మం దగ్గర అడుగుల చప్పుడు వినిపించింది. అటువైపు దృష్టి సారించాడు కృష్ణ. మీడియం హైట్. చామన చాయ. లేత రంగు గళ్ళ లుంగీ, తెల్ల శ్లాక్- కళకళలాడే వదనం. నల్లటి ఉంగరాల జుట్టు. విశాలమైన కళ్ళు, సూదిగా ఉండే ముక్కు.

"ఐయాం ప్రసాద్" అంటూ ముందుకి వచ్చి చెయ్యి చాచిన అతని చేతిని ఎడమచేతితో అందుకున్నాడు కృష్ణ. "ఐయాం కృష్ణమోహన్" అంటూ పరిచయం చేసుకున్నాడు. "కూర్చోండి" అంటూ కుర్చీ చూపించి "రంగన్నా! అయ్యగారికి భోజనం వడ్డించు" అని పురమాయించాడు. తల ఎత్తి మరోసారి అతనివంక చూశాడు కృష్ణ. 'ఇతని ముఖంలో మంచి ఆకర్షణ ఉంది. నవ్వుతుంటే మరింత అందంగా ఉన్నాడు.' అనుకున్నాడు. తననే రెప్పవెయ్యకుండా చూస్తున్న అతడిని చూసి చిన్నగా నవ్వుతూ, "ఏమిటట్లా చూస్తున్నారు?" అని అడిగాడు. "మన్నించాలి. చూపు మరల్చడం కష్టంగా ఉంది నాకు. మగవారిలో ఇంత అందమైనవారు ఉంటారని నేను ఎప్పుడూ అనుకోలేదు" అన్నాడు ప్రసాద్. అతని మాటల్లో మాత్రం అతిశయోక్తి లేదు. ఒడ్డూ పొడవూ......గ్రీకు శిల్పంలా ఉంటాడు కృష్ణమోహన్. దానికి సాయం బంగారం వంటి శరీర ఛాయ. ఒకసారి చూస్తే కళ్ళు తిప్పుకోవడం కష్టం ఎవరికైనా. ఇతిహాసాల్లో వర్ణించే పురుషసింహంలా ఉంటాడు. ప్రసాద్ దగ్గరనుంచి వచ్చిన ప్రశంస కృష్ణకి కొత్తేం కాదు. ఇప్పటికీ ఓ లక్షసార్లు విని ఉంటాడు. ఒక విధంగా వినీ వినీ అలవాటు అయిపోయింది.

భోజనాలు ముగించి వరండాలో కూర్చున్నారు ఇద్దరూ. "మీ పరిచయం" వక్కపొడి నములుతూ అడిగాడు కృష్ణ.

"చాలా సింపుల్. నా పేరు ప్రసాద్ అని ముందే చెప్పానుకదా! నేను బి.ఎ.బి.ఇ.డి చదివి గవర్నమెంట్ స్కూల్లో టీచర్‌గా పనిచేస్తున్నాను." వివరంగా చెప్పాడు ప్రసాద్.

"వెరీ గుడ్. అయితే భావి భారత పౌరులని తీర్చిదిద్దే మహత్తర బాధ్యత నిర్వహిస్తున్నారన్నమాట."

"మన్నించాలి. అది గతంలో. ప్రస్తుతం భావి భారత పౌరులే మమ్మల్ని తీర్చిదిద్దుతున్నారు. ఇంతంత లావు పుస్తకాలు ప్రవేశపెట్టి ఇవన్నీ పిల్లల బుర్రల్లోకి ఎక్కించేసి వాళ్ళని మేధావులని చేసెయ్యండి అంటుంది ప్రభుత్వం. ఈ చెత్త అంతా చదువుకునే తీరికా, ఓపికా రెండూ లేవు. మమ్మల్ని కాపీ కొట్టనివ్వండి అంటున్నారు పిల్లలు. మధ్యలో మేము నలిగిపోతున్నాం." తన ప్రొఫెషన్‌లోని సాధక బాధకాలు వివరించాడు ప్రసాద్. అతని మాటలకు

నవ్వేశాడు కృష్ణ. "మీరు సరదాగా మాట్లాడతారు!" అన్నాడు. "అవునండీ. చిన్నతనం నుంచీ ఈ వాగుడు బాగా అలవాటు అయిపోయింది. ఇక ఇప్పుడు మానాలనుకున్నా మానలేకపోతున్నాను." బుద్ధిగా ఒప్పుకున్నాడు ప్రసాద్. మరింత నవ్వాడు కృష్ణ. "మీ గురించి ఏం చెప్పలేదు. మీరేం చేస్తున్నారు?" అడిగాడు ప్రసాద్.

"నా పేరు కృష్ణమోహన్. డాక్టర్ కృష్ణమోహన్."

"డాక్టరంటే?"

"మందులిచ్చే డాక్టర్ని. ఆశ్చర్యం ఏమిటీ అంటే అప్పుడప్పుడు జబ్బులు నయం అయిపోతూ ఉంటాయి." అమాయకంగా చెప్పాడు కృష్ణ.

పెద్దగా నవ్వేశాడు ప్రసాద్. "నన్ను అన్నారు గానీ, మీరూ చాలా తమాషాగా మాట్లాడతారు. మీరు జాబ్ చేస్తున్నారా? లేకపోతే సొంత ప్రాక్టీసా?"

"సొంత ప్రాక్టీసే. మా ఊళ్ళో సొంత నర్సింగ్ హోమ్ ఉంది నాకు."

"అలాగా? ప్రాక్టీసు ఎలా ఉంది? డాక్టర్లకీ, లాయర్లకీ ప్రాక్టీస్ తమాషాగా ఉంటుంది. 'అయితే అమీరు లేకపోతే ఫకీరు అన్నట్లు' అన్నాడు ప్రసాద్.

చురుగ్గా చూశాడు కృష్ణ. "నా ప్రాక్టీస్‌కి ఏం ఫర్వాలేదు. చుట్టుపక్కల ఊళ్ళలోకెల్లా నాదే పేరు మోసిన నర్సింగ్‌హోమ్. అసలైనా నాకు ప్రాక్టీస్‌తో పనేమీ లేదు. బోలెడంత ఆస్తి ఉంది నాకు" అన్నాడు ఠీవిగా.

కిసుక్కున నాలిక కొరుక్కున్నాడు ప్రసాద్. "వెరీ సారీ. ఏదో వాగేశాను. ముందే మనవి చేసుకున్నాను నేను వాగుడుకాయనని. చిన్నతనం నుంచీ ఇంతే నేను. ఓసారి మా పక్కింటావిడ మా అమ్మని రెండ్రూపాయలు అప్పు అడిగింది. తీసుకోవడమేగానీ తిరిగి ఇవ్వడం అలవాటు లేని మనిషి కదా ఆవిడ అని 'లేవండీ' అనేసింది అమ్మ. పక్కనే ఉన్న నేను 'ఉన్నాయి కదమ్మా నాన్నారి నల్ల పర్సులో బోలెడు రూపాయలు ఉన్నాయిగా' అనేశాను. గతుక్కుమంది అమ్మ. ఆ తరువాత ఆవిడ అమ్మతో బాగా దెబ్బలాడింది. ఆవిడ వెళ్ళాక మాడు పగిలేలా మొట్టికాయలు వేసింది అమ్మ. 'వెధవ వాగుడూ నువ్వూను. సన్నాసి వెధవా అని తిట్టింది.' అలా బోలెడుసార్లు దెబ్బలు తిన్నా

వాగుడుమాత్రం తగ్గలేదు" వినయంగా చెప్పాడు ప్రసాద్. మళ్ళీ నవ్వేశాడు కృష్ణ. ఇక ఆ తరువాత రాజకీయాలు, లోకంపోకడలు చాలా మాట్లాడుకున్నారు ఇద్దరూ. పది అయ్యాక 'గుడ్‌నైట్' చెప్పుకుని వెళ్ళిపోయారు.

అలవాటు ప్రకారం తెల్లవారుజామున నాలుగింటికే లేచి బయటికి వచ్చి నాలుగడుగులు వేసిన కృష్ణ సాలోచనగా ఆగిపోయాడు. వెనక్కి తిరిగి ప్రసాద్ గది దగ్గరికి వచ్చి మెల్లిగా తలుపు తట్టాడు. లోపలి నుంచి అలికిడి లేదు. ఒక్కక్షణం సంకోచించి ఈసారి మరింత గట్టిగా తట్టాడు. మరుక్షణం దఢాల్న తెరుచుకుంది తలుపు. "ఆఁ! ఏవిటీ? ఏమైంది? ఇంత రాత్రివేళ లేపారేం?" అంటూ కంగారుగా బయటికి వచ్చేశాడు ప్రసాద్. కృష్ణకు చచ్చేంత మొహమాటం వేసింది. "అబ్బే! ఏం లేదు. నేను మార్నింగ్ వాక్‌కి వెళ్తున్నాను. మీరూ వస్తారేమో అని లేపాను" అన్నాడు మొహమాటంగా. "ఓ! అదా! ఉండండి. ఒక్కక్షణంలో వస్తాను" అంటూ లోపలికెళ్ళి షర్ట్ వేసుకుని, చెప్పులు వేసుకుని, తల దువ్వుకుని వచ్చేశాడు ప్రసాద్. ఇద్దరూ నడక మొదలుపెట్టారు.

"ఇలా మార్నింగ్ వాక్‌చేస్తే ఆరోగ్యానికి చాలా మంచిది. చిన్నతనం నుంచి అలవాటు నాకు. వాక్ చేస్తాను నేను" అన్నాడు కృష్ణ. కిసుక్కున నవ్వాడు ప్రసాద్. "నవ్వుతున్నారేం!" ఆశ్చర్యంగా అడిగాడు కృష్ణ. "నవ్వకేం చేయమన్నారు చెప్పండి. ఆ మార్నింగ్ వాక్‌లు, ఆ ఆరోగ్యసూత్రాలు అవన్నీ అక్కర్లేదు. ఎందుకంటే, పొద్దున లేచిన దగ్గర్నుంచి మార్కెట్‌కి వాకింగ్, ఆ తరువాత ఆఫీసుకి వాకింగ్, సాయంత్రం మళ్ళీ ఇంటికి వాకింగ్, ఇంటికి వచ్చాక మళ్ళీ కూరలకోసం వాకింగ్.... ఇలా సవాలక్ష వాకింగ్‌లు చేస్తూనే ఉంటాం మేము. కాబట్టి ప్రత్యేకంగా తెల్లవారుజామున లేచి నడవక్కర్లేదు" అన్నాడు ప్రసాద్. కృష్ణకి కోపం వచ్చింది.

"ఐయాం సారీ. అనవసరంగా మిమ్మల్ని నిద్రలేపాను. వెళ్ళి పడుకోండి" అన్నాడు.

"అరెరె! నేనేదో సరదాకి అంటే మీరు సీరియస్‌గా తీసుకుంటున్నారే. ముందే చెప్పాను కదూ నాకు వాగుడెక్కువని. మన్నించండి." క్షమాపణ చెప్పుకున్నాడు ప్రసాద్. "డబ్బుంటే అన్నీ ఉన్నట్లే అనుకుంటారు మీ లెవెల్

పీపుల్. ఏం? కష్టాలూ కన్నీళ్ళూ మాకుమాత్రం ఉండవా?" నిష్ఠురంగా అడిగాడు కృష్ణ.

"లేవని నేననడం లేదు. అంత తెలివితక్కువవాడిని కాను నేను. ఎవరి కష్టాలు వారివి. అసలు ఈ ప్రపంచమే కష్టాలమయం. ఎక్కడ చూసినా విచిత్రాలు. అష్టఐశ్వర్యాలు ఉండి ప్రపంచంలోని ఏ వస్తువునైనా తన పాదాల దగ్గరకు రప్పించుకోగలిగిన శ్రీమంతుడికి తింటే అరగని జబ్బు, రాళ్ళు తిని హరించుకోగలిగే ఆరోగ్యం ఉన్న పేదవాడికి గుప్పెడు మెతుకులు దొరకటమే గగనం. బోలెడు డబ్బుండి, బోలెడు అవకాశాలు ఉన్న ధనవంతుడి పుత్రుడికి చదువంటే ఎలర్జీ. వీధి దీపం కింద కూర్చుని చదువుకుంటూ చదువుపట్ల శ్రద్ధ, చదువుకుందామనే ఆకాంక్ష ఉన్న పేదవాడి కొడుక్కి చదువుకునే అదృష్టం ఉండదు. ఇక ఈ ప్రపంచంలో జరిగే మోసాలు, నయవంచనల సంగతి చెప్పనే అక్కర్లేదు. తండ్రిని లెక్కచెయ్యని కొడుకులు, కొడుకునే నమ్మని తండ్రులు. అన్నని అధఃపాతాళానికి తొక్కే తమ్ముళ్ళు, తమ్ముళ్ళ తలమీద చెయ్యి పెట్టే అన్నలు, భర్తని మోసం చేసే భార్యలు, భార్యలను వదిలేసిన భర్తలు.......ఓహ్! ఇదంతా ఓ గందరగోళం." ఏకధాటిగా చెప్పుకుపోతూ సడన్‌గా ఆపేశాడు ప్రసాద్. "సారీ! మీకు బోర్ కొట్టిస్తున్నానేమో. వెధవది అలవాటు అయిపోయింది. టీచర్ని కదా! మొదలెడితే ముప్పావుగంట తరవాతే ఆపటం.....ఐయాం సారీ!" అన్నాడు.

"నో, నో.....మీరు ఎక్కువగా మాట్లాడతారు నిజమే కానీ, చక్కగా మాట్లాడతారు. మాట్లాడుతుంటే వినాలనిపిస్తుంది ఎవరికైనా. జీవితాన్ని గురించి చక్కగా చెప్పారు. నిజమే. ఈ లోకమే చికాకులమయం. అలా కాకుండా అంతా సంతోషమే అయితే ఎంతో బాగుంటుంది కదూ! కష్టాలు, ఏడుపులు లేకుండా అంతా సుఖమే అయితే.....ఓహ్! ఎంత బాగుంటుంది" అన్నాడు కృష్ణ.

"మీతో ఏకీభవించను నేను. కష్టం లేకపోతే సుఖం విలువ ఎలా తెలుస్తుంది? చీకటిని అనుభవించాకే వెలుగు ఆనందం తెలిసేది. చేదు రుచి చూస్తేనే తీపిలోని మాధుర్యం అర్థం అవుతుంది. మనిషి జీవితంలో సుఖపడాలంటే కష్టాలు అనుభవించి తీరాలి" అన్నాడు ప్రసాద్.

"నిజమే. కానీ, ఆ కష్టాలే కలకాలం ఉండిపోతే, జీవితం అంతా చేదు అనుభవాలే ఎదురవుతూ ఉంటే ఏం చెయ్యటం?" భారంగా ప్రశ్నించాడు కృష్ణ.

"కష్టాలని నవ్వుతూ అనుభవించడం. సుఖంకోసం వేచి ఉండడం ఒక్కటే మార్గం." తేలిగ్గా తేల్చేశాడు ప్రసాద్. "ఇక ఆ విషయం వదిలెయ్యండి. చెప్పండి మీ హాబీలు ఏమిటి?" గంభీరంగా మారిపోయిన వాతావరణాన్ని తేలికపరిచే ప్రయత్నం చేస్తూ అన్నాడు.

"నాకు సంగీతం అంటే ప్రాణం. ఒక్క శాస్త్రీయ సంగీతమే కాదు. లలిత సంగీతం, జానపదాలు, వెస్ట్రన్ మ్యూజిక్ అన్నీ ఇష్టమే నాకు. నా దగ్గర వందలకొద్దీ రికార్డులు, క్యాసెట్లు ఉన్నాయి. తీరిక దొరికినప్పుడల్లా కూర్చుని ఏవో పాటలు వింటూ ఉంటాను. ఈమధ్యే పుస్తకపఠనం అలవాటు చేసుకున్నాను. మరి మీ హాబీలు ఏమిటీ?" అన్నాడు కృష్ణ.

"చెప్పుకోదగ్గ హాబీలు నాకేం లేవు. పూల మొక్కలు పెంచటం నాకు ఇష్టం. కిటికీ దగ్గర కూర్చుని శూన్యంలోకి చూడటం అంటే మరీ ఇష్టం. అలా ఆకాశంలోకి చూస్తూ గంటలు గంటలు గడిపేస్తాను" సమాధానం చెప్పాడు ప్రసాద్.

ఇద్దరూ నడిచి నడిచి కొండ కిందికి వెళ్ళిపోయారు. "ఇక్కడ కాసేపు కూర్చుందామా?" అన్నాడు కృష్ణ. అంగీకరించాడు ప్రసాద్. రోడ్డు ప్రక్కగా విశాలమైన నల్లరాతి బండ ఉంది. దాని చుట్టూ తుప్పలు. ఆ బండమీద తలకింద చేతులు పెట్టుకుని పడుకున్నాడు కృష్ణ. అతనికి కొంచెం దూరంలో కూర్చున్నాడు ప్రసాద్. కాసేపు ఎవరూ మాట్లాడుకోలేదు. నిశ్శబ్దాన్ని భంగం చేస్తూ ఏదో కూనిరాగం తీశాడు ప్రసాద్.

"బ్యూటిఫుల్. మీ గొంతు చాలా బాగుంది. మీకు పాటలొచ్చా?" అన్నాడు కృష్ణ.

"మీరు ఆ ప్రశ్న ఆ విధంగా అడక్కూడదు. పాటలకేం- అందరికీ పాటలు పాడటం వస్తుంది. మీరు పాడితే ఇతరులు వినగలరా? అని అడగాలి" అన్నాడు ప్రసాద్.

చిన్నగా నవ్వాడు కృష్ణ. "సరే. ఇలాగే అడుగుతాను. మీరు పాడితే ఇతరులు వినగలరా?" బుద్ధిగా అడిగాడు. "ఏమో మరి? ఎందుకంటే ఎప్పుడో చిన్నతనంలో రెగ్యులర్‌గా పాడేవాడిని. ఈమధ్య పదేళ్ళుగా పాడటం లేదు. పదేళ్ళక్రితం మా పక్కింటివాళ్ళ అమ్మాయి పెళ్ళికి నన్ను పాట పాడమన్నారు. వెంటనే పెళ్ళికొడుకు ఎదురుగా కూర్చుని గొంతు విప్పి 'ఎవరుచేసిన ఖర్మ వారనుభవించక ఎవరికైనా తప్పదన్నా!' అంటూ పాడేసరికి అందరూ కలిసి నన్ను తన్నినంత పనిచేశారు. దాంతో భయపడిపోయి పాడటం మానేశాను" వినయంగా చెప్పాడు ప్రసాద్.

ఫక్కున నవ్వాడు కృష్ణ. "బాగుంది మీ అనుభవం. అప్పుడు మానేస్తే మానేశారు. ఇప్పుడు పాట పాడండి వింటాను." అన్నాడు.

"ఓ ఎస్. అలాగే పాడతాను. అయితే, ఒక షరతు. బాగా లేకపోయినా నన్నేమీ అనకూడదు." సీరియస్‌గా అన్నాడు ప్రసాద్. మరోసారి ఫక్కున నవ్వేసి "అలాగే-ఎగ్రీడ్" అన్నాడు కృష్ణ. వెంటనే కంఠం విప్పాడు ప్రసాద్. ఆ విరహగీతం ప్రేయసికి దూరమైన ప్రియుడు ఆలపించే పల్లె గీతం. గుండెను పిండివేసే ఆవేదన ఉంది ఆ గీతంలో. ఆ గీతానికి జీవంపోస్తూ అత్యంత మధురంగా ఉంది ప్రసాద్ కంఠం. పరవశుడైపోయాడు కృష్ణ.

"శభాష్!" అద్భుతంగా ఉంది. మనసును మరలించివేసింది. బ్రహ్మాండంగా పాడారు. గెస్ట్‌హౌస్‌కి వెళ్ళగానే మరోసారి పాడండి. రికార్డ్ చేసుకుంటాను" అన్నాడు ప్రసాద్‌కు షేక్‌హాండ్ ఇచ్చి.

"నాదేం లేదు. ఆ పాటలో ఉన్న గొప్పతనం అది. ప్రేమగీతాలు, విరహగీతాలు ఎవరు పాడినా బాగానే ఉంటాయి. ప్రేమలోని గొప్పతనం అది" అన్నాడు ప్రసాద్.

సూటిగా చూశాడు కృష్ణ. "ప్రసాద్‌గారు! ప్రేమకి మీరిచ్చే నిర్వచనం ఏమిటి?" అడిగాడు కృష్ణ. తలవంచుకున్నాడు ప్రసాద్.

"ప్రేమ చాలా గొప్పది. దానికదే సాటి అయింది ప్రేమ. ప్రేమ ప్రకృతిలో ఒకభాగం. తల్లి బిడ్డను ప్రేమిస్తుంది. గురువు శిష్యుడ్ని ప్రేమిస్తాడు. యజమాని నౌకరును ప్రేమిస్తాడు. అయితే, ఈ ప్రేమ ఇక్కడ సమాంతరంకాదు.

వాత్సల్యం, అభిమానం, ఆదరం, ఇత్యాదిగా వ్యవహరించబడుతూ ఉంది. కానీ, ఒకరకమైన ప్రేమ మాత్రం కేవలం ప్రేమగానే మిగిలిపోయింది. అదే యువతీ యువకుల మధ్య ఉదయించే ప్రేమ. ఎంతో చరిత్రను సృష్టించింది ఈ ప్రేమే. ఎన్నో జీవితాలను వికసింపజేసిందీ, మరెన్నో జీవితాలను సమూలంగా నాశనంచేసిందీ ఈ ప్రేమే. ఈ ప్రేమ గురించి చెప్పాలంటే నాకు సాధ్యంకాదు. నిర్వచించే శక్తి నాకు లేదు."

"ఎంత బాగా చెప్పారు! ఇంత బాగా ప్రేమను గురించి ఆకళింపు చేసుకున్న మీరు ఎవరినైనా ప్రేమించారా? స్నేహితుడిగా భావించి అడుగుతున్నాను. అభ్యంతరం లేకపోతే చెప్పండి."

బరువుగా నిట్టూర్చాడు ప్రసాద్. "నిజానికి నేను ఎవర్నీ ప్రేమించలేదు కృష్ణగారూ, అని అబద్ధం చెప్పేస్తే ఒక్క ముక్కలో తేలిపోతుంది. కానీ, స్నేహంలో అబద్ధాలకు చోటులేదు. అందుకని నిజమే చెప్తాను.పదండి, నడుస్తూ మాట్లాడుకుందాం'' అంటూ లేచాడు. ఇద్దరూ వెనుదిరిగి నడక ప్రారంభించారు.

"నేను ప్రేమించాను. తా వలచింది రంభ అని సామెత ఉంది. కానీ, నేను ప్రేమించిన సీత నిజంగా చాలా అందమైన అమ్మాయి. ఆ అందాన్ని తలదన్నే సంస్కారం అంతకు మించిన వ్యక్తిత్వం మూర్తీభవించిన ముగ్ధ సీత. సీత అంటే అందరికీ ఇష్టమే. ఉద్యోగరీత్యా ఆ ఊరు వెళ్ళగానే పరిచయం అయింది సీత, నేను పనిచేసే స్కూల్లో తనూ పనిచేసేది. నే నుండే వీధిలోనే వాళ్ళ ఇల్లు. స్కూల్లో పరిచయం స్నేహంగా మారింది. నా ఒక్కడికే కాదు. సీత అందరికీ స్నేహితురాలే. నేను రోజూ స్కూల్లోకి వెళ్ళేటప్పుడు కలిసేది. మళ్ళా సాయంత్రం కలిసే వచ్చేవాళ్ళం. ఒకటి రెండుసార్లు మా ఇంటికి కూడా వచ్చింది. రావటం నా స్నేహితురాలిగా వచ్చినా తిరిగి వెళ్ళే సమయానికి మా అమ్మకి క్లోజ్ ఫ్రెండ్ అయిపోయింది. ఆ అమ్మాయి మళ్ళీ రాదేం? రమ్మన్నానని చెప్పు అనేది అమ్మ. చెప్పేవాడిని. అలాగే వస్తాను వీలు చూసుకుని అనేది సీత. అలా ఏడాది గడిచిపోయింది. సీత నాకెంతో దగ్గరైంది. ఒక్కరోజు సీతను చూడకుండా ఉండలేకపోయేవాడిని. ఆరోజుల్లోనే ఒకరోజు అమ్మకి

జ్వరం వచ్చింది. తేలిక జ్వరంతో ప్రారంభమై సాయంత్రానికి బాగా ఎక్కువైంది. నేను స్కూల్‌కి వెళ్ళలేదు. ఎందుకు రాలేదో తెలుసుకుందామని వచ్చింది సీత. అమ్మ పక్కనే కూర్చుంది. నేను వెళ్ళి డాక్టర్ని తీసుకొచ్చాను. పరీక్ష చేసి చూశాడు ఆయన. ఇంజక్షన్ ఇచ్చాడు. 'దీనితో తగ్గిపోతుంది. తగ్గకపోతే మాత్రం వెంటనే నాకు కబురు చెయ్యండి. తలమీద నీళ్ళగుడ్డ వెయ్యండి' అని చెప్పి వెళ్ళిపోయాడు.

"నాకెందుకో భయం వేసింది. నా భయం గమనించిన సీత నన్ను ముక్కచివాట్లు పెట్టింది. విగ్రహ పుష్టి, నైవేద్య నష్టి అన్నట్లు పైకి గంభీరమే గానీ లోపలంతా డొల్ల అని తిట్టింది. అదికాదు సీతా! అమ్మకి ఎంత జ్వరంగా ఉందో చూశారుగా! నాకెందుకో భయంగా ఉంది' అన్నాను. 'ఇది మరీ బాగుంది. జబ్బులు మనుషులకి కాక మానులకి వస్తాయా?' అని కొట్టిపారేసింది. 'మీకేం భయంలేదు. కావాలంటే ఈ పూటకి ఇక్కడే ఉంటాను' అంది. నేను వద్దన్నా వినలేదు. జావచేసి అమ్మకు ఇచ్చింది. వంట చేసి నన్ను నాలుగు తిట్టి అన్నం పెట్టింది. రాత్రి అమ్మకు బాగా సీరియస్ చేసింది. పరుగున వెళ్ళి డాక్టర్ని పిలుచుకొచ్చాను. అమ్మని పరీక్షచేసి చకచక మందులు ఇచ్చాడు ఆయన. తెల్లవారుతూ ఉండగా జ్వరం తగ్గి నిద్రపోయింది అమ్మ. 'ఇక ఫర్వాలేదు. ప్రమాదం గడిచినట్లే' అని వెళ్ళిపోయాడు డాక్టర్. ఆ పూట తనూ స్కూలు మానేసింది. సీత వంటింట్లోనే ఉండిపోయింది. మర్నాటికి అమ్మకూడా కోలుకుంది. 'నీకు చాలా శ్రమ ఇచ్చాను సీతమ్మా' అంది సీతతో. 'చాల్లేండి- ఇంకా నయం. అవసరంలో మనిషికి మనిషి సాయం. అంతే. ఇందులో శ్రమ ఏముంది? రేపు నాకు అవసరం వస్తే మీరు చెయ్యరా' అంది సీత.

"వారం రోజుల్లో పూర్తిగా ఆరోగ్యంగా అయిపోయింది అమ్మ. ఆ వారం రోజులూ రెండుపూటలా వచ్చేది సీత. నేను స్కూల్లో జాయిన్ అయ్యాను. ఆ రాత్రి అమ్మ, నేను కబుర్లు చెప్పుకుంటూ పడుకున్నాం. 'బాబూ! నీకు సీత అంటే ఇష్టమే కదూ!' అంది అమ్మ హఠాత్తుగా. సీతంటే ఎవరికి ఇష్టం ఉండదమ్మా? నీకు మాత్రం ఇష్టం కాదూ సీతంటే' అన్నాను. 'అదికాదురా.

నాకూ వయసు వస్తోంది. నీ పెళ్లి చేసెయ్యాలి. నీ పెళ్ళి చేసి ఆ వచ్చే అమ్మాయికి సంసారం అప్పగించేసి కృష్ణా, రామా అనుకుంటూ కూర్చుంటాను నేను. సీతను చూసిన దగ్గర్నుంచి ఆ అమ్మాయి ఈ ఇంటి కోడలైతే బాగుండును అనిపించింది నాకు. నీకు ఇష్టం అయితే సీతతో మాట్లాడుతాను' అంది అమ్మ.

"తెల్లబోయాను నేను. సీతని ఆ దృష్టితో ఎప్పుడూ చూడలేదు. మెల్లిగా అమ్మ చెప్పింది అర్థం అయ్యేసరికి మనసు మధురంగా అయిపోయింది. సీతలాటి అమ్మాయిని భార్యగా పొందడం ఎంత అదృష్టం! ఆ అదృష్టం నాకు దక్కుతుందేమో అనే సంతోషం ఆ రాత్రల్లా నన్ను నిద్రకు దూరం చేసింది. మర్నాడు అమ్మతో చెప్పాను. సంతోషించింది అమ్మ. సరే, అయితే ఇవ్వాళే మాట్లాడు అంది. ఆవేళ సీతని కలిసినప్పుడు ఆ మాట దేవుడెరుగు-అసలు మామూలు మాటలు మాట్లాడటానికే బ్రహ్మ ప్రళయం అయింది నాకు. 'అలా ఉన్నారేం? ఆరోగ్యం బాగాలేదా?' అని అడిగింది సీత. అలా పదిరోజులు గడిచిపోయాయి కానీ నేను అడగాలనుకున్నది అడగనేలేదు. రోజూ ఇంటికి రాగానే ఆత్రంగా అడిగేది అమ్మ. నా సమాధానం వినగానే నీళ్ళు గారిపోయేది. 'ఏమిట్రా ఇది నీ తలకాయ, ఏ రోజు కారోజు వీలు కాలేదు, వీలు కాలేదు అంటావేం? ఇక నీ వల్ల కాదులే. రేపు సీతమ్మని మనింటికి పిలుచుకురా-నేనే అడిగేస్తాను' అంది చిరాగ్గా. 'వద్దులే అమ్మా, రేపు నేనే అడిగేస్తాను' అని హామీ ఇచ్చాను.

"ఆ మర్నాడు స్కూలునించి బయలుదేరాం నేనూ, సీతా. 'సీతా! మీతో ఒక ముఖ్యమైన విషయం మాట్లాడాలి' అన్నాను ధైర్యం తెచ్చుకుని 'చెప్పండి' అంది సీత. 'చెప్తాను కానీ, ఒక రిక్వెస్టు. విన్నాక నువ్వు కోపం తెచ్చుకోకూడదు. మీ నిర్ణయం ఏదైనా మన స్నేహానికి ఆటంకం కలగకూడదు' అన్నాను. 'అబ్బా! అయితే, ఏదో సీరియస్ వ్యవహారమేనన్న మాట. వింటాను చెప్పండి' అంది.

కాసేపు సంకోచించి, మరికాసేపు సిగ్గుపడి ఎలాగైతేనేం నేను చెప్పదలుచుకున్నది చెప్పేశాను. 'సీతా! నీకు మనస్ఫూర్తిగా అంగీకారం అయితే

మనం పెళ్ళి చేసుకుందాం' అన్నాను. ఒక్కక్షణం నా వంక ఆశ్చర్యంగా చూసి మరుక్షణం కిలకిల నవ్వేసింది సీత. తెల్లబోయాను నేను." అబ్బ! ఇంక నవ్వలేను బాబూ!" అంది నవ్వాపుకుంటూ, 'ఎందుకంత నవ్వు? ఇందులో అంత నవ్వాల్సింది ఏముంది?' అన్నాను. 'నవ్వక ఏం చెయ్యను? మీరీ మాట అడుగుతారని నాకు తెలుసు. రోజూ ఎదురుచూస్తున్నాను. ఇన్నాళ్ళకి తీరిక, ధైర్యం చిక్కాయన్నమాట మీకు' అంటూ మళ్ళీ నవ్వేసింది. అయోమయంగా అనిపించింది నాకు. 'మరి మీ అభిప్రాయం ఏమిటి? అంగీకారమేనా?' అని అడిగాను. 'ఆహా!' సంపూర్ణాంగీకారమే. అసలు మరో నాలుగురోజులు చూసి మీరు అడగకపోతే నేనే అడిగేద్దామనుకున్నాను' అంది. ఆనందంతో పిచ్చివాడినైపోయాను. సీత నాది. సీత నాది. "నేను అదృష్టవంతుడిని సీతా!" అన్నాను. 'అంత స్వార్థం పనికిరాదు. మనం అదృష్టవంతులం అనండి' అంది సీత.

"ఇద్దరం మాఇంటికి వచ్చాం. మమ్మల్ని చూడగానే గ్రహించేసింది అమ్మ. సీతను దగ్గరకు తీసుకుని తల నిమిరింది. 'ఇంక ఆలస్యం ఎందుకు? రేపే మీ నాన్నగారి దగ్గరకు వెళ్ళి మాట్లాడతాను. త్వరగా ఆ మూడు ముళ్ళూ పడిపోతే వీడిని నీ చేతుల్లో పెట్టేసి నిశ్చింతగా ఉంటాను' అంది పరవశించిపోతూ. నాకు నవ్వు వచ్చింది. "ఎవరైనా ఆడపిల్లను ఓ అయ్యచేతుల్లో పెట్టాలని అనుకుంటారు. మరి నువ్వు కొడుకుని కోడలి చేతుల్లో పెట్టేస్తా నంటున్నావేం అమ్మా?" అన్నాను. 'నువ్వు ఉత్త పిచ్చిసన్నాసివిరా! సీత మంచి పిల్ల– నిన్ను జాగ్రత్తగా చూసుకుంటుంది' అంటూ లోపలికి వెళ్ళిపోయింది." 'చచ్చాం! ముందే పిచ్చి, ఆపైన సన్నాసి. నా కొద్దు బాబూ!" అని చిలిపిగా నన్నేడిపించేది సీత. ఉడుక్కున్నాను.

'ఏం కాదు, అమ్మకు పిచ్చి సన్నాసిని. నీకు మాత్రం ప్రేమపూజారిని' అన్నాను. ఆ మరునాడే సీతవాళ్ళ ఊరువెళ్ళింది అమ్మ. సాయంత్రానికే తిరిగొచ్చేసింది. 'ఆయన ఆనందంగా అంగీకరించారు. వెంటనే పెళ్ళిచేసేద్దాం అన్నారు. కానీ, ఏం లాభం? ఏదో మూఢమి ఉందిట. మరో మూడు నెలలదాకా పెళ్ళి ముహూర్తాలు లేవుట' అంది నిరుత్సాహంగా. 'ఫర్వాలేదులే.

మూడు నెల్లేగా? ఎంతలోకి తిరిగి వస్తాయి' అని ధైర్యం చెప్పాను. మాకై మేము చెప్పకపోయినా ఊళ్ళో అందరికీ అంచెలంచెలుగా తెలిసిపోయింది ఈ వార్త. మేమిద్దరం స్కూలుకి వెళ్ళగానే తోటి టీచర్లంతా చుట్టుముట్టేశారు. అభినందనలు చెప్పారు. పార్టీ ఇవ్వమని గోల పెట్టేశారు. పెళ్ళయాక ఇస్తాం మొర్రో అన్నా వినిపించుకోలేదు. 'అప్పుడు ఏకంగా గ్రాండ్‌గా డిన్నర్ ఇద్దురుగాని ఇప్పుడుమాత్రం లైట్‌గా పార్టీ ఇచ్చి తీరాల్సిందే' అంటూ పట్టుబట్టి అప్పటికప్పుడే స్వీటూ, హాటూ, టీ తెప్పించి అందరికీ సర్వ్ చేసి జబర్దస్తీగా నా దగ్గర్నుంచి డబ్బు లాక్కుని హోటల్‌వాడికి ఇచ్చాడు విక్టర్. అంతేకాదు. మమ్మల్నిద్దర్నీ కలకాలం చిలకాగోరింకల్లా బ్రతకమని ఆశీర్వదిస్తూ స్పీచ్ కూడా ఇచ్చాడు.

"ఆరోజునించి ప్రతిరోజూ స్కూల్‌నించి మా ఇంటికి వచ్చేవాళ్ళం. రాగానే పక్కపక్కన కూర్చోబెట్టి టిఫిన్ పెట్టేది అమ్మ. 'అమ్మా! నీ కోడల్ని మరీ ముద్దు చేస్తున్నావమ్మా నువ్వు. ఇలా అయితే రేపు పెళ్ళయ్యాక దమ్మిడీ పని చెయ్యదు ఈవిడగారు. మన నెత్తిన ఎక్కి డాన్సు చేస్తుంది' అన్నాను ఓరోజు. 'నీమొహం, అలా ఏం చెయ్యదు. సీతమ్మ బంగారు తల్లి, ఈ నాలుగు రోజులే నాకు శ్రమ. పెళ్ళయ్యాక సీతే అన్నీ చూసుకుంటుంది. నేను ఓ మూల కృష్ణా, రామా అంటూ నిశ్చింతగా కూర్చుంటాను' అంది అమ్మ. ఏమిటీ? సీత వంట చేస్తుందా? అయితే, రెండు చేతులతోనూ తినాల్సిందే" అన్నాను. సీతకి కోపం వచ్చింది. 'ఏమిటా మాటలు? నాకు వంట రాదా? ఇప్పుడే చేసి చూపిస్తాను ఉండండి' అంటూ కొంగు దోపుకుని వంటింట్లోకి వెళ్ళింది.

"అరగంటలోపునే మైసూర్‌పాక్‌లతో తిరిగొచ్చింది. పాపం! ఎలా చేసిందో ఏమో సరిగ్గా కుదరలేదు. గట్టిపడిపోయాయి. రుచి చూసి 'శభాష్! బ్రహ్మాండంగా ఉంది. ఆ ఫార్ములా ఓ కాగితం మీద రాసి ఇవ్వు సీతా, రేపు మన ప్రెసిడెంటుగారు ఢిల్లీ వెళ్తున్నారట. ఆయన చేతికిచ్చి పంపిస్తాను' అన్నాను. 'సీత మొహం ఎర్రబడింది. అమ్మకి అర్థంకాలేదు నేనన్నది. 'మైసూర్‌పాక్ కాగితం ఢిల్లీకి ఎందుకురా?' అని అడిగింది అమాయకంగా.

'అదేనమ్మా అక్కడవాళ్ళు ఈ పదార్థం తయారుచేసి చూస్తారు. నచ్చితే ఇకముందు బ్రిడ్జీలు, బిల్డింగులు కట్టడానికి దీనినే ఉపయోగిస్తారు. నీ కోడల్ని ఢిల్లీ పిలిపించి యోగ్యతా పత్రం కూడా ఇస్తారు' అన్నాను.

"సీత మొహం మరింత కందిపోయింది. అమ్మకి నామీద కోపం వచ్చింది. 'చాల్లే– నోరు మూసుకో. ఆకతాయి వెధవా! ఆడపిల్లని ఏమిటా ఏడిపించటం? వాడంతేలే సీతమ్మా. నువ్వేం అనుకోకు. మైసూర్‌పాక్ మహామహావాళ్ళకే కుదరదు. చిన్నపిల్ల– ఏదోపొరపాటు చేసింది. ఈసారి బ్రహ్మాండంగా చేస్తుంది' అంది నన్ను తిడుతూ. 'ఓ! అలాగే రోజూ కాస్త చేసి ఆ బీరువాకి వేయించు. రేపు రిటైరయ్యాక ఇల్లు కట్టుకోవచ్చు ఎంచక్కా' అన్నాను. చేతిలోని తువ్వాలు నా మొహాన విసిరి వెళ్ళిపోయింది సీత. రెండ్రోజులు బ్రతిమాలుకుంటేగానీ నాతో మాట్లాడలేదు. 'నీ వంట జోలికి రాను–ఒట్టు' అని చెంపలేసుకున్న తరువాత చిరునవ్వు నవ్వింది.

రోజులు హాయిగా గడిచిపోసాగాయి. సీతతో ఎంతసేపు కబుర్లు చెప్పినా తనివి తీరేది కాదు. సాయంత్రందాకా కలిసే ఉండేవాళ్ళం. సీత రోజూ మా ఇంటికి వచ్చేది. ఒక్కరోజు రాకపోతే అమ్మకి తోచేది కాదు. ఇవ్వాళ కాకరకాయ వేపుడు చేశానురా. సీతకి ఇష్టం. రమ్మను' అంటూ పొద్దున్నే తరిమేది. చేగోడీలు చేశాను సీత కిష్టం ఇచ్చిరా అంటూ మిట్టమధ్యాహ్నం పంపించేది. ఒక్కోసారి విసుగేసి మీ ఆన్యోన్యత కాదు కానీ నన్ను చంపుకు తింటున్నారు మధ్యలో అని విసుక్కునేవాడిని. రెండు నెలలు గడిచిపోయాయి. మరో నెల రోజుల తరువాత మా పెళ్ళి. హఠాత్తుగా వచ్చింది నా ట్రాన్స్‌ఫర్ ఆర్డర్.

"అమ్మ దిగాలుపడిపోయింది. సీతకూడా బిక్కమొహం వేసింది. ఇద్దరికీ సర్ది చెప్పాను. ఏం ఫర్వాలేదు పెళ్ళయ్యాక సీతనుకూడా ఆ ఊరికి వేస్తారు అన్నాను. నేను వెళ్ళి జాయినై ఇల్లు చూసుకుని వచ్చాను. ఏకంగా రెండు గదుల వంటిల్లు ఉన్న ఫామిలీ పోర్షనే తీసుకున్నాను. అమ్మ, సీత సామాన్లు సర్దేశారు. ఆ పూట సీత ఇంట్లోనే భోజనం చేశాం. ప్రయాణం అవుతూ సీతను దగ్గరికి తీసుకుని కళ్ళనీళ్ళ పర్యంతం అయింది అమ్మ. జాగ్రత్త సీతమ్మా!

ఏమిటో ఈ దిక్కుమాలిన ట్రాన్స్ఫర్. ఈ నెల ఎలాగో గడిచిపోతే సెలవులేగా! అక్కడికి వచ్చేద్దువుగాని' అంది.

"బయలుదేరబోతూ సీత దగ్గరకు వెళ్ళాను. 'వెళ్ళొస్తాను సీతా!' అన్నాను. సీత కళ్ళు నిండిపోయాయి. నాకూ బాధవేసింది. అయినా ధైర్యం తెచ్చుకుని సీతకి ధైర్యం చెప్పాను. 'పిచ్చి పిల్లా! ఎందుకీ బేలతనం? ఎంతదూరం వెళ్ళిపోతున్నాను? ఎనభై మైళ్ళేగా. అదైనా కేవలం నెల రోజులు. ఆ తరువాత జీవితాంతం కలిసే ఉందాం. రోజూ ఉత్తరం రాస్తాను. నువ్వూ రాయి. వీలైనప్పుడల్లా వస్తూ ఉంటాను. నీకు చూడాలనిపిస్తే ఉత్తరం రాయి. రెక్కలు కట్టుకుని వచ్చి వాల్తాను అన్నాను. 'అలాగే. ఇన్నాళ్ళూ కలిసి ఉన్నాం కదూ! మీరూ, అత్తయ్యా వెళ్తుంటే ఏడుపొచ్చింది. అంతే వెళ్ళిరండి' అంటూ కళ్లు తుడుచుకుని వీడ్కోలు ఇచ్చింది సీత. బస్ స్టాండుకి వచ్చింది. బస్ కదిలేదాకా కోడలికి జాగ్రత్తలు చెప్తూనే ఉంది అమ్మ.

"కొత్త ఊరు చేరాం. కొత్త మనుషులు, కొత్త వాతావరణం. సీతలేని లోటు కొట్టొచ్చినట్లు అనిపించింది మాకు. మెల్లిగా అలవాటుపడిపోయాం. రోజూ ఉత్తరాలు రాస్తూ ఉండేవాడిని. స్కూల్లో పని చాలా ఎక్కువగా ఉండేది. పరీక్షలు దగ్గరపడుతూ ఉన్నాయి. పోర్షన్ బోలెడు ఉండిపోయింది. బిజీ అయిపోయాను. సీత దగ్గరకు వెళ్ళడం కుదరలేదు. సీతకూడా వద్దని రాసింది. ఇక్కడికి రావడం, నన్ను చూడటం కంటే పిల్లల చదువుముఖ్యం. ముందు ఆ పని చూడండి' అని సలహా ఇచ్చింది. శని, ఆదివారాల్లో కూడా స్పెషల్ క్లాసులు తీసుకునే వాడిని. పదిహేను రోజులు గడిచిపోయాయి. ఆ రోజు సాయంత్రం స్కూల్ వదిలారు. రోడ్డు చాలా రద్దీగా ఉంది. స్కూలు పిల్లలు, మిగతా జనం,. నేను, మరో ఇద్దరు టీచర్లు కబుర్లు చెప్పుకుంటూ నడుస్తున్నాం. వెనకనించి ఆఘమేఘాలమీద వస్తోంది ఓ మోటర్ సైకిల్. హారన్ ఆపకుండా మోగిస్తూ దూసుకు వస్తోంది. ఉన్నట్లుండి రోడ్డుకి అడ్డం వెళ్ళాడు ఆరేళ్ళ అబ్బాయి. మరో క్షణం ఉంటే ఆ పిల్లవాడికి డాష్ ఇచ్చేది ఆ మోటర్ సైకిల్. పరుగున వెళ్ళి వాడిని పక్కకి లాగేశాను. ఆ మోటర్ సైకిల్ నాకు ఢీకొనడం, నా శరీరం గాల్లోకి లేవడం లీలగా గుర్తు. ఆ తరువాత ఏమైందో నాకు తెలియదు.

"మళ్ళీ కళ్ళు తెరిచేసరికి హాస్పిటల్లో ఉన్నాను. తలంతా బరువుగా ఉంది. పక్కన కూర్చుని ఉంది అమ్మ. 'అమ్మా!' అని పిలిచాను. నాచెయ్యి పట్టుకుని వెక్కి వెక్కి ఏడ్చింది అమ్మ." మళ్ళీ నీ పిలుపు వింటాననుకోలేదురా తండ్రీ" అంది. అయోమయంగా అనిపించింది నాకు. మళ్ళీ కళ్ళు మూసుకుపోయాయి. అలా మగత మగతగా ఉంది రెండు రోజులు. పూర్తిగా తెలివి వచ్చాక మెల్లిగా తెలిశాయి అన్ని సంగతులూ. ఆ రోజూ ఏక్సిడెంటులో నాకు తీవ్రంగా దెబ్బలు తగిలాయి. వెంటనే హాస్పిటల్‌కి తీసుకువెళ్ళారు. తలకి బలమైన దెబ్బ తగిలింది. సిటీకి తీసుకువెళితే మంచిది అన్నాడట అక్కడి డాక్టరు. నాకు ఏక్సిడెంటు చేసిన ఆసామీ బాగా డబ్బున్న వాడట. మరి కేస్ అవుతుందని భయపడ్డాడో, లేక పశ్చాత్తాపపడ్డాడో తెలియదుగానీ 'ఎంత ఖర్చయినా సరే ఇతను బ్రతకాలి' అని పట్టు పట్టాడట. తాత్కాలికంగా ట్రీట్‌మెంట్ ఇచ్చి అప్పటికప్పుడే టాక్సీలో అరవై మైళ్ళ దూరాన ఉన్న సిటీకి తరలించారట నన్ను. మంచి హాస్పిటల్‌లో చేర్చారు. చకచక వైద్యం జరిగింది. ఎక్స్‌రే తీశారు. కుడికాలుకి ఫ్రాక్చర్. తలకి ఆపరేషన్ చేశారు. పరిస్థితి ప్రమాదంగానే ఉంది. మా ప్రయత్నం మేము చేస్తున్నాం' అన్నారట డాక్టర్లు. భూమిమీద రోజులు మిగిలి ఉన్నాయి కాబోలు నేను బ్రతికాను. కేవలం బ్రతకటమే కాదు సవ్యంగా ఏ ఎఫెక్టూ లేకుండా బయటపడ్డాను.

"నాకు పూర్తిగా తెలివి వచ్చిందని తెలియగానే పరుగున వచ్చాడు ఆ మోటర్ సైకిల్ అతను. చేతులు పట్టుకుని క్షమాపణ చెప్పుకున్నాడు. ఇంకా ఎవరెవరో వచ్చారు. హఠాత్తుగా గుర్తువచ్చింది నాకు. నాకింత ప్రమాదం జరిగితే సీతకి తెలియదా? సీత రాలేదేం? అమ్మని అడిగాను. టెలిగ్రామ్ ఇప్పించాను. వస్తుంది' అంది అమ్మ. టెలిగ్రామ్ ఇప్పించావా? అలా ఎందుకు చేశావమ్మా? సీత కంగారుపడదూ!' అన్నాను. 'నాకు తెలుసులేరా! నాకు ఆరోగ్యం బాగాలేదని, రమ్మని నీ పేరు మీద ఇప్పించాను' అంది అమ్మ. ఆ రోజంతా సీతకోసం చూశాం. రాలేదు.

సీతకి టెలిగ్రామ్ అందిందో, లేదో? లేకపోతే తను ఊళ్ళో ఉందో, లేదో? వాళ్ళ నాన్నగారి దగ్గరికి వెళ్ళిందేమో? మళ్ళీ టెలిగ్రామ్ ఇవ్వమ్మా!' అన్నాను. నీకు చెప్పలేదుగానీ నీకు ప్రమాదంగా ఉన్న రోజునే సీత తండ్రికి

టెలిగ్రామ్ ఇప్పించానురా! ఇవ్వాళ తప్పకుండా వస్తారు వాళ్లు' అంది అమ్మ. ఆ రోజు గడిచిపోయింది. అడుగుల చప్పుడు వినిపిస్తే ఆశగా ఎదురుచూసే నాకు ప్రతిసారీ నిరాశే ఎదురయేది. సీత ఎందుకు రాలేదు? కారణం ఏమిటి? సీతకి ఆరోగ్యం బాగాలేదా? లేకపోతే నాకు ఇలా జరిగిందని తెలిసి షాక్ తిందా?ఏమయింది సీతకి? ఏదో జరిగింది. తలుచుకున్న కొలదీ భయం వేసింది నాకు. "అమ్మా! ఎవరికైనా రానూ పోనూ చార్జీలు ఇచ్చి పంపు" అన్నాను. అలాగే అంది అమ్మ. అతిభారంగా నాలుగు రోజులు గడిచాయి.

'ఎవరినైనా పంపించావా?' అని అడిగేవాడిని. 'లేదురా! ఎవరూ దొరకలేదు' అనేది అమ్మ. 'పోనీ నువ్వు వెళ్ళు' అన్నాను. నిన్ను ఇలా వదిలి నేను ఎలా వెళ్ళను? అంది అమ్మ. ఫర్వాలేదు వెళ్ళిరా నాకు సీతని చూడాలని ఉంది. వెళ్ళి సీతను తీసుకురా!' అన్నాను. సరేలే రేపు వెళ్తాను' అంది. అందే కానీ వెళ్ళలేదు. ఆ మర్నాడే కాదు మరో నాలుగు రోజులు గడిచినా వెళ్ళలేదు. రేపు వెళ్తా రేపు వెళ్తా అంటూ కాలయాపన చేసేది.

***

"ఆ వేళ హాస్పిటల్లో ఒంటరిగా పడుకున్న నాకు భరించలేని బాధగా ఉంది. సీతని చూడాలని ఉంది. సీత నా కోసం రాలేదు. నాకై నేను వెళ్దామంటే కదలలేని స్థితిలో ఉన్నాను. ఆ స్థితిలో యథాప్రకారం పొద్దున పది గంటలకు నాకు అన్నం తీసుకువచ్చిన అమ్మను చూడగానే పిచ్చెక్కినట్లు అయింది. "అయితే ఇవ్వాళ కూడా సీత కోసం వెళ్ళలేదు కదూ నువ్వు" అన్నాను.

"వీలు కాలేదురా! పని మనిషికి ఇల్లు చూసుకోమని చెప్తే వీలు కాదంది. రేపు దానికి తీరికట. రేపు వెళ్తానులే" అంది మామూలుగా.

ఆ క్షణాన ఎన్నడూ రానంత కోపం వచ్చింది అమ్మమీద. "వెళ్ళవు. నువ్వెందుకు వెళ్తావు? నీకేం అవసరం? వెళ్ళద్దులే. ఏకంగా నేను చచ్చిపోయాక ఆ కబురు తీసుకుని తీరిగ్గా వెళ్దువుగాని" అన్నాను. విలవిలలాడింది అమ్మ. నన్ను బుజ్జగించాలని ప్రయత్నం చేసింది. కానీ, నేను లొంగలేదు. అన్నం కలిపి తీసుకొస్తే ఆ పళ్ళెం అవతలికి తోసేశాను. "నేను అన్నం తినను. నా కొద్దు. సీతను తీసుకొచ్చేదాకా పచ్చి మంచినీళ్ళు కూడా తాగను" అని మొండికెత్తాను. బతిమాలింది. కోప్పడింది. కళ్ళనీళ్ళు పెట్టుకుంది. కానీ,

దేనికీ లొంగలేదు నేను. "నేను బతికి బాగుండాలని నువ్వు కోరుకుంటే వెంటనే వెళ్ళి సీతను తీసుకురా" అన్నాను.

కంచం పక్కన పెట్టి కొంగులో ముఖం దాచుకుని వెక్కి వెక్కి ఏడ్చింది అమ్మ! "బాబూ! సీతని ఎలా తీసుకురానురా? నీకు ఎలా చెప్పేది?" అమ్మ మాటలకు నా గుండె ఆగినంత పని అయింది. "ఏమిటమ్మా నువ్వు అనేది? సీతకి ఏమైంది" అంటూ కాలికున్న ప్లాస్టర్ సంగతి మర్చిపోయి మంచం దిగబోయాను. పరుగున వచ్చి పట్టుకుని ఆపేసింది అమ్మ. సీతకి ఏమీ కాలేదు బాబూ. సీత సుఖంగా ఉంది" అంది. "మరైతే ఏమిటి?" అన్నాను తేలికపడిన మనస్సుతో. "సీతని మర్చిపోరా! సీతకు పెళ్ళిఅయిపోయింది."

నా కళ్ళ ముందు ప్రపంచం గిర్రున తిరుగుతున్నట్లు అయింది నాకు. నా చెవులను నేనే నమ్మలేక పోయాను. అమ్మ వంక చూశాను దీనాతి దీనంగా. తను ప్రాణంగా పెంచుకున్న తన బిడ్డ, అప్పుడే కోలుకుంటున్న తన ఏకైక పుత్రుడు తను వినిపించిన విషం లాటి నిజం విని ఏమైపోతాడో అని దిగులుగా చూస్తున్న అమ్మను చూడగానే అది నిజం అని గ్రహించాను. అమ్మ ఒడిలో తల దాచుకున్నాను."

ఆపకుండా మాట్లాడటం, నడవటం వల్ల ఆయాసం ముంచుకు వచ్చిన ప్రసాద్‌కి గెస్ట్‌హౌస్ చూడగానే ప్రాణం లేచొచ్చింది. "అమ్మయ్య. ఇందాక గబగబ కొండ దిగేశాను. కానీ, ఎక్కేసరికి మాత్రం నా గ్రాండ్ ఫాదర్ గుర్తుకొచ్చాడు. ఆపదలో ఉన్న జనం కొండ ఎక్కుతాం అని దేవుడికి మొక్కుకునేది ఎందుకంటారు? ఇందుకే. మెట్టు మెట్టుకీ గుర్తొస్తాడు దేవుడు. అదీ లాభం దేవుడికి" అంటూనే వరండా మెట్లెక్కి తన గదిలోకి పారిపోయాడు. వింతగా అతని వంక చూశాడు కృష్ణ. ఏదో గొణుక్కుంటూ చరచరా తన గదిలోకి వెళ్ళిపోయాడు.

కృష్ణ స్నానం ముగించి డైనింగ్ హాల్లోకి వచ్చేసరికి అప్పటికే సిద్ధంగా కూర్చుని ప్లేటుమీద స్పూన్‌తో మ్యూజిక్ వాయిస్తున్నాడు ప్రసాద్. ఇతన్ని చూడగానే "రండి సార్, రండి, మీ కోసమే చూస్తున్నాను. చచ్చేంత ఆకలిగా ఉంది" అనేసి "రంగన్నా, త్వరగా రా! అయ్యగారొచ్చారు" అని కేక పెట్టాడు. వింతగా అతని వంక చూశాడు కృష్ణ.

రంగన్న వేడి ఇడ్లీలు, చట్నీ తెచ్చిపెట్టాడు. స్పూన్ అందుకొన్నాడు కృష్ణ.

"సారీ....నాకు చేత్తో తినడమే అలవాటు. చచ్చినా స్పూన్‌తో తినలేను. ఆ మధ్య ఏమైందో తెలుసా? మా ఫ్రెండ్ పెళ్ళికి హైదరాబాదు వెళ్ళాను పెళ్ళిలో బఫే డిన్నర్ పెట్టారు. ఎంత అలవాటు లేకపోయినా అంతమందిలో చేత్తో తింటే జంగ్లీ వెధవని అనుకుంటారేమో అని భయపడి స్పూన్‌తోనే తినటం మొదలు పెట్టాను.అదేదో కొత్తరకం వంకాయకూరట. కాయలపళంగా వండేశారు. రుచి బ్రహ్మాండంగావుంది. అందులోనూ నాకు వంకాయ కూరంటే చచ్చేంత ఇష్టం. నోరు ఊరిపోతూంది. ఆ కూరేమో ఎంత పీకినా రాదు. కుస్తీ పట్టి పట్టి విసుగేసి స్పూన్‌తో ఒక్కటి పొడిచాను. వెంటనే ఆ కాయ ఎగిరి వెళ్ళి పక్కాయన ప్లేట్లో పడింది. నా అదృష్టం బాగుంది. ఆయన తల తిప్పి ఎవరితోనో మాట్లాడుతున్నాడు గమనించలేదు కాబట్టి సరిపోయింది" అన్నాడు ప్రసాద్.

అతని మాటలకు నవ్వలేదు కృష్ణ. "ఇందాక సగంలో ఆపేశారు పూర్తిగా చెప్పండి. ఆ తరువాత ఏం జరిగింది?" అన్నాడు ఉత్కంఠతో. "ఇంకా జరిగేందుకు ఏముందీ? సీతకి వేరే పెళ్ళైపోయింది. అక్కడితో నా ప్రేమ ఫుల్‌స్టాప్." తాపీగా ఇడ్లీ తింటూ చెప్తున్న అతణ్ణి చూసి ఒళ్ళు మండింది కృష్ణకి.

"అలా అని వదిలేసి ఊరుకున్నారా? మీకు కోపం రాలేదూ! మిమ్మల్ని వదిలేసి మరో పెళ్ళి చేసుకున్న ఆ విశ్వాసఘాతకురాలిని ఎలా క్షమించ గలిగారు? తియ్య తియ్యగా కబుర్లు చెప్పి మీరిటు రాగానే మరొకడిని కట్టుకున్న రాక్షసి మీద ప్రతీకారం తీర్చుకోలేదా? నేనే నీ స్థానంలో ఉంటే మీలా ప్రేమకి ఫుల్‌స్టాప్ పెట్టి ఊరుకునేవాడిని కాదు. వెంటనే ఆవిడ బతుకు బజార్న పెట్టేవాడిని. ఆవిడ రాసిన ఉత్తరాలు పట్టుకుని ఆవిడని బ్లాక్‌మెయిల్ చేసేవాడిని. నాకు ద్రోహం తలపెట్టిన ఆ నయవంచకి జీవితంలో సుఖం లేకుండా చేసేవాడిని" అన్నాడు ఆవేశంగా.

నోటి నిండా ఇడ్లీ పెట్టుకున్న ప్రసాద్ గుడ్లు మిటకరించి చూశాడు. గ్లాసెడు నీళ్లు తాగి, "అబ్బా! ఏమో అనుకున్నాను. మీకు కోపం బాగా ఎక్కువే"

అన్నాడు కాస్త ఎగతాళిగా. పిడికిలి బిగించి బల్లమీద గుద్ది లేచి నిలబడ్డాడు కృష్ణ. "అవును. నాకు కోపం ఎక్కువ. ఈ మాట ఇప్పటికి లక్షసార్లు విన్నాను ఇతరుల నోటివెంట. మంచిగా ఉంటే నా అంత మంచివాడు లేడు. చెడుగా ప్రవర్తిస్తే నా అంత చెడ్డవాడు మరొకడు ఉండబోడు. దేన్నైనా సహిస్తాను గానీ అబద్ధాలనీ, మోసాల్నీ సహించలేను. ప్రతీకారం తీర్చుకుంటేగానీ నా పగ చల్లారదు" అన్నాడు మండిపడుతూ.

చిన్నగా నవ్వాడు ప్రసాద్. "మీలాటి కోపంగలవాళ్ళంటే నాకు చెప్పలేనంత ఇష్టం. మనసులో ఏదీ దాచుకోరు. అంతా పైకి అనేస్తారు. కుళ్ళు, కుత్సితం మనసులో దాచుకుని పైకి నటించరు. వాళ్ళ మనసులు పాలలా స్వచ్ఛంగా ఉంటాయి". అన్నాడు ప్రశంసగా.

గుర్రుగా చూశాడు కృష్ణ. "మీలాటి అతి మంచివాళ్ళంటే మాత్రం నాకు ఒళ్లు మంట. అంత అతిమంచివాళ్ళను చేతకానివాళ్ళుగా జమ కడతాను నేను. మీరు అలా ఊరుకోకుండా వెళ్ళి మీ సదరు ప్రేయసిగారిని అవమానించిఉంటే మిమ్మల్ని అభినందించేవాడిని. కనీసం నా ఎదట తిట్టిపోసినా మెచ్చుకునేవాడిని. కానీ, మీరు..." అతని మాట సగంలో ఉండగానే వారించాడు ప్రసాద్. "మీరనుకునేటంతటి మంచివాడిని కాదు నేను. నన్నూ, నాతోపాటు సీతనీ పొరబాటుగా అర్ధంచేసుకున్నారు మీరు. మోసగత్తె, నయవంచకి, రాక్షసి వంటి పదాలు సీతకు అన్వయించవు. సీత దేవత, మీకు జరిగింది పూర్తిగా చెప్తాను. కూర్చోండి" అన్నాడు. ఆశ్చర్యంగా వెంటనే కూర్చున్నాడు కృష్ణ.

"ఆ రోజు పొద్దున చెప్పిన వార్తకు రుజువుగా ఆ సాయంత్రం చూపించింది అమ్మ సీత తండ్రి రాసిన ఉత్తరం 'మా అమ్మాయి చి.ల.సౌ. సీతకు ఫలాన రోజున వివాహం జరిగిపోయింది. వ్యవధి లేకపోవడం వల్ల మీకు తెలియజేయలేక పోయాను. క్షంతవ్యుడిని' అంటూ మూడే ముక్కలు. నాకు దుఃఖం రాలేదు. కోపంకూడా రాలేదు. మనసు మొద్దుబారిపోయింది. ఏదో నిర్లిప్తత ఆవహించింది. నా మనసును ఉత్తేజపరచడానికి ఎన్నో ప్రయత్నాలు చేసేది అమ్మ. క్షణంకూడా కదలకుండా పక్కనే కూర్చుని ఏవో కబుర్లు చెబుతూనే ఉండేది. పది రోజులు అలాగే గడిచిపోయాయి. నన్ను డిశ్చార్జి చేశారు. ఇంటికి వచ్చేశాను. మరో రెండు వారాలు అత్యవసరం

అయితే మెల్లిగా కర్ర సాయంతో ఇంట్లో తిరుగుతూ కాలక్షేపం చేశాను. కాలి కట్టు విప్పేశారు. స్కూళ్ళకి సెలవులు ఇచ్చారు. నాకు సీతమీద కోపం రాలేదు. అవమానించాలని, పగ తీర్చుకోవాలని అనుకోలేదు. కానీ ఒకే ప్రశ్న నన్ను బాధపెట్టేది. సీత ఎందుకిలా చేసింది? మనం అదృష్టవంతులం అన్న సీత నన్నెందుకు దురదృష్టవంతుడిని చేసింది? నేనేం తప్పు చేశానని నాకీ శిక్ష విధించింది? తెలుసుకోవాలనే కోరిక నాలో ప్రబలమైపోగా ఒకనాడు నా పాత ఊరికి ప్రయాణం అయ్యాను. బస్‌దిగి తిన్నగా సీత ఉండే ఇంటికి వెళ్ళాను. వెళ్ళే సమయంలో సీతను చూస్తాననే ఆశ లేదు నాకు. సీత ఉండదు బహూశా. కానీ, సీతతో పనిచేసే పార్వతి సీత ప్రాణ మిత్రురాలు ఉంటుంది. ఆవిడ ద్వారా వివరాలు తెలుస్తాయి. అదే ఆశతోనే వెళ్ళాను. నా ఆలోచన నిజమే అయింది. సీత లేదు. తలుపు తట్టగానే తలుపు తీసిన పార్వతి నన్ను చూడగానే ఆశ్చర్యపోయింది. 'పార్వతిగారూ! బాగున్నారా? అని పలకరించాను.

పార్వతి ముఖం వికృతంగా మారిపోయింది. "మీరా? ఇలా వచ్చారేం? ఇంకా ఎవరిని మోసం చెయ్యాలని వచ్చారు? ఇంకా ఎవరి జీవితంతో అడుకోవాలని వచ్చారు?" అంది అసహ్యంగా నా వంక చూస్తూ. తెల్లబోయాను నేను. నోట మాట రాలేదు. ఎప్పుడూ స్నేహపూర్వకంగా మాట్లాడే పార్వతి అకారణంగా నా మీద విరుచుకు పడుతూందేం? అనుకున్నాను.

"పార్వతీ! నేను సీతతో మాట్లాడాలని వచ్చాను" అన్నాను. మండిపడింది పార్వతి. "సీత....దాని పేరెత్తడానికి సిగ్గులేదూ మీకు? చేసిన పని చాల్లేదా? ఇంకా ఏం మాట్లాడాలి దానితో? ఛీ! మీరింత నయవంచకులని కల్లోకూడా అనుకోలేదు. పైకి మెత్తగా కనిపిస్తూ మోసం చేసే మోసగాడని ఏమాత్రం ఊహించినా ముందే జాగ్రత్త పడేవాళ్ళం" అంది. నాక్కోపం వచ్చింది. "పార్వతీ! ఇష్టం వచ్చినట్లు మాట్లాడకండి. నేనేం చేశాను? ఎవరిని మోసం చేశాను?" అన్నాను.

"సిగ్గులేక అడగటం కూడాను. సీతను ప్రేమించినట్లు నటించి, దాన్ని పెళ్ళి చేసుకుంటానని ఊరూ వాడా ప్రచారం చేసిన పెద్దమనిషి, ఏమీ ఎరగనట్లు ఇంకో అమ్మాయిని పెళ్ళి ఎలా చేసుకోగలిగారు? ఏం పాపం

చేసిందని సీతకు అన్యాయం చేశారు? ఇంత చేసి తగుదునమ్మా అని మళ్ళీ సీతతో మాట్లాడడానికి ఏ ముఖం పెట్టుకుని వచ్చారు?" పార్వతి మాటలు ఏమాత్రం అర్థం కాలేదు నాకు.

"పాపం! సీత ఏడ్చి ఏడ్చి మీ కోసం ఎదురుచూస్తూ ఉంటుందేమో! వచ్చి మరో నాలుగు మాయమాటలుచెప్పి దాన్ని మరోసారి మోసం చెయ్యాలనుకుని వచ్చినట్లున్నారు. అవున్లెండి మీరంటే మగవారు కాబట్టి ఏమీ జరగనట్లే పెళ్ళికొడుకైపోయారు. కానీ, సీత ఆడపిల్ల. మీక్కాబోయే భార్యగా ముద్ర పడ్డ ఆడపిల్ల. దానికింత త్వరగా పెళ్ళవుతుందని కలలోనైనా ఊహించి ఉండరు పాపం. కానీ, భగవంతుడు మంచివాళ్ళను ఎప్పుడూ కనిపెట్టే ఉంటాడు. సీతకి పెళ్ళయింది. ఒక ధనవంతుడికి భార్య అయింది సీత. మీ కంటే వంద రెట్లు బాగుంటాడు అతను. అతని కాలిగోటికి సరికారు మీరు. సీత హాయిగా ఉంది. మీలాటి దుర్మార్గుడి బారినుండి తప్పించుకో గలిగింది. తలతోకా లేని ఆ మాటలు ఎంతమాత్రం అర్థం కాలేదు నాకు.

"పార్వతీ! ఏమిటి మీ రంటున్నది? నాకు పెళ్ళయిందా? ఎవరు చెప్పారు?" అన్నాను.

"ఇలాటివి ఎంత దాచాలన్నా దాగవు ప్రసాద్‌గారూ. మీరు డబ్బున్న మరో అమ్మాయిని వివాహం చేసుకున్నారని ఊళ్ళో అందరికీ తెలిసిపోయింది. ఇక మీ నాటకం, మీ తేనె పూసిన మాటలు కట్టిపెట్టి బయటికి నడవండి" అంది పార్వతి హీనంగా నా వంక చూస్తూ, అసలే ఆరోగ్యం అంత బాగాలేదు. ప్రయాణం చేసే ఎండలో నడిచివచ్చిన నాకు కళ్ళు తిరిగినట్లైయింది. ఆవిడ బయటికి పొమ్మన్నా లోపలికి అడుగు వేసి కుర్చీలో కూలబడ్డాను.

"చూడండి పార్వతిగారూ! చేతులు జోడించి చెప్తున్నాను. నాకు పెళ్ళి కాలేదు. నన్ను నమ్మండి. నాకు కళ్ళు తిరుగుతున్నాయి కాసిని మంచినీళ్ళు ఇస్తే!" అన్నాను. ఏమనుకుందో ఏమో లోపలికి వెళ్ళి మంచినీళ్ళు తెచ్చి ఇచ్చింది. అవి తాగి కాస్త తేరుకున్నాను.

"పార్వతిగారూ! ఏమి టిదంతా! నాకు పెళ్ళయిందా? ఎవరు చెప్పారు?" అని అడిగాను. ఆశ్చర్యపోయింది పార్వతి. "ఒకరు చెప్పటం ఏమిటి

ప్రసాద్‌గారూ! ఊరు ఊరంతా చెప్తే. ఇంతకీ నిజంగా మీకు పెళ్ళికాలేదా?" అంది ఆశ్చర్యంగా. 'లేదు' అంటూ నా ఏక్సిడెంట్ గురించి చెప్పాను. పార్వతి కళ్ళలో గిర్రున నీళ్ళు తిరిగాయి. "అన్యాయం. ఏమిటిదంతా? నాకు అయోమయంగా ఉంది" అంది. "అసలేం జరిగింది?" అని అడిగాను.

"ఏముంది? మీరు వెళ్ళాక పదిహేనురోజులైనా గడవకుండా సీత తండ్రికి జబ్బు చేసింది. ఆ విషయం తెలిసి సీత సెలవు పెట్టి వెళ్ళిపోయింది. అక్కడికి వెళ్ళాక మీకు ఉత్తరం రాస్తానని, ఈలోపల ఇక్కడికి వచ్చే ఉత్తరం తనకు పంపమని చెప్పి వెళ్ళింది. మూడో, నాలుగో లెటర్స్ అలాగే పంపాను. ఆ తరువాత మీ దగ్గిరనుంచి ఉత్తరాలు ఆగిపోయాయి. నాల్రోజుల తరువాత మీకు పెళ్ళయిందని తెలిసింది. నమ్మ లేకపోయాం. కానీ, నమ్మకతప్పలేదు. అంతా మిమ్మల్ని తిట్టుకున్నాం. మాకేం తెలుసు ఇలా అని" అంది విలవిలలాడుతూ. "మరి సీత ఏమయింది?" అడిగాను.

"ఆ రోజు వెళ్ళిన సీత తిరిగి రాలేదు. ఉద్యోగానికి రిజైన్ చేసింది. సామాన్లు పంపమని నాకు రాసింది. అలాగే పంపేశాను. ఆ పనివాని చేతి కిచ్చి ఉత్తరం పంపించింది. తను పెళ్ళి చేసుకుంటున్నానని రాసింది. అంతే." అంది పార్వతి.

నాకు పెళ్ళైందని గాలి కబురు పుట్టించినవాళ్ళెవరో తెలుసుకోవాలని పరిశోధన మొదలుపెట్టాను. పార్వతికి శ్యామల చెప్పింది. శ్యామలకి రాజారావు చెప్పాడు. రాజారావుకి విక్టర్ చెప్పాడు. విక్టర్‌కి మాధవరావుగారు చెప్పారు. మాధవరావుగారికి హెడ్‌మాస్టర్‌గారు చెప్పారు. హెడ్‌మాస్టర్‌గారికి కిరాణా కొట్టతను చెప్పాడు. అతనికి పక్కింటి పిన్నిగారు చెప్పింది. ఆవిడకి మరెవరో చెప్పారు. తిరగ్గా తిరగ్గా తెలిసింది ఆచూకి. నా పెళ్ళి వార్త ప్రచారం చేసింది పాండు. పోస్టుమాస్టరుగారి అబ్బాయి. మాస్టారి పెళ్ళి అన్నవరం కొండమీద అయింది. పెళ్ళిబాగా చేశారు. ఇంతింత లడ్డూలువేశారు" అని చెప్పాడట. వాడికోసం వెతికాను. పోలేరమ్మ గుడిలో కూర్చుని పేకాడుతూ కనిపించాడు. నన్ను చూడగానే దయ్యాన్ని చూసినట్లు బిగుసుకుపోయాడు. మరుక్షణం తేరుకుని పారిపోవాలని ప్రయత్నం చేశాడు. పట్టుకుని చెంపలు పగలగొట్టాను.

"ఏరా! నా పెళ్ళికి తిన్న లడ్డూలు అరిగాయా?" అని అడిగాను. ఏడ్చాడు నాకేం తెలీదు అన్నాడు. నా కింకెవరో చెప్పారు అని దబాయించాడు. మరో నాలుగు వాయించి నిజం చెప్పమన్నాను. భయపడుతూనే నిజం చెప్పాడు. నమ్మలేకపోయాను. 'రాస్కెల్! మళ్ళీ కొట్టాను. 'నిజం మాస్టారూ, మా అమ్మ మీదొట్టు, డబ్బు కోసం గడ్డి తిన్నాను. నన్ను మన్నించండి' అంటూ నా కాళ్ళమీద పడ్డాడు. కసితీరా వాడిని ఒక్క తన్ను తన్ని, తిన్నగా బస్టాండుకి వెళ్ళి సీత వాళ్ళ ఊరికి వెళ్ళే బస్ ఎక్కాను.

పాండు చెప్పిన పచ్చి నిజం నమ్మలేకపోయాను. నాకు పెళ్ళైందని అబద్ధం చెప్పమని పాండుని ప్రోత్సహించింది ఎవరో కాదు సీత తండ్రి. మా అమ్మ ఇచ్చిన మొదటి టెలిగ్రామ్ తీసుకుని సీత దగ్గరకు వెళ్ళిన వాడిని పట్టుకుని వంద రూపాయలు లంచం ఇచ్చి అబద్ధం చెప్పించాడు ఆయన. పాండుగాడికి ఎలా అలవాటు అయ్యాయో చిన్నతనంలోనే సిగరెట్లు చీట్లాట అలవాటు అయ్యాయి. వాటికోసం అప్పులు చేశాడు వాడు. వాళ్ళు పీకలమీద కూర్చున్నారు. మీ నాన్నతో చెప్తాం అని బెదిరిస్తున్నారు. ఆ పరిస్థితిలో వాడు డబ్బు కోసం ఆయన చెయ్యమన్నట్లు చేశాడు. ఏ నాడూ ఎవరిమీదా రానంత కోపం వచ్చింది ఆయన మీద. బస్ దిగి అడ్రెస్ ప్రకారం ఇల్లు వెతుక్కుని వెళ్ళాను. వెళ్ళేసరికి వాకిట్లోనే కుర్చీ వేసుకుని ఉన్నాడు ఆయన. తెల్లగా పండిన తల, వడిలిపోయిన శరీరం.....

"నాగభూషణంగారు మీరేనా?" అని అడిగాను "అవును. మీరెవరు?" అన్నాడు. చెప్పాను. ఒక్క క్షణంలో ఆయన ముఖంలో చెప్పలేని మార్పు వచ్చింది. 'నువ్వా బాబూ! రా' అంటూ లోపలికి తీసుకువెళ్ళాడు. కుడివైపు పక్షవాతం వచ్చిన దేహాన్ని బలవంతాన ఈడుస్తూ కర్రపోటుతోనే అతి కష్టంమీద వెళ్ళి మంచినీళ్ళు తెచ్చి ఇచ్చాడు. కూర్చోమని మంచం చూపించాడు. "బాగున్నావా బాబూ! పాపం! చాలా పెద్ద ఏక్సిడెంట్‌ట కదూ!" ఆయన చూపే జాలి, సానుభూతి భరించలేకపోయాను.

"చూడండి, మనం ఏనాడూ కలుసుకోనైనా లేదు. కోరి మీకు ఏ అపకారమూ తల పెట్టలేదు నేను. మరి మీకెందుకు నా మీద ఇంత ద్వేషం?

నేనేం చేశానని నాకు ఇంత ద్రోహం చేశారు?" అన్నాను. తలవంచుకున్నాడు ఆయన. "నువ్వు ఇలా వస్తావని. నన్ను నిలదీసి అడుగుతావని ఊహించాను ప్రసాద్, నిజమే నీకు ద్రోహం చేశాను. కానీ, నీ మీద నాకే ద్వేషమూ లేదయ్యా! నా స్వార్థం కోసం ఇలా చేశాను" అన్నాడు. ఆశ్చర్యం వేసింది నాకు. నా ఆశ్చర్యం గమనించాడు ఆయన.

"వివరంగా చెప్తాను. సీత నాకు ఒక్కతే బిడ్డ. చిన్నతనాన తల్లి పోతే నానా అవస్థలూ పడింది. కాస్త వయస్సు వచ్చేసరికి నాకు ఈ పాపిష్టి రోగం పట్టుకుంది. ఆర్థికంగా, మానసికంగా పడరానిపాట్లు పడింది నా బిడ్డ. వాళ్ళనీ వీళ్ళనీ పాత పుస్తకాలు ముష్టి ఎత్తి. చిన్న చిన్న సాయాలు చేసిపెట్టి ఎలాగైతేనేం డిగ్రీ తెచ్చుకుంది. పొరుగూర్లో ఉద్యోగం చేస్తూ నన్ను పోషించటం మొదలుపెట్టింది. సంతోషించాను. కొడుకులు లేకపోతేనేం, నా కూతురే పదిమంది కొడుకుల పెట్టు అని గర్వపడ్డాను. సీత వివాహం గురించి దిగులు పడుతున్న సమయంలో మీ అమ్మగారు వచ్చి మీ గురించి చెప్పినప్పుడు ఆనందంతో పిచ్చివాడినైపోయాను. సీత అదృష్టవంతురాలు అనుకున్నాను. ఇద్దరూ ఉద్యోగాలు చేసుకుంటున్నారు. సుఖంగా ఉంటారు. అనుకున్నాను. కానీ, అంతలోనే ఒక విచిత్రం జరిగింది. ఒక ధనవంతుడు కోరి సీతను పెళ్ళి చేసుకుంటానని అడిగాడు. తెల్లబోయాను. ఏమిటీ వింత అనుకున్నాను. ఆ రోజే పిడుగులాటి వార్త తెలిసింది. టెలిగ్రామ్ వచ్చింది. నీకు బలమైన గాయాలు తగిలాయని నీ పరిస్థితి ప్రమాదంగా ఉందని తెలుసుకున్నాను. నా మనసు పరిపరివిధాల పోయింది. ఒక వైపు శ్రీమంతుడైన అతను... మరోవైపు చావు బతుకుల్లో ఉన్న నువ్వు... అతనికి ఇచ్చి నా బిడ్డ భవిష్యత్తు బంగారు బాట చెయ్యడమా లేక నీకిచ్చి సమస్యలు కొని తెచ్చుకోవడమా అనే మీమాంసలో పడ్డాను. స్వార్థం నన్ను జయించింది. నీ పరిస్థితి ప్రమాదంగా ఉంది. ఏమౌతుందో తెలియదు. బతికినా ఏ స్థితిలో ఉంటావో తెలియదు. చిన్నతనంనుండీ కష్టాలు అనుభవించిన సీత జీవితం వివాహానంతరం కూడా సమస్యలతో నిండి ఉండడం ఊహించలేకపోయాను. అదృష్టవశాత్తూ టెలిగ్రామ్ వచ్చిన సమయానికి సీత ఇంట్లో లేదు. అంతలోనే దేవుడు పంపినట్లు వచ్చాడు

పాండు 'టెలిగ్రామ్ వచ్చింది సీతక్కకి తెచ్చాను, అన్నాడు. ఆ టెలిగ్రామ్‌లు రెండూ చించి పారేశాను. వాడికి డబ్బాశ చూపి లొంగదీసుకున్నాను. నీ వివాహం అయినట్లు సీతకి అబద్ధం చెప్పించాను. నా పాచిక పారింది. నువ్వు వేరే అమ్మాయిని పెళ్ళి చేసుకున్నావని తెలిశాక సీత ఆ పెళ్ళికి అభ్యంతరం చెప్పలేదు. పెళ్ళి చేసుకుంది. ఇప్పుడు హాయిగా ఉంది. మహారాణిలా దివ్య భోగాలు అనుభవిస్తోంది. ప్రసాద్! నువ్వు దేవుడిలాటి మనిషివని సీత ఎప్పుడూ చెప్తూ ఉండేది. అందుకే ధైర్యం చేసి ఈ పాపానికి ఒడి కట్టాను. క్షమించమని అడిగే అధికారం నాకు లేదు. కానీ, నేను కోరేది ఒక్కటే, నన్ను తిట్టు, కొట్టు, చంపు. కానీ, సీత జోలికివెళ్ళకు బాబూ! సీతని మర్చిపో" అంటు కన్నీళ్ళతో చేతులు జోడించాడు ఆయన.

మెల్లిగా లేచాను. "వెళ్ళొస్తానండీ" అని బయటికి నడిచాను. నాలుగడుగులు వేసేసరికి ఎవరో పిలిచినట్లు తిరిగి చూశాను.

"ఎదురింట్లో ఎవరో అమ్మాయి నిలబడి ఉంది. "మిమ్మల్నేనండి" అంది నేను అటుచూడగానే. వెంటనే అటు వెళ్ళాను. "మీ రెవరో తెలుసుకోవచ్చా?" అని అడిగింది. "నిరభ్యంతరంగా తెలుసుకోవచ్చు. నా పేరు ప్రసాద్" అన్నాను. "మీకోసం చాలా రోజులనించి ఎదురుచూస్తున్నాను. మీతో పనుంది. ముఖ్యమైన విషయం మాట్లాడాలి లోపలికి రండి!" అంది. ఆశ్చర్యంగా వెళ్ళాను. పది నెలల పాపని తీసుకొచ్చి 'మాపాప' అని చూపించింది. కాఫీ ఇచ్చింది. నా పేరు లలిత. 'నేనూ, సీతా చిన్నప్పటినించి మంచి స్నేహితురాళ్ళం. నాకూ, దానికి దాపరికాలు లేవు' అంది. తల వంచుకున్నాను. "మీరూ, సీతా ప్రేమించుకున్నారట కదూ! మీ పెళ్ళివార్త వినగానే సీత ఏమైపోయిందో, ఎలా ప్రవర్తించిందో తెలుసుకోవాలని లేదూ మీకు?" అని అడిగింది హఠాత్తుగా.

'నిజమే! తెలుసుకోవాలని ఎంతగానో ఉంది. నా పెళ్ళి విషయం వినగానే సీత ఎంత బాధపడిందో, నన్ను ఎంత నిందించిందో తెలుసుకోవాలని ఆత్రతగా ఉంది, కానీ, ఎలా తెలుస్తుంది? ఎవరు చెప్తారు? ఆ మాటే అన్నాను ఆవిడతో, 'నేను చెప్తాను" అంది. ఆ సమయంలో సీత ఇక్కడే ఉంది. నేనూ, ఆదీ గవ్వలు ఆడుకుంటున్నాం.

'సీతక్కా' అంటూ వచ్చాడు పాండు 'నువ్వుట్రా పాండూ!" అని పలకరించింది సీత. వాడిని నాకు పరిచయం చేసింది. ఏమిట్రా, ఇలా వచ్చావు?' అని అడిగింది. నీతో ఓ ముఖ్యమైన విషయం చెప్పాలని వచ్చానక్కా! అన్నాడు. చెప్పు అంది సీత 'మరే! మాస్టారికి పెళ్ళయిపోయింది సీతక్కా' అన్నాడు. ఏ మాస్టారికి రా' అంది సీత. 'మన మాస్టారికి అక్కా ప్రసాద్ మాస్టార్‌కి. అంతే సీత ముఖం పాలిపోయింది. ఏమిట్రా నువ్వు చెప్పేది? అంది దిగులుగా, నిజం సీతక్కా మొన్న ఆదివారం అన్నవరం కొండకి వెళ్ళాను. అక్కడ చూశాను మాస్టారిని. పెళ్ళి చేసుకుంటున్నారు, నన్ను చూడగానే పిలిచారు. 'ఒరే పాండూ నువ్వు ఊరికెళ్ళాక నేనిలా పెళ్ళి చేసుకున్నానని సీతక్కతో చెప్పరా' అన్నారు. 'అలాగే' అన్నాను. వెళ్ళిపోతానంటే వినలేదు. భోజనం చేసి వెళ్ళు అని బలవంతం చేశారు. వాడేదో చెప్తూనే ఉన్నాడు. చివాల్న లేచి లోపలికి పారిపోయింది సీత. గాబరాగా వెంట వెళ్ళాను. చేతుల్లో ముఖం దాచుకుని ఏడుస్తోంది. దగ్గరకు వెళ్ళి తలమీద చెయ్యివేశాను. 'లలితా, కొద్దిసేపు నన్ను ఒంటరిగా వదిలెయ్' అంది, ఇవతలికి వచ్చేశాను. కాసేపటి తరువాత బయటికి వచ్చింది సీత, 'పాండూ! మాస్టారి పెళ్ళి బాగా జరిగిందట్రా? అని అడిగింది. 'ఓ! బ్రహ్మాండంగా జరిగిందక్కా. వాళ్ళు చాలా డబ్బున్నవాళ్ళుట, బాగా చేశారు పెళ్ళి' అన్నాడు. పెళ్ళికూతురు ఎలా ఉందిరా? మళ్ళీ అడిగింది. 'చాలా అందంగా ఉందక్కా. ఎంత బాగుందో! చాలా మంచిదికూడానూ, మరి లేదూ! మాస్టారు నన్ను పిల్చి ఆవిడకి పరిచయం చేశారు. నేను నమస్తే చెప్పాను. నవ్వింది. 'నీపేరేమిటీ' అని అడిగింది. ఏం చదువుకుంటున్నావ్?' అంది అన్నాడు వాడు. 'పోనీలే మాస్టారికి మంచి భార్యే దొరికింది' అంది సీత నిట్టూరుస్తూ 'ఇంకేం చెప్పార్రా మాస్టారు?" అని అడిగింది. 'ఇంకేం చెప్పలేదక్కా ఆయన కొన్నాళ్ళకి నీతో మాట్లాడ్డానికి వస్తారట అన్నాడు వాడు.

ఆ మర్నాడే ఊరికి వెళ్ళిపోయింది సీత. వెళ్ళేముందు నా దగ్గిరికి వచ్చింది లల్లీ, నా కోసం ప్రసాద్‌గారు వస్తారు. ఇవాళ కాకపోతే రేపైనా తప్పక వస్తారు. ఆయనకి ఈ ఉత్తరం ఇవ్వు అంది. అంటూ లోపలికి వెళ్ళి కవరు తెచ్చి ఇచ్చింది లలిత. ఆత్రంగా విప్పాను.

'ప్రసాద్‌గారూ! నమస్కారం, జీవితంలో ఎన్నో జరగాలని అనుకుంటాం. ఆశ పడతాం. కానీ, కొన్నే జరుగుతాయి. జరిగింది అంతా మర్చిపోయి జీవితం గడపటం మంచి లక్షణం, మీకు చెప్పవలసినదాన్ని కాదు. అయినా, చనువుకొద్దీ చెప్తున్నాను. జరిగింది మర్చిపోండి. అంతా మన మంచికే జరిగింది. సీత ఎప్పుడూ మీ స్నేహితురాలే. ఎక్కడున్నా మీ క్షేమం కోరుకుంటుంది సీత. ఈ విషయం మాత్రం మర్చిపోకండి. మీ జీవితం సుఖ శాంతులతో కొనసాగాలని మనఃస్ఫూర్తిగా కోరుకుంటున్నాను. మీ శ్రీమతిగారికి నమస్కారాలు తెలియజెయ్యండి. సెలవు, అభినందనలతో...... మీ ఆప్తురాలు....సీత.'

గుండె పిండేసినట్లు అయింది. దుఃఖం ముంచుకొచ్చింది. ఆ బాధ భరించలేకపోయాను.

నా వంక జాలిగా చూసింది లలిత. 'మరి సీతను ఇంతగా ప్రేమించిన మీరు మరో పెళ్ళి ఎలా చేసుకోగలిగారు ప్రసాద్‌గారూ?' అని అడిగింది. 'నేను పెళ్ళిచేసుకోలేదమ్మా! అందరూ అబద్ధాలు ఆడి మమ్మల్ని మోసం చేశారు. అంతే' అని చెప్పి బయటికి వచ్చేశాను. ఆవిడ పిలుస్తున్నా వినకుండా వచ్చేశాను.

"ఇప్పుడు చెప్పండి జరిగినదానిలో సీత తప్పేమిటో? సీత మోసం చేసిందా? ఏం చేసిందని సీతను నిందించను" అన్నాడు.

ఆవేశంగా అంతా విని బరువుగా నిట్టూర్చాడు కృష్ణమోహన్ "అయామ్ సారీ. పొరబడ్డాను. అయినా, కామెర్లవాడికి లోకమంతా పచ్చగానే కనిపిస్తుందట. ఘోరంగా మోసపోయిన నా కళ్ళకి ప్రతివారూ మోసపోయినట్లు అనిపించడంలో ఆశ్చర్యం ఏముంది?" అంటూ లేచి తన రూమ్‌లోకి వెళ్ళిపోయాడు కృష్ణ.

మళ్ళీ భోజనాల దగ్గర కలిశారు ఇద్దరూ. సహజ ధోరణిలో జోకులు వేస్తూ, నవ్విస్తూ కబుర్లు చెప్తున్న ప్రసాద్ మాటలకు తనివితీరా నవ్వుతూ హాయిగా భోజనం చేశాడు కృష్ణ. ఇద్దరూ వరండాలోకి వచ్చారు. "అబ్బ! మీ కబుర్లు ఎంతసేపు విన్నా విసుగనిపించదు" అంటూ అక్కడే వేసి ఉన్న కుర్చీలో

కూర్చున్నాడు కృష్ణ. "నిజంగానా? అమ్మయ్య! ఇన్నాళ్టికి నా కబుర్లు మెచ్చుకునే శ్రోత ఒకరు దొరికారు. ఇకముందు చూడండి. నాకు బోరు కొట్టినప్పుడల్లా మీ దగ్గరికి వచ్చేసి నోరుమూస్తావా? తన్నమంటావా అనేటాకా మీకు కబుర్లు చెప్తాను"అన్నాడు ప్రసాద్ ఆనందంగా. ఆదరంగా అతని చెయ్యి అందుకున్నాడు కృష్ణ

"నిజం! అయితే, నేను చాలా లక్కీ ఫెలోని అన్నమాట. అనుకోకుండా ఇంత మంచి స్నేహితుడు దొరికాడు నాకు. ఊరికే మాటవరసకి అనడం కాదు. తప్పకుండా మా ఊరు రావాలి" అన్నాడు ఆప్యాయంగా.

"ఓ ఎస్. తప్పకుండా వస్తాను. నన్నింత అప్యాయంగా పిల్చేవారు ఎవరూ లేరు. మీ అంతటివారు స్నేహితుడిగా భావించడం నా అదృష్టం, ఒక స్నేహితుడిగా అడుగుతున్నాను. ఇందాక ఏమిటో మోసపోయానని అన్నారు. ఏమిటది? ఎవరు మోసం చేశారు మిమ్మల్ని? అభ్యంతరం లేకపోతే చెప్పండి" అన్నాడు ప్రసాద్

కృష్ణ మొహం కాంతి తప్పింది. "క్షమించండి నేను చెప్పలేను" అనేశాడు వెంటనే. పొద్దున ఎండగా ఉన్న ఆకాశం మధ్యాహ్నానికి మబ్బులు మూసుకువచ్చేసి చీకటిగా అయిపోయింది. ఈదురుగాలి వీస్తూంది. ఆహ్లాదంగా ఉంది వాతావరణం.

"నేను చెప్పేది ఒక్కటే. స్నేహితుడుగా భావించి మీకో సలహా ఇస్తాను. మీరు పెళ్ళి చేసుకోకండి. మీ జీవితం ప్రశాంతంగా సాగిపోవాలని ఆశ, కోరిక ఏమాత్రం ఉన్నా ఆడదాన్ని మీ జీవితంలోకి ఆహ్వానించకండి. స్వానుభవంతో మీ మేలు కోరి చెప్తున్నాను. ఇలా హాయిగా బతికెయ్యండి." ఆవేదనగా అన్నాడు కృష్ణ. చిన్నగా నవ్వాడు ప్రసాద్.

"తను కాలుజారి పడితే లేచి నిలబడి మరెవరైనా జారి పడతారేమో చూసి ఆనందించేద్దాం అనుకోవడం మానవ సహజం. కానీ, తను నడిచి వచ్చిన మార్గం సుగమం కాదని, ఆ దారిన నడవద్దని తోటివాడిని హెచ్చరించేవాడు నిజంగా గొప్పవాడు. మీరూ ఆ గొప్పవాళ్ళ కోవకే చెందుతారు డాక్టర్‌గారూ. మీరు మరి కొన్నాళ్ళ ముందే నాకు పరిచయం అయి ఉంటే

ఎంత బాగుండేది. ఇప్పుడు ఇటీజ్ టూ లేట్! నాకు పెళ్ళయిపోయింది. నేను వివాహితుడిని."

ఉలిక్కి పడ్డాడు కృష్ణ.

"ఏమన్నారు? మీకు పెళ్ళైపోయిందా? ఎప్పుడు? మీ భార్య మంచిదేనా? ఆవిడకి మీ గతం తెలుసా? తెలిసీ మిమ్మల్ని క్షమించిందా? మీ వైవాహిక జీవితం ఎలా ఉంది?" ప్రశ్నల వర్షం కురిపించాడు. దీర్ఘంగా నిట్టూర్చాడు ప్రసాద్. "చెప్తాను కానీ, మీకు విసుగు వేస్తుందేమో."

"ఏం కాదు. ప్లీజ్. చెప్పండి"

"సీతతో నా వివాహం బెడిసికొట్టిన తరవాత కొద్ది రోజులు ఊరుకుంది అమ్మ. ఆ తరువాత పెళ్ళి చేసుకొమ్మని పోరు మొదలు పెట్టింది. నాకూ ఒంటరి జీవితం అంటే విసుగెత్తింది. నాకో తోడు కావాలనిపించింది. పెళ్ళికి నా అంగీకారం తెలిపాను. నాకు సంబంధాలు చూడడం మొదలుపెట్టింది అమ్మ. 'మా అబ్బాయికి పెళ్ళి చెయ్యాలి. మీ ఎరికలో ఎక్కడైనా మంచి సంబంధం ఉంటే చెప్పండి. అమ్మాయి చక్కగా ఉండి బుద్ధిమంతురాలైతేచాలు. మాకు వేరే ఆశలు లేవు' అంటూ కనపడిన ప్రతి మనిషికీ చెప్తూ ఉండేది. సంబంధాలు వచ్చాయి. కానీ, అవి అమ్మకే నచ్చలేదు కాబోలు నాదాకా రాలేదు. ఒకరోజు నేను స్కూల్ నించి వచ్చేసరికి ఎవరో కూర్చుని ఉన్నారు ఇంట్లో. నన్ను చూడగానే ఎదురొచ్చి వాళ్ళని పరిచయంచేసింది అమ్మ. వాళ్ళది మా ఊరికి చాలా దూరం ఊరు. పెళ్ళి సంబంధం కోసం వచ్చారు అమ్మాయి తండ్రి, మేనమామ. ఆ అమ్మాయి పేరు జయలక్ష్మి, వాళ్ళకి ఒక్కతే కూతురు. ఏదో కొద్దిపాటి ఆ స్తి ఉంది వాళ్ళకి. ఆ అమ్మాయి ఎక్కువ చదువుకోలేదు. కానీ, పనీ పాటా వచ్చు. మంచి బుద్ధిమంతురాలు. వివరాలు చెప్పి ఫోటో చూపించారు. ఏదో మామూలుగా చూసిన నాకు కళ్ళు తిప్పుకోటం కష్టం అయిపోయింది. అపురూప సౌందర్యవతి. ఒక్క ముక్కలో చెప్పాలంటే దేవకన్య సరదాకి ఫోటో తీయించుకుందేమో అనిపించేలా ఉంది. మీకు ఎప్పుడు వీలు అవుతుందో తెలియజేస్తే పెళ్ళిచూపులు ఏర్పాటుచేస్తాం అన్నారు వాళ్ళు.

ఆలోచించాను. మొదట ఆరోగ్యం బాగుండక, ఆ తరువాత మనసు బాగుండక అప్పటికే చాలా సెలవులు వాడుకున్నాను నేను. ప్రతి క్లాసులో చెప్పవలసిన కోర్సు బోలెడు పేరుకుపోయింది. అదీకాక అంత దూరం వెళ్ళి పెళ్ళిచూపులు చూడవలసిన అవసరం లేదు. అమ్మతో మాట్లాడాను. 'నువ్వెళ్ళి చూసిరా' అన్నాను. నువ్వు రానిది నేను మాత్రం ఎందుకురా?' అంది అమ్మ. ఆ మాటే వాళ్ళతో చెప్పాను. నాకు సెలవు ల్లేవు. నేను రాలేను. నా ఫోటో తీసుకువెళ్ళి మీ అమ్మాయికి చూపించండి. నచ్చితే మాకు రాయండి' అన్నాను. అలాగే అని వెళ్ళిపోయారు వాళ్ళు.

"వెళ్ళగానే సమాధానం రాస్తాం" అని చెప్పి వెళ్ళారు. వాళ్ళు చెప్పారే గానీ, నేను పట్టించుకోలేదు. ఆ అమ్మాయికి నేను నచ్చుతానని నమ్మకం కుదరలేదు నాకు. నా ఆలోచన అబద్ధం చేస్తూ వారంతిరక్కుండానే ఉత్తరం వచ్చింది. అమ్మాయి అంగీకరించింది. మంచి రోజు చూసుకుని నిశ్చయం చేసుకునేందుకు వస్తున్నాం అంటూ రాశారు. అమ్మ చాలా సంతోషించింది. పెళ్ళికూతురి కోసం కొత్త చీరె కొంది.

అనుకున్న ప్రకారం వచ్చారు వాళ్ళు. నిశ్చయం జరిగిపోయింది. వాళ్ళు నాకూ, అమ్మకీ బట్టలు తెచ్చారు. ముహుర్తాలు పెట్టేశారు. నెల రోజులే వ్యవధి. అమ్మ హడావిడిగా ప్రయత్నాలు మొదలుపెట్టింది. మాకున్న కొద్దిపాటి బంధువులకూ నా చేత ఉత్తరాలు రాయించింది. కోడలి కోసం రెండు పట్టు చీరలు కొంది. తన మెడలోని గొలుసు చెరిపించి కోడలికి గొలుసు, ఉంగరం చేయించింది. సీత నిష్క్రమణతో శూన్యం అయిపోయిన నా మనసులో మళ్ళీ చైతన్యం కలిగింది. నేనూ హుషారుగా పెళ్ళికి సిద్ధం అయిపోయాను. కొత్త బట్టలు కొనుక్కున్నాను. శుభలేఖలు ఆర్డర్ ఇచ్చాను. పెళ్ళికి వెళ్ళడానికి ఒక వాన్‌మాట్లాడుకున్నాం. దూరం అని చాలామంది రాలేదు. ముఖ్యమైన బంధువులు పది మంది, స్నేహితులు నలుగురు మొత్తం ఇరవై మంది లోపే పెళ్ళివాళ్ళం. అనుకున్న సమయానికి బయలుదేరాం. సరదాగా సాగింది ప్రయాణం. రాత్రి ఏడుగంటలకి గమ్యం చేరాం. ఘనస్వాగతం ఇచ్చారు ఆడపెళ్ళివారు. మేళతాళాలతో విడిదికి తీసుకువెళ్ళారు. మర్యాదలు ఘనంగా చేశారు.

పెళ్ళి తెల్లవారుఝూమున నాలుగు గుంటలకు. మంగళస్నానం చేయించి పీటలమీద కూర్చోబెట్టారు. పెళ్ళి కార్యక్రమమం మొదలైంది. తెర తియ్యగా నే తల ఎత్తి చూశాను. ఫోటోలో కంటే విడిగా మరీ అందంగా ఉంది. క్షణాని కోసారి తల ఎత్తాలని ప్రయత్నం చేస్తూంది. వెనక ఉన్న పెద్దవాళ్ళు బలవంతంగా బుర్ర వంచుతున్నారు. ఆవిడని చూస్తే నవ్వొచ్చింది. మాంగల్యధారణ అయింది. తలంబ్రాలు అయ్యాయి. పెళ్ళికూతురి చేతిలో పట్టుచీరె పెట్టించారు. 'అమ్మాయిని లోపలికి తీసుకువెళ్ళి పట్టు చీరె కట్టించి తీసుకురండి' అన్నాడు మా పురోహితుడు. వెంటనే ఆవిడని లోపలికి తీసుకువెళ్ళారు.

పది నిమిషాలు గడిచిపోయాయి. పావుగంట అయిపోయింది. "ప్రసాద్‌గారూ! మీ శ్రీమతిగారు ముస్తాబు విషయంలో మహా చురుకులా ఉంది. సాయంత్రం సినిమా ప్రోగ్రామ్ ఉంటే స్కూల్‌కి వెళ్తూ తయారవమని చెప్పాల్సిందే మీరు!၊ అని ఆట పట్టించారు నా స్నేహితులు. మరో పది నిమిషాలు గడిచిపోయాయి. ఆడపెళ్ళివారిలో ఏదో కంగారు భయం. ఒకరి వెంట మరొకరు లోపలికి వెళ్తున్నారు. వెళ్ళిన వాళ్ళు తిరిగి రావడం లేదు. మా మామయ్య, బాబాయ్ లేచి లోపలికి వెళ్ళారు. ఆ తరువాత మా వాళ్ళు కూడా లోపలికి వెళ్ళారు.

పందిట్లో ఒంటరిగా మిగిలిపోయాను నేను. నాకు సాయంగా మేళగాళ్ళు. లోపలనించి ఏవో గొంతులు పెద్దగా వినిపిస్తున్నాయి. ఘర్షణ జరుగుతోంది లోపల. అయోమయంగా అనిపించింది నాకు. మెల్లిగా లేచి సంకోచిస్తూనే ఇంట్లోకి వెళ్ళాను. ముందు హాల్లో మా మామయ్య, బాబాయి కోపంగా అరుస్తున్నారు. వాళ్ళ చేతులు పట్టుకుని బతిమాలుతున్నారు మామగారు, ఆయన తమ్ముడు. పక్కగది గుమ్మం దగ్గర శిలలా నిలబడి ఉంది అమ్మ. ఆడవాళ్ళు గది వాకిలి దగ్గర గుమికూడి గుసగుస లాడుకుంటున్నారు. నన్ను చూడగానే భయపడిపోయి పక్కకి తొలగిపోయారు. గదిలోకి అడుగుపెట్టాను.

'నృత్యం మన భారతీయ లలిత కళల్లో ముఖ్యమైనది. నృత్యం అంటే అందరికీ ఇష్టమే. తమకి రాకపోయినా వచ్చిన వాళ్ళు డాన్స్ చేస్తుంటే చూసి

ఆనందిస్తారు అందరూ. మన దేశంలోనేకాక ప్రాక్ పశ్చిమ దేశాల్లోకూడా మనకు కీర్తి నార్జించి పెట్టింది నృత్యం. కానీ, ఆ రోజు నా పెళ్ళిలో అంత హంగామా సృష్టించి సిగపట్ల గోత్రాల దాకా రప్పించింది ఆ నృత్యమే. వేసిన జడ పీకి పారేసి మెడలోని పూలదండ అవతల విసిరేసి మేళాలకి అనుగుణంగా డాన్స్ చేస్తోంది పెళ్ళికూతురు. ఆ నృత్య ప్రదర్శన ఆపడానికి శాయశక్తులా ప్రయత్నిస్తున్నారు పక్కవాళ్ళు. నన్ను చూసి దయ్యాన్ని చూసినట్లు బెదరిపోయి పెళ్ళి కూతురిని వదిలేశారు. కిలకిల నవ్వేసి మరుక్షణంలోనే చేతుల్లో ముఖం దాచుకుని వెక్కి వెక్కి ఏడవసాగింది పెళ్ళికూతురు. వెంటనే వెనుతిరిగి నాలు గడుగులు వేశాను. గబాల్న వచ్చి నా చేతులు పట్టుకున్నారు మామగారు. అంతా నా చుట్టూ గుమికూడారు. వాళ్లు కలగా పులగంగా చెప్పిన మాటల సారాంశం ఇది. వాళ్ళ అమ్మాయి జయలక్ష్మి పదేళ్ళు వచ్చేదాకా బాగానే ఉంది. అప్పుడు ప్రమాదవశాత్తూ అగ్ని ప్రమాదం జరిగి వాళ్ళఇల్లు కాలిపోయింది. ఆ సంఘటనతో బెదరిపోయి మతి చలించింది లక్ష్మికి. జ్వరం వస్తే ఆ హడావిడిలో పట్టించుకోలేదు. తరువాత జడిసిపోయిందని విభూతి పెట్టించి, తాయెత్తులు కట్టించారు. ఆ తరువాత దిగదుడుపులు, భూత వైద్యాలు, బాబాల పూజలు చేశారు. చివరి ప్రయత్నంగా పెళ్ళిచేస్తే పిచ్చి కుదురుతుందని అందరూ చెప్తే' ఆ పనిచేశారు. నన్ను వేడుకుంటున్న మామగారిని విదిలించిపారేశాడు మా బాబాయి.

'చాలు చాల్లేవయ్యా పెద్దమనిషీ, చేసిన బుద్ధి తక్కువ పని కాకుండా క్షమాపణలు కూడాను. పిచ్చిదానికి పెళ్ళి కావలసి వచ్చిందా, సిగ్గు లేకపోతే సరి. ఎందుకూ, ఎత్తావు మనిషి జన్మ?' ఛీ' అని ఈసడించాడు. "ఇంకా చూస్తారేం? పదండి పోదాం. సామాన్లు సర్దండి' అని కేకవేశాడు మామయ్య. కొద్దిసేపట్లోనే వాన్‌లో ఎక్కారు అందరూ! నేనూ బయలుదేరుతుంటే మా అత్తగారు వచ్చి నా కాళ్ళమీద పడిపోయింది. తల్లిలాంటిదాన్ని, బాబూ! లక్ష్మికి పిచ్చి నయం అయిపోతుంది. డాక్టర్లుకి చూపిస్తే తగ్గిపోతుంది. పెళ్ళికాని పిల్లని ఆస్పత్రుల వెంట తిప్పితే పెళ్ళికాదని భయపడ్డాం. ఇప్పుడు మంచి వైద్యం చేయిస్తాం. మమ్మల్ని కనికరించు బాబూ!' అంటూ నా కాళ్ళు పట్టుకుంది.

మా వాళ్ళు ఆవిడని పక్కకి లాగేశారు. నా చెయ్యి పట్టుకుని వాన్ ఎక్కించారు. వాన్ బయలుదేరింది. కళ్ళు మూసుకుని కూర్చున్న నేను తలమీద చెయ్యి పడటంతో ప్రక్కకు చూశాను, అమ్మ. "నా తండ్రీ, ఆ భగవంతుడు నీ జీవితంతో ఎందుకిలా ఆడుకుంటున్నాడురా!" అంటూ బావురుమని ఏడ్చింది. అందరూ ఆవిడని ఓదార్చారు. "చాల్లే ఊరుకో. పెద్దదానివి నువ్వే ఇలా డీలా పడిపోతే చిన్నవాడు వాడు మరీ బెదిరిపోడూ! అయినా ఇప్పుడేం కొంప మునిగిపోయిందని? వాళ్ళ మొహాన విడాకులు పారేసి రేపే పాటికి మంచి పిల్లను చూసి పెళ్ళిచేద్దాం" అన్నారు.

"విడాకులూ పాడూ ఎందుకసలూ? ఆ పెళ్ళి పూర్తిగా అవనేలేదు. అరుంధతీ దర్శనం కాలేదు. ఆశీర్వచనం కాలేదు. అప్పగింతలు కాలేదు. సగం సగం అయిన పెళ్ళికి విడాకులు అక్కర్లేదు" అన్నారు మరెవరో.

"అబ్బే! అలా అంటే ఎలా? మనలో మాంగల్య ధారణ ముఖ్యం. అది అయింది కాబట్టి పెళ్ళి అయినట్లే" అన్నాడు ఇంకొకడు. వాదోపవాదాలు జరిగాయి. కళ్ళు మూసుకుని కూర్చున్నాను నేను.

మా ఊరు చేరాం! మమ్మల్ని చూడగానే ఇరుగూ పొరుగూ తెల్లపోయారు. ఇదేమిటి రేపొస్తానన్నారుగా ఇప్పుడే వచ్చేశారేం అన్నారు. ఎవరో హారతీ, ఎర్రనీళ్ళూ తెచ్చారు. ఓక్షణంలో నిజం తెలిసిపోయింది. మళ్ళీ ఏడుపులు, మొత్తుకోళ్ళు, ఓదార్పులు, సానుభూతులు. అందరిని తప్పించుకుని లోపలి గదిలోకి వెళ్ళి తలుపు వేసుకున్నాను నేను. ఎదురుగా అద్దంలో కనిపించింది నా అవతారం. పొడుగు బొట్టు, బుగ్గనచుక్క. తలమీద బెల్లం జీలకర్ర, తలంబ్రాలు, పసుపు బట్టలు. పిచ్చి కోపం వచ్చింది.. మెడలోని కర్పూరం దండ విసిరికొట్టి మంచానికి అడ్డంగా పడుకున్నాను.

దావానలంలా వ్యాపించింది ఈ వార్త. లోకుల జాలి భరించడం కష్టం అయిపోయింది నాకు. నాలుగో రోజుకి వచ్చారు మా మామగారు. ఆయన్ని చూడగానే అదిశక్తిలా విరుచుకుపడింది అమ్మ. నోటికి వచ్చినట్లు తిడ్తూ వెళ్ళగొట్టింది. క్రమంగా పాతబడి పోయింది ఆ వార్త. వారాని కోసారి పెద్ద

ఉత్తరం రాసేవారు మామగారు. ఆ ఉత్తరం చూడగానే మండిపడిపోయి తిట్టిపోసేది అమ్మ. "అమ్మాయికి వైద్యం చేయిస్తున్నాను. తగ్గిపోతుందిట. మమ్మల్ని మన్నించు. నువ్వు ఒకసారి రా" అంటూ వేడుకొంటూ రాసేవారు ఆయన. ఆ ఉత్తరాలు చూడగానే పసుపు బట్టలతో వెక్కి వెక్కి ఏడుస్తున్న పెళ్ళికూతురు గుర్తువచ్చి మనసులో చిరాగ్గా అయిపోయేది. "మంచి సంబంధం చూసి పెళ్ళి చేస్తాను" అంది అమ్మ ఓనాడు. పెళ్ళి పేరెత్తితే ఊరుకోను అని విసుక్కున్నాను నేను.

ఆర్నెల్లు గడిచిపోయాయి. సంక్రాంతి వచ్చింది. పండగకి రమ్మని ఆహ్వానించారు మామగారు. అది చూసి మళ్ళీ మండిపడింది అమ్మ. నా బిడ్డ జీవితం నాశనం చేసింది చాలక పండక్కి పిలుస్తున్నాడు త్రాష్టుడు అని తిట్టిపోసింది. పండగ వెళ్ళగానే మళ్ళీ ఉత్తరం వచ్చింది. "వస్తానని ఎంతో ఆశతో ఎదురుచూశాం బాబూ! నీకోసం కొత్త బట్టలు కొన్నాను. రాలేదు. - అందుకే పోస్ట్‌లో పంపుతున్నాను. వీలు చూసుకుని ఒకసారి రా. బాబూ!" అంటూ రాశారు.

"కానుకలు ఇచ్చి నిన్ను బులిపించాలని వేషాలు వేస్తున్నాడు. పింజారీ వెధవ" అని తిట్టింది అమ్మ. ఆ పార్సిల్ అలాగే అటకమీద పారేశాను. మరో ఆరు నెలలు గడిచి పోయాయి. ఒకనాడు టెలిగ్రామ్ వచ్చింది. "మామగారికి ఆరోగ్యం బాగా లేదని, రమ్మని."

"ఇదో దొంగ వేషం. ఉత్తరాలకి లొంగడం లేదని ఈ ఎత్తు ఎత్తాడు- ఆ జిత్తులమారి వెధవ. తన బిడ్డ సుఖమే చూసుకున్నాడు కానీ, మరొకరి జీవితం నాశనం అయిపోతుందని ఆలోచించలేదు. ఆ దౌర్భాగ్యుడి కోసం నువ్వేం వెళ్ళనక్కర్లేదు." అంది అమ్మ.

నాకు భరించలేనంత చిరాకు వేసింది. ఒక్కసారి వెళ్ళి వాళ్ళతో తెగతెంపులు చేసుకుని నా జోలికి రావద్దని, వస్తే మర్యాద దక్కదని గట్టిగా హెచ్చరించి రావాలనిపించింది. వెంటనే ప్రయాణం అయ్యాను.

ఆ ఊరు చేరేసరికి పది గంటలు అయింది. ఇల్లు అంత దూరంలో ఉండగానే కనిపించారు ఇంటిముందు గుమిగూడిన జనం. ఆశ్చర్యంగా వెళ్ళాను. జనాన్ని తప్పించుకుని లోపలికి అడుగు పెట్టిన నాకు అడుగు

ముందుకి పడలేదు. ఇంటి ముందు వసారాలో మామగారు. ఆయన ఎడమవైపు ఆయన భార్య, ఇద్దరి మెడల్లోనూ పూలదండలు. తలల వద్ద దీపాలు. కళ్ళు తిరిగినట్లు అయింది నాకు. ఎవరో కాఫీ తెచ్చి ఇచ్చారు. "మొన్న సాయంత్రం దాకా బాగానే ఉన్నారు. మొన్న రాత్రి భోజనాలు చేశారు. మరి ఏం కల్తీ కలిసిందో, ఏం జరిగిందో తెలియదు కానీ, రాత్రివేళ వాంతులు పట్టుకున్నాయి. నిన్న పొద్దున ఆస్పత్రిలో చేర్చాం. మీకు టెలిగ్రామ్ ఇచ్చాం. మధ్యాహ్ననికి పరిస్థితి విషమించింది. రాత్రి ఏడు గంటలకి ఆవిడ పోయింది. రాత్రి పన్నెండు గంటలకి ఆయన పోయాడు. పోయేముందు మిమ్మల్ని చూడాలని మహా కొట్టుకులాడాడు. అల్లుడు, అల్లుడు అంటూనే ప్రాణం వదిలాడు" అని చెప్పారు.

మనసంతా చేదుగా అయిపోయింది నాకు. హఠాత్తుగా గుర్తు వచ్చింది- ఆ ఇంట్లో జనాభా ముగ్గురు. కలుషిత ఆహారం వల్ల ఇద్దరు మరణిస్తే మూడో వ్యక్తి లక్ష్మి? లక్ష్మి ఏమైంది? ఆ మాటే అడిగాను.

"లక్ష్మి అప్పుడప్పుడు భోజనం చెయ్యదు. ఆ వేళకూడా తినలేదట. బ్రతిమాలి విసిగిపోయి ఊరుకుందట తల్లి" అన్నారు.

ఆశ్చర్యం వేసింది. లక్షణంగా ఉన్న వాళ్ళిద్దరూ వెళ్ళిపోయారు. పిచ్చిది లక్ష్మి మిగిలిపోయింది. అల్లుడికోసమే ఆగాం. ఇక ఆలస్యం ఎందుకు కానివ్వండి అని హడావిడి పడ్డారు. అంతిమయాత్రకు సన్నాహాలు ముగించారు. పక్కింటినుంచి లక్ష్మిని తీసుకొచ్చారు. వచ్చీరాగానే అమ్మా, నాన్నా కింద పడుకున్నారేం?" అని అడిగింది అమాయకంగా. అందరూ ఘొల్లుమన్నారు. వెంటనే లక్ష్మి తల్లి దగ్గర కూర్చుంది. "అమ్మా, ఆకలేస్తోందమ్మా!" అన్నం పెట్టవూ?" అని అడిగింది. "అమ్మ పడుకుందిగా- నేను పెడతానులే. నువ్వు అమ్మకీ, నాన్నకీ దణ్ణం పెట్టు" అంది పక్కావిడ. వెంటనే వంగి తల్లికీ, తండ్రికీ పాదాభివందనం చేసింది లక్ష్మి. అంతా మరోసారి ఘొల్లుమన్నారు.

"బ్రతికినంతకాలం దీనికోసమే బ్రతికారు ఆ దంపతులు. దీనికోసమే తిన్నారు. దీనికోసమే తిరిగారు. ఇవ్వాళ వాళ్ళుపోతే ఏడ్చే అదృష్టమైనా లేదు దీని మోహన" అన్నారు. లక్ష్మిని మళ్ళీ పక్కింటికి తీసుకువెళ్ళిపోయారు.

అంతిమయాత్ర బయలుదేరింది. మామగారి తమ్ముడు వాళ్ళకి దహన సంస్కారం చేశాడు. అందరం ఇంటికి తిరిగి వచ్చేశాం.

వాళ్ళు వెళ్ళిపోయారు. కానీ, మరో శేషప్రశ్న మిగిలిపోయింది. లక్ష్మి.... ఆ సమస్యకి పరిష్కారం కోసం ఆ రాత్రి పొద్దుపోయాక హాల్లో సమావేశం అయ్యారు అందరూ. "నేను తీసుకెళ్ళేవాడినే. అన్నయ్యకి అదంటే ప్రాణంతో సమానం. కానీ, మీకు తెలుసుగా. నా భార్య రోగిష్టిది. దీన్ని తీసుకువెళ్తే చెయ్యదు" అన్నాడు లక్ష్మి పినతండ్రి.

"నేను కళ్ళ కద్దుకొని తీసుకువెళ్ళేవాడిని. కానీ, నాకు వచ్చే నెలలో ట్రాన్స్ఫర్ అవుతుంది. బాంబే వేస్తారు. అంతదూరం దీన్ని తీసుకువెళ్ళటం అంటే మాటలతో పనా? అక్కయ్యా, నువ్వు తీసుకెళ్ళు" అన్నాడు లక్ష్మి మేనమామ. "లక్షణంగా తీసుకెళ్ళేదాన్నే. కానీ, వచ్చే నెలలో మా పెద్దమ్మాయి పురిటికి వస్తోంది. దీన్ని తీసుకుపోతే ఆ బాలింతరాలికే చెయ్యనా, పసిపిల్లనే చూసుకోనా? ఈ పిచ్చిదానికి చాకిరీ చెయ్యనా? ఇంతమందికి చెయ్యడం నా వల్లకాదు, బాబూ!" అంది మేనత్త.

అందరూ కలిసి లక్ష్మి పినతల్లిని తీసుకెళ్ళమన్నారు. "ఇది మరీ బాగుంది. ఉరుము ఉరిమి మంగలంమీద పడిందని మీరందరూ తప్పుకునే వాళ్ళు. ఈ జంజాటం భరించేదాన్ని నేనునా! మా అత్తగారు అసలే పరమగయ్యాళి. ఈ మతిలేని మాలోకాన్ని వెంటబెట్టుకెళ్తే తన్ని తగలేస్తుంది" అంది పినతల్లి. మరేం చేద్దాం అనుకున్నారు. నువ్వు తీసుకువెళ్ళు అంటే, నువ్వు తీసుకెళ్ళు అని పోట్లాడుకున్నారు. తలా పాతికా పారేసి ఏదైనా దిక్కులేని వాళ్ళ గృహం ఉంటే దానిలో చేర్పిద్దాం అన్నారు. ఇలాంటివాళ్ళని ఎక్కడా చేర్చుకోరు అనుకున్నారు. "ఏమిటో ఖర్మ. ఆ పోయినవాళ్ళతో ఇదీ పోయి ఉంటే పీడా వదిలేది. ఇది బ్రతికుండి ఎవర్ని ఉద్ధరించాలి?" అంది మేనత్త.

ఉలిక్కిపడ్డాను. లక్ష్మివంక చూశాను. ఓ మూలకూర్చుని గోళ్ళు కొరుక్కుంటూంది. ఎందుకో చెప్పలేనంత జాలి వేసింది నాకు."లక్ష్మిని నేను నాతో తీసుకువెళ్తాను" అని చెప్పాను. అందరూ తెల్లబోయారు. తేరుకుని అపరిమితంగా ఆనందించారు. "మంచి మనసు నీది. మహా గొప్పవాడివి

నువ్వు. నువ్వు తీసుకెళ్తానంటే అంతకంటే ఆనందం ఏముంది? ఎంత కాదనుకున్నా అది నీ భార్య" అని ఆనందపడ్డారు. "ఆ స్వర్గాన ఉన్న వాళ్ళ ఆత్మలు ఎంత సంతోషిస్తున్నాయో" అని కళ్ళు తుడుచుకున్నారు.

మెల్లిగా అందరూ జారుకున్నారు. ఆ హాల్లో లక్ష్మి, నేను ఒంటరిగా మిగిలాం. మెల్లిగా వెళ్ళి లక్ష్మి ప్రక్కన కూర్చున్నాను. "లక్ష్మీ!" అని పిలిచాను తల ఎత్తి చూసింది. "నేనెవర్నో తెలుసా?" అని అడిగాను. తల ఆడించింది. "నేను నీ భర్తను." "భర్త అంటే?" ఏం చెప్పాలో తెలియక ఊరుకున్నాను. కాసేపు ఆలోచించి "భర్త అంటే పెళ్ళికొడుకా?" అని అడిగింది. నా ప్రాణం లేచివచ్చింది. "అవును" అన్నాను.

లక్ష్మిముఖం కళకళ్ళాడింది "మీరా? నాకోసం వచ్చేశారా? మరైతే నన్నెపుడు పెళ్ళి చేసుకుంటారు?" నా చేయి పట్టుకుని పసిపిల్లలా అడిగింది. "మనకు పెళ్ళయిపోయిందిగా. నీకు గుర్తు లేదా?" అన్నాను. బుంగమూతి పెట్టింది. "అబద్ధం. పెళ్ళయిపోతే పల్లకీ ఏది మరీ?" అంది. "పల్లకీనా?" అడిగాను. "అవును. నా పెళ్ళికొడుకు చాలా మంచివాడుట. నాకోసం దూరంనించి వస్తాడుట. మాకు ఘనంగా పెళ్ళవుతుందిట. పల్లకిలో ఎక్కి ఊరేగుతాంట మేమిద్దరం." నాకు నవ్వు వచ్చింది. "ఎవరు చెప్పారు నీకు?" అన్నాను. "అమ్మ."

"మీ అమ్మ ఏది లక్ష్మి?"

"వంట చేసుకుంటూంది. "మరి నాన్నగారు?"

"పొలం వెళ్ళారుగా." అమాయకంగా చెప్తున్న లక్ష్మిని చూసి మనసు కరిగిపోయింది నాకు. అప్రయత్నంగా దగ్గరికి తీసుకుని తల నిమిరాను.

లక్ష్మిని నాతో తీసుకువెళ్తానని అందరికీ తెలిసిపోయింది. మామగారి ఆప్తులంతా వచ్చి అభినందించారు. ఇరుగు పొరుగులు ప్రయాణ సన్నాహాలు మొదలుపెట్టారు. మామగారు అతి సామాన్యమైన మనిషి. గొప్ప సామాన్లు, విలువైన వస్తువులు ఏమీ లేవు. ఉన్న కొద్దిపాటి విలువైనవాటికీ కాళ్ళొచ్చేశాయి. రోళ్ళూ రోకళ్ళు, చేటలు తట్టలు మొదలైన వాటినిమాత్రం ఆయన కూతురికే వదిలేశారు ఉదారంగా. లక్ష్మి సామాన్లు మాత్రమే సర్దమన్నాను. ఆ ఊరి

ప్రెసిడెంటుగారిని కలిసి ఇల్లు, పొలం బేరం పెట్టి మంచి ధర వస్తే అమ్మెయ్యమన్నాను. ఆ డబ్బు లక్ష్మిపేరబ్యాంకులో వేస్తాను అని చెప్పాను. అలాగే అన్నారు ఆయన. అంతేకాదు. 'నీకే సాయం కావాలన్నా రాయి-చేస్తాను' అని మాట ఇచ్చారు.

ఆరోజే ప్రయాణం. టాక్సీ తెప్పించారు ప్రెసిడెంటుగారు. ఊరు ఊరంతా కదిలి వచ్చారు లక్ష్మికి వీడ్కోలు ఇవ్వడానికి. కొత్తచీర కట్టి పసుపు కుంకుమలు ఇచ్చి సాగనంపారు. అందరి దగ్గర సెలవు తీసుకుని టాక్సీ ఎక్కాను. కారు బయలుదేరాక "లక్ష్మీ, "మనం ఎక్కడికి వెళ్తున్నాం?" అని అడిగాను. మనకి పెళ్ళయింది. పల్లకీ ఎక్కి వెళ్తున్నాం" అని చెప్పింది.

ఊరు చేరేసరికి సాయంత్రం అయింది. టాక్సీ చప్పుడుకి బయటికి వచ్చింది అమ్మ, నన్ను చూడగానే స్థాణువులా నిలబడిపోయింది.

"ఇదేమిట్రా? దీన్ని తీసుకొచ్చావేం? మతిపోయిందా?" అంది. "తీరిగ్గా చెప్తానమ్మా. ముందు లోపలికి రానీ" అన్నాను. లక్ష్మిని లోపలికి తీసుకువెళ్ళాను. స్నానం చేసింది. ఆకలిగా ఉందేమో అన్నం తినేసి ప్రయాణం అలసటవల్ల వెంటనే నిద్రపోయింది. అమ్మా, నేనూ వాకిట్లో కూర్చున్నాం. "ఇప్పుడు చెప్పు. ఎందుకు చేశావు ఈ తెలివితక్కువ పని?" అని అడిగింది అమ్మ. పరిస్థితి అంతా వివరించాను.

"అయితేమాత్రం ఈ పిచ్చిమేళాన్ని నెత్తిన ఎక్కించుకుంటావా? అక్కడే వదిలేసి నీ దారిన నువ్వు రావలసింది. వాళ్ళ వాళ్ళు ఎవరో చూసుకునేవాళ్ళు" అంది చిరాగ్గా. "అదీ చూశానమ్మా. ఆత్మ బంధువులు అంతా వచ్చారు. ఎవరి ఇబ్బందులు వాళ్ళకున్నాయిట. నువ్వు తీసుకుపో అంటే నువ్వు తీసుకుపో అని దెబ్బలాడుకున్నారు. చివరికి వాళ్ళతోబాటు లక్ష్మి కూడా చచ్చిపోయి ఉంటే పీడా వదిలేది అనుకున్నారు. విని భరించలేకపోయానమ్మా, వాళ్ళతోపాటు నేనూ లక్ష్మి చావుకోరలేకపోయాను. ఆ నిర్భాగ్యురాలిని తన ఖర్మానికి వదిలేసి చేతులు దులుపుకుని రాలేకపోయాను" అన్నాను.

"కానీ, తీసుకొచ్చినంత మాత్రాన తీరిపోయిందా? నీ జీవితానికి గుదిబండని తగిలించుకుంటున్నావు. నీ జీవితం నాశనం అయిపోదూ!"

అసహనంగా అడిగింది అమ్మ. "ప్రస్తుతం ఆలోచించవలసింది. నా జీవితం గురించి కాదమ్మా లక్ష్మి జీవితం గురించి. అతి దీనస్థితిలో ఉంది. మనం తప్ప తనకి ఇంకెవరూ లేనట్లే. మనతోనే ఉండనీ" అన్నాను. "ఈ పిచ్చిది ఎన్ని సమస్యలు సృష్టిస్తుందో?" అంది అమ్మ భయంగా. "ఇప్పటికే చాలా సమస్యలు సృష్టించింది. అసలు తన జీవితమే ఒక పెద్ద సమస్య. కానీయ్ చూద్దాం" అన్నాను.

దీర్ఘంగా ఆలోచించింది అమ్మ. "సరేకానీ, ఏం చేస్తాం? అంతా ఆ భగవంతుడి లీల. మనకు రాసిపెట్టి ఉన్నది అనుభవించక తప్పదు. ఇంతే ప్రాప్తం మనకు. పెళ్ళయ్యాక మతి చలించి ఉంటే ఏం చేసి ఉండేవాళ్ళం" అంది.

లక్ష్మిని నా వెంట తీసుకొచ్చానని తెలిసి అందరూ చూడ్డానికి వచ్చారు. "అబ్బ! ఎంత అందంగా ఉందో! పాపం! ఆ లోపం లేకుండా ఉంటే ఎంత బాగుండేదో!" అన్నారు. కొంతమంది నన్ను అభినందిచారు. మరికొందరు ఎందుకు చేశావీ తెలివితక్కువ పని అని మందలించారు. ఆ మర్నాడే మాఊరి డాక్టర్‌గారి దగ్గరకు వెళ్ళి మాట్లాడాను.

"పట్నం తీసుకెళ్ళి స్పెషలిస్టుకి చూపిద్దాం. నేనూ వెంట వస్తాను" అన్నాడు ఆయన. అలాగే తీసుకువెళ్ళాం. పరీక్ష చేసి చూశారు ఆ స్పెషలిస్టు.

"చాలా ముదిరిపోయింది. ముందే ట్రీట్‌మెంట్ ఇప్పించి ఉంటే చాలా బాగుండేది అన్నారు. "ఇప్పటికైనా మించిపోయింది లేదు. ట్రీట్‌మెంట్ మొదలు పెడదాం" అన్నారు. మందులు రాసి ఇచ్చారు. బోలెడన్ని సూచనలు ఇచ్చారు. "మీకే ప్రాబ్లం ఉన్నా నా దగ్గరకు రండి. ఏం ఫర్వాలేదు. నయం అయిపోతుంది" అని భుజం తట్టారు. మా ఊరు వచ్చేశాం. మరో రెండు రోజులు గడిచిపోయాయి.

ఆ రోజు రాత్రి కరెక్షన్ చెయ్యాల్సిన నోట్సులు బోలెడు ఉంటే ఆరుబయట కూర్చున్నాను తీరికగా. పని పూర్తిచేసేసరికి బాగా పొద్దుపోయింది. నోట్సులు లోపల పెట్టి పడగ్గదిలో అడుగుపెట్టాను. నాకు ఆశ్చర్యంవేసింది. గది స్వరూపమే మారింది. అద్దంలా సర్ది ఉంది. మంచం మీద తెల్లటి దుప్పటి.

బల్లమీద అగరొత్తులు, తెల్ల చీరె కట్టుకుని కిటికీలో కూర్చుని గోళ్ళు గీక్కుంటూ ఉంది పెళ్ళికూతురు. ఎంత ప్రయత్నించినా నవ్వు ఆగలేదు నాకు. దగ్గరకు వెళ్ళాను. "ఇక్కడ కూర్చున్నావేం? పడుకుందువుగాని రా!" అని చెయ్యి అందించాను. నా చెయ్యి అందుకుని కిటికీలోంచి దూకింది.

బుద్ధిగా నా వెంట వచ్చింది. మంచం మీద పడుకోబెట్టాను. పక్కన కూర్చున్నాను. "లక్ష్మీ, తెల్లచీరె కట్టుకున్నావేం?" అని అడిగాను. "ఆ ముసలావిడ కట్టుకోమంది" అంది బుద్ధిగా. "ఛ. తప్పు! అలా అనకూడదు. 'అత్తయ్యగారూ' అనాలి" అన్నాను.

"ఎందుకనాలి?"

"ఎందుకంటే ఆవిడ మా అమ్మ కదు? నీకు అత్తగారు అవుతుంది."

"అమ్మ......అమ్మ" అనుకుంటూ ఏదో ఆలోచించింది. "మా అమ్మ ఏదీ?" అంది హఠాత్తుగా."వస్తుంది, ఊరికెళ్ళింది" అని చెప్పాను. "ఎప్పుడొస్తుంది?" "రాకపోతే ఏం? నా దగ్గర నీకు బాగాలేదా?" అని అడిగాను. "బాగుంది" అంటూ నా దగ్గరగా జరిగి నా భుజం మీద తల వాల్చుకుంది. తల నిమిరాను. "పడుకో. నిద్రపో" అన్నాను. కళ్ళు మూసుకుని కొంచెంసేపట్లోనే నిద్రపోయింది. నేను ఇవతలికి వచ్చేసి ఈజీఛెయిర్‌లో పడుకున్నాను.

లక్ష్మితో నా జీవితం మొదలయింది. కొడుక్కి పెళ్ళిచేసి, కోడలికి అన్నీ అప్పగించి విశ్రాంతిగా భగవధ్యానం చేసుకుందామని ఆశపడిన అమ్మకి పరిస్థితుల ప్రభావం వల్ల కొడుకు పెళ్ళయినా కొడుకుతోపాటు కోడలి బాధ్యత నెత్తిన వేసుకోక తప్పలేదు.

లక్ష్మి చిత్రంగా ప్రవర్తించేది. ఒకరోజు పిచ్చితిండి తినేది. మరో రోజు ఎంత బ్రతిమాలినా మంచి నీళ్ళయినా తాగేది కాదు. ఒక్కోసారి చెవి కోసిన మేకలా వాగేది. మరొకసారి పలకరించినా సమాధానం చెప్పేదికాదు. ఒక్కక్షణం విరగబడి నవ్వేది. అంతలోనే కుమిలి కుమిలి ఏడ్చేది. మంచి మందులు వాడటం మొదలు పెట్టాను. బలమైన ఆహారం ఇచ్చేవాళ్ళం. ఆర్థికంగా ఒత్తిడి తట్టుకునేందుకు రెండు ట్యూషన్లు మొదలు పెట్టాను. లక్ష్మి అమ్మను 'అమ్మా' అనే పిలిచేది. 'అత్తయ్యా' అనమని ఎంత చెప్పినా వినలేదు. "అమ్మా, నాకు

జడవెయ్యవూ?" అని వెంట తిరిగే కోడల్ని దగ్గరకు తీసుకుని కళ్ళనీళ్ళు పెట్టుకునేది అమ్మ. "ఇదేనాటి ఋణానుబంధమే, తల్లీ" అని బాధపడేది.

కోడలు ఒక్కరోజు కుదురుగా ఉంటే పరమానంద పడిపోయేది. "లక్ష్మికి నయం అయితే కొండకి వస్తామని మొక్కుకున్నానురా. నీ వీలు చూసుకుని సెలవు పెట్టు- తిరుపతి వెళ్ళొద్దాం" అనేది. కానీ ఆ కోడలిది నమ్మకం ఏముంది? మర్నాడు పొద్దునే నానా అల్లరీ చేసి తనను విసిగిస్తుంటే, "నా ఖర్మానికి నువ్వెక్కడ దాపురించావే దౌర్భాగ్యురాలా!" అని తిట్టిపోసేది. కిలకిల నవ్వేసి మరింత అల్లరి చేసేది లక్ష్మి.

అటువంటి సమయాల్లో అమ్మను చూస్తే విపరీతమైన జాలివేసేది నాకు. ఆవిడని ఆ వయసులో అంత కష్టపెడుతున్నందుకు నా మీద నాకే కోపం వచ్చేది. కానీ, ఏం చెయ్యను? అశక్తుడిని.

అలా కొంతకాలం గడిచింది. లక్ష్మి నా జీవితంలో ఒక భాగంగా మారిపోయింది. ముందు కేవలం జాలివల్ల తీసుకొచ్చిన-నేను క్రమంగా లక్ష్మికి చాలా దగ్గరయ్యాను. లక్ష్మి వల్ల నాకే సుఖమూ లేదని, నాతోటి వాళ్ళంతా హాయిగా పిల్లాపాపలతో కాలక్షేపం చేస్తూ ఉంటే నేను మతిలేని దాన్ని కట్టుకుని నరకం అనుభవిస్తున్నానని ఒకటే బాధపడేది అమ్మ. లక్ష్మిని నేను భారంగా భావించడంలేదని, లక్ష్మి మతిచాంచల్యం శాశ్వతంకాదని, లక్ష్మి ఆరోగ్యం బాగుపడిన రోజున నా వంటి అదృష్టవంతుడు మరొకడు ఉండబోడని అమ్మకు నచ్చచెప్పేవాడిని. కానీ, ఆవిడ నమ్మలేదు. వృద్ధాప్యం, శారీరక శ్రమ, వాటిని మించిన మానసిక వేదన అమ్మను క్రుంగదీశాయి. అమ్మ ఆరోగ్యం పాడైంది. క్రమంగా మనోవ్యాధితో మంచం పట్టింది అమ్మ.

మంచివైద్యం చేయించాను. అమ్మకు మానసికోల్లాసం కలిగించాలని నా శాయశక్తులా ప్రయత్నం చేశాను. కానీ, విఫలుడిని అయ్యాను. "బాబూ, నీ జీవితం.....నా తండ్రీ! నీ బతుకు బుగ్గిపాలైందిరా" అంటూనే ఒకనాడు శాశ్వతంగా కన్నుమూసింది అమ్మ. తన తల్లిదండ్రులు మరణించినప్పుడు కంట తడిపెట్టని లక్ష్మి అమ్మ మరణానికి హృదయవిదారకంగా విలపించింది.

అమ్మ మరణం నన్ను అనాథని చేసేసింది. ఆవిడ కేవలం తల్లి మాత్రమే కాదు. తల్లీ, తండ్రి అన్నీ ఆవిడే. అన్నిటినీ మించి నాకు మంచి స్నేహితురాలు అమ్మ. ఆవిడ లేని లోటు భయంకరంగా అనిపించింది నాకు. ఆ రాత్రి ఒంటరిగా కూర్చున్న నా దగ్గరికి వచ్చింది లక్ష్మి. నా దగ్గరే కూర్చుంది. "నువ్వింకా పడుకోలేదూ?" అని అడిగాను. తల అడ్డంగా ఆడించింది. "పొద్దున అమ్మ ఎక్కిన పల్లకీ చాలా బాగుంది. నాకూ అలాటిది కావాలి. నాకు తెచ్చిపెట్టండి" అంది అమాయకంగా. లక్ష్మి నోరు మూసేశాను. "వద్దు, లక్ష్మీ, నువ్వూ నన్నొదిలి వెళ్ళిపోతే నేనెవరి కోసం బతకాలి? నన్నొదిలి వెళ్ళకు" అన్నాను. ఏం అర్థమయిందో ఏమో! "సర్లే, వెళ్ళనులే" అంటూ నన్ను ఓదార్చింది.

అమ్మ మరణంతో నాకు మరో సమస్య ఎదురైంది. లక్ష్మి సంరక్షణ. పనిమనిషికోసం ప్రయత్నం చేశాను. తేలికగానే దొరికింది గౌరమ్మ. తెల్లవారేసరికల్లా వచ్చేది. అన్ని పనులు చేసేది. నేను స్కూలునించి వచ్చేసరికి వంట చేసి ఉంచేది. నేను రాగానే ఇల్లు నాకు అప్పగించి వెళ్ళిపోయేది. "మరో పదిరూపాయలు కావాలంటే తీసుకో-అమ్మగారిని మాత్రం బాగా చూసుకోవాలి" అని పనిలో చేరిన రోజే చెప్పాను. "ఎంత మాట బాబుగారూ! అమ్మగారిని నా ప్రాణంతో సమంగా చూసుకుంటాను" అంది.

అన్నట్లే ఎంతో ఆదరంగా చూసేది లక్ష్మిని. రెండు, మూడు నెలలు గడిచిపోయాయి. ఒకరోజు రాత్రి భోజనాలు చేస్తున్నాం. కంచంలో అన్నం తినేసి ఆశగా నా వంక చూస్తోంది లక్ష్మి. "ఏం కావాలి. లక్ష్మీ!" అని అడిగాను. "ఇంకొంచెం అన్నం కావాలి" అంది. నాకు నవ్వొచ్చింది. "ఓస్. అంతేనా! దాని కింత మొహమాటం దేనికి? అడగలేకపోయావా?" అన్నాను.

అన్నం పెడితే తింటూ "మీరు చాలా మంచివారు. ఆ గౌరమ్మ మంచిది కాదు- రాక్షసి. అన్నం అడిగితే పెట్టదు" అంది. "నీ మొహం- నువ్వు అడిగితే ఎందుకు పెట్టదు?" అన్నాను. "ఏం కాదు. అడిగితే తిడుతుంది. నాకు ఆశ్చర్యంవేసింది. "నిన్ను తిడుతుందా?" అని అడిగాను. "ఓ.....తిడుతుంది. వీపు పగిలిపోయేలా కొడుతుంది" అంది చిన్నగా నవ్వేస్తూ, అదిరిపడ్డాను. అన్నం సగంలో వదిలేసి లేచిపోయాను.

లక్ష్మిని దగ్గర కూర్చోబెట్టుకుని బుజ్జగించి అడగ్గా నాకు చాలా సంగతులు తెలిశాయి. "నా ఎదుట లక్ష్మిని ఎంతో గౌరవంగా చూసే గౌరమ్మ నా చాటున ఎంతో హీనంగా చూస్తోంది. అంతేకాదు. లక్ష్మికోసం కేటాయించిన హార్లిక్స్, పళ్ళు, బిస్కట్లు తను స్వాహా చేస్తోంది. ఏమైనా అంటే లక్ష్మిమీద చెయ్యి చేసుకుంటూంది. నిజం తెలుసుకున్న నాకు గుండె పిండేసినట్లయింది. "మరిన్నాళ్ళూ నాతో చెప్పలేదేం?" అన్నాను. "చెప్తే చంపేస్తానందిగా?" అంది అమాయకంగా.

భరించలేకపోయాను. మర్నాడు రాగానే గౌరమ్మకు డబ్బు లెక్కచూసి ఇచ్చి వెళ్ళిపొమ్మన్నాను. తెల్లబోయింది. "ఎందుకు మాన్పిస్తున్నారు" అని అడిగింది. చివాట్లు పెట్టాను. "అంతా అబద్ధం. ఆ పిచ్చిదాని మాటలు నమ్మకండి" అంది. "నన్ను మాన్పించేస్తున్నారు. ఆ పిచ్చిదాన్ని చూడ్డానికి ఎవరొస్తారో నేనూ చూస్తాను" అని బెదిరించి వెళ్ళిపోయింది.

ఆ బెదిరింపు నిజమే అయింది. నమ్మకమైన వాళ్ళు ఎవరూ దొరకలేదు. వారం, పదిరోజులు సెలవు పెట్టి విశ్వప్రయత్నం చేసి విసిగిపోయాను. ఇది నాకు ఎప్పుడూ ఉండే సమస్య. నేనే పరిష్కరించుకోవాలని ధైర్యం తెచ్చుకున్నాను. పనిమనిషికోసం వెతకడం మానేసి నేనే అన్ని పనులు చేసుకోవడం మొదలుపెట్టాను.

పొద్దున్నే వంట చేసి లక్ష్మికి పెట్టేసి స్లీపింగ్ టాబ్లెట్ ఇచ్చి తాళం వేసుకుని స్కూలుకి వెళ్ళిపోయేవాడిని. లంచ్ అవర్లో వచ్చి లక్ష్మికి హార్లిక్స్, మందులు ఇచ్చి నేను భోంచేసి వెళ్ళిపోయేవాడిని. మళ్ళీ సాయంత్రం నాలుగు గంటలకు తిరిగి వచ్చేసేవాడిని. నాకు కొంత శ్రమ అయినా, ఈ పద్ధతే బాగుంది అనిపించింది. మధ్యాహ్నం లక్ష్మి ఒంటరిగా ఉండేది. ఏవైనా పుస్తకాలు అక్కడపెట్టి "బొమ్మలు చూసుకుంటూ ఉండు. నేను కాసేపట్లో వస్తాను" అని చెప్తే బుద్ధిగా వినేది.

సాయంత్రం నేను వచ్చేసరికి కిటికీ దగ్గర నిలబడి నాకోసం చూస్తూ ఉండేది. నేను వెళ్ళగానే నన్ను కౌగలించుకొని "వచ్చారా?" భయంవేసింది" అని చెప్పేది. "భయంలేదు. నేనొచ్చేశానుగా?" అనేవాడిని. పది, పదిహేను

రోజులు ఏం ప్రశాంతంగా గడిచాయో ఆ తరువాత కష్టాలు మొదలయ్యాయి. లక్ష్మి ఒంటరిగా ఉందని తెలిసిన చుట్టుపక్కల పిల్లలకి అల్లరి చెయ్యడానికి అవకాశం దొరికింది.

ఎవరైనా తనని పిచ్చిది అంటే భరించలేనంత కోపం వచ్చేది లక్ష్మికి. పిల్లలు వాకిట్లో చేరి, పిచ్చిది పిచ్చిది' అంటూ అరిచేవాళ్ళు. దాంతో కోపంగా కేకలు వేసేది లక్ష్మి. మరింత అరిచేవాళ్ళు. నిస్సహాయంగా ఏడ్చేది లక్ష్మి. వాళ్ళకి మరీ మరీ హుషారువేసి మరీ ఏడిపించే వాళ్ళు. నేను స్కూల్ నించి రాగానే నన్ను కావలించుకుని హృదయ విదారకంగా ఏడ్చేది లక్ష్మి. "చూశారా పిచ్చిది అంటున్నారు వాళ్ళు" అనేది. "ఛ. వాళ్ళకే పిచ్చి. నువ్వు నా బంగారు కొండవి" అని బుజ్జగించేవాడిని. ఇరుగుపొరుగు ఇళ్ళకి వెళ్ళిచెప్పాను. "అయ్యో! మేం చూస్తే కేకలేస్తూనే ఉన్నాం నాయనా! పిల్ల వెధవలు వింటారా?" అనేవాళ్ళు వాళ్ళు.

పిల్లల అల్లరి తగ్గలేదు. 'పిచ్చిదోయ్-పిచ్చిది' అంటూ ఉంటే కోపం భరించలేక గోడకేసి తలబాదుకొని హైరాన పడిపోయేది లక్ష్మి. లక్ష్మి పరిస్థితి దిగజారటం గమనించి సెలవుపెట్టాను నేను. కానీ ఫలితం లేకపోయింది. అదివరకు నా మాట వినేది కాదు, మనలోకం, మన మాట ఉండేవి కావు. కనిపించిన వస్తువునల్లా విసిరికొట్టేది. 'అమ్మా, నాన్నా' అంటూ వాళ్ళని తలుచుకుంటూ ఏడ్చేది. 'అమ్మా అమ్మా' అంటూ మా అమ్మకోసం ఇల్లంతా వెతుక్కునేది. రాను రాను లక్ష్మి పరిస్థితి విషమించింది. "లాభం లేదు-మెంటల్ హాస్పిటల్లో చేర్చాలి" అన్నారు డాక్టర్. డేట్ ఫిక్స్ చేశారు. తెల్లవారితే ప్రయాణం. లక్ష్మి సామాన్లన్నీ సర్దాను. లక్ష్మి పక్కనే కూర్చున్నాను. నిద్రమాత్రల ప్రభావం వల్ల నిద్రపోతోంది. లక్ష్మి ఇంట్లోంచి వెళ్ళిపోతుంది. తిరిగి ఎప్పుడు వస్తుందో? అసలు వస్తుందో రాదో తెలియదు. తలుచుకున్న కొలదీ మనసు భారంగా అయిపోయింది.

తెల్లవార్లూ లక్ష్మి దగ్గరే కూర్చున్నాను. తెల్లవారింది. టాక్సీ వచ్చింది. బయలుదేరాం. మావెంట డాక్టర్ కూడా వచ్చారు. మెంటల్ హాస్పిటల్‌కి చేరాం. అక్కడి డాక్టర్‌గారిని కలిశాం. కేసు వివరాలన్నీ చదివారు. లక్ష్మిని ఏవో

ప్రశ్నలు అడిగారు. 'అడ్మిట్ చేసేయండి' అన్నారు. ఫారం నింపారు. సంతకం పెట్టమన్నారు. పెట్టాను. బెల్ నొక్కారు. లోపలినుంచి నర్సులు వచ్చారు. ఈ అమ్మాయిని తీసుకు వెళ్ళండి' అన్నారు డాక్టరుగారు.

నర్సులు లక్ష్మిదగ్గరకు వచ్చి చెయ్యి పట్టుకుని "రామ్మా!" అంటూ లేవదీశారు. బుద్ధిగా లేచి నాలుగడుగులు వేసి వెనక్కి తిరిగి చూసింది "మీరు రారూ?" అని అడిగింది. "నేను ఇక్కడే ఉంటానులే. నువ్వు వెళ్ళిరా!" అన్నాను. వెంటనే వాళ్ళని విదిలించుకుని నాదగ్గరకు పరిగెత్తుకు వచ్చేసింది. "అయితే నేనూ వెళ్ళను" అంది. నర్సులు వచ్చి చెయ్యి పట్టుకున్నారు. 'రామ్మా వెళదాం. నీకు మంచి మాట చెప్తాం'' అని బతిమాలారు. 'ఉహుఁ అంటూ విదిలించేసుకుని నన్ను కావలించుకుంది. నేను బ్రతిమాలాను. మా డాక్టర్‌గారు చెప్పారు. ఆ డాక్టర్‌గారు నచ్చుచెప్పారు. ఎంతమంది ఎన్ని చెప్పినా సమాధానం ఒక్కటే. నేను రాను. నేను రాను. విసిగిపోయిన డాక్టరుగారు లక్ష్మి చేతులను బలవంతంగా విడదీశారు. గోల గోలపెట్టి ఏడుస్తున్న లక్ష్మిని బలవంతంగా లాక్కు వెళ్ళిపోయారు. కుర్చీలో కూలబడ్డాను. ఆదరంగా భుజం తట్టాడు మా డాక్టర్, పావుగంట తరువాత ఆ డాక్టర్‌గారు లోపలినుంచి వచ్చారు. "డాక్టర్! లక్ష్మి ఏం చేస్తూంది?" అని అడిగాను. "ఇంజెక్షన్ ఇచ్చాం. నిద్రపోతోంది" అన్నారాయన. "ఇక మేము సెలవు తీసుకుంటాం" అన్నారు మా డాక్టర్. "అలాగే" అన్నారాయన. "ఇరవైరోజులు ఆగి తిరిగి రండి" అన్నారు.

నేను ఆయన దగ్గరకు వెళ్ళి చేతులు పట్టుకున్నాను. "డాక్టర్. లక్ష్మి పిచ్చిపిల్ల. ఏమీ తెలియదు. జాగ్రత్తగా చూసుకుంటారుగదూ!" అన్నాను. ఆయన ఫక్కున నవ్వేశారు. "పిచ్చిపిల్ల కాబట్టే మా దగ్గరకు వచ్చింది. మీ లక్ష్మికి ఏం భయంలేదు. జాగ్రత్తగా చూసుకుంటాం- వెళ్ళిరండి" అని భుజం తట్టారు. తిరిగి మా ఊరు వచ్చేశాం.

లక్ష్మి లేని ఇల్లు శూన్యంగా ఉంది. లక్ష్మి వచ్చాక తనే సర్వస్వం అయిపోయింది. స్నేహితులు, సినిమాలు, షికార్లు అన్నీ మరిచిపోయాను. అటువంటిది లక్ష్మి లేకపోయేసరికి ఆ వెలితి భరించలేనట్లు అయిపోయింది.

ఇంక ఇరవైరోజుల్లో లక్ష్మిని చూస్తాను. ఇంకో పందొమ్మిది రోజుల్లో లక్ష్మిని చూస్తాను అనుకుని రోజులు లెక్కపెట్టుకుంటూ కాలం గడిపి గడువు తీరగానే పరుగున వెళ్ళాను. డాక్టర్‌గారిని కలిశాను. ఆదరంగా మాట్లాడారు ఆయన. "లోపలికి వెళ్ళండి" అన్నారు. లోపలికి వెళ్ళి కూర్చున్నాను. పది నిముషాల తరువాత లక్ష్మిని తీసుకొచ్చారు. నన్ను చూడగానే అంతదూరం నుంచి పరిగెత్తుకు వచ్చేసింది. దగ్గర కూర్చోబెట్టుకున్నాను. మనిషి చిక్కిపోయింది. రంగుకూడా తగ్గింది.

"ఎలా ఉన్నావు?" అని అడిగితే కిలకిల నవ్వేసింది. "ఏం బాగాలేదు ఇక్కడ. మీతో వచ్చేస్తాను. అమ్మదగ్గరికి వెళ్ళిపోదాం" అంది. "అలాగే" అనేశాను.

కాసేపు కూర్చున్నాక నర్స్ వచ్చింది. ఆవిడని చూడగానే నన్ను కావలిం చేసుకుంది లక్ష్మి. "నేను వెళ్ళను. నేను ఇంటికి వచ్చేస్తాను" అని గోలపెట్టేసింది. మళ్ళీ బలవంతాన తీసుకెళ్ళిపోయారు.

డాక్టర్‌గారితో మాట్లాడాను. "ఫర్వాలేదు. నయం అయిపోయింది" అన్నారు ఆశాజనకంగా.

మరో నెలాగి రమ్మన్నారు. వెళ్ళాను. మళ్ళీ అదే తంతు. నెలరోజులు ఆగి వెళ్ళాను. లక్ష్మి వచ్చింది. అలవాటు ప్రకారం నన్ను చూడగానే పరిగెత్తుకు రాలేదు. మెల్లగా వచ్చి అంతదూరంలో కూర్చుంది.

ఆశ్చర్యపోయాను నేను. వెళ్ళి పక్కన కూర్చున్నాను. "లక్ష్మీ! ఎలా ఉన్నావు?" అని పలకరించాను. శూన్యంలోకి చూస్తూ పేలవంగా నవ్వింది. నా గుండె నీరయిపోయింది. ఎప్పుడూ కిలకిల నవ్వుతూ ఉండే లక్ష్మి అలా దీనంగా ఉండేసరికి భరించలేకపోయాను. "అలా ఉన్నావేం?" ఒంట్లో బాగోలేదా?" అని అడిగాను. బ్రతిమాలాను. వేడుకున్నాను. కానీ, ఫలితం శూన్యం. ఒక్కమాటకూడా మాట్లాడలేదు. కనీసం నా వంక చూడనైనా చూడలేదు. నర్సు వచ్చి తీసుకువెళ్ళిపోతుంటే నిర్లిప్తంగా నడిచి వెళ్ళిపోయింది. పిచ్చెక్కినట్లయింది నాకు. డాక్టర్ దగ్గరకు వచ్చి నా బాధ చెప్పుకున్నాను.

అంతా విని నవ్వారు ఆయన. "పేషెంట్‌లో ఇంప్రూవ్‌మెంట్ కనిపిస్తోంది'' అన్నారు శాంతంగా. నాకు ఒళ్ళు మండింది.'' ఏం

ఇంప్రూవ్‌మెంటో? మనిషి చిక్కిపోయింది. ఇదివరకు చక్కగా మాట్లాడేది. ఇప్పుడదీ లేదు. నాకేదో భయంగా ఉంది. లక్ష్మిని నేను తీసుకెళ్ళిపోతాను పంపించెయ్యండి" అన్నాను.

ఆయనకీ కోపం వచ్చింది. "పేషెంట్లని ఇక్కడ అట్టిపెట్టడం మాకు సరదా కాదు. వీలైనంత తొందరలో పంపించెయ్యాలనే విశ్వప్రయత్నం చేస్తాము. మీ భార్యకేసు ఆశాజనకంగా ఉండటంవల్ల టేకప్ చేశాను. ట్రీట్‌మెంట్ ఇస్తున్నాను. కాదు... నేను తీసుకువెళ్ళిపోతానంటే మహారాజులా తీసుకుపోండి. నాకేం అభ్యంతరం లేదు" అన్నారు చిరాగ్గా.

తెలివి తెచ్చుకుని క్షమాపణ చెప్పుకున్నాను. ఆదరంగా నవ్వాడు ఆయన. "మీ బాధ నేను అర్థం చేసుకోగలను. కానీ, మీ మంచి కోరి చెప్తున్నాను. ట్రీట్‌మెంట్ సగంలో ఉండగా తీసుకువెళితే ఇంత శ్రమా వ్యర్థం అయిపోతుంది. ఆవిడకి నయం అవగానే తీసుకువెళ్దురుగాని, అప్పటివరకూ ఇలాగే వచ్చి చూసి వెళ్తూ ఉండండి" అన్నారు.

మరోసారి ఆయనకి కృతజ్ఞతలు చెప్పుకున్నాను. "అయితే, వచ్చేనెల మళ్ళీ వస్తాను. ఈలోగా లక్ష్మికి నయం అయిపోతే నాకు రాయండి. వెంటనే వచ్చి తీసుకు వెళ్తాను" అన్నాను. "సరే" అన్నారు. ఆయన. వచ్చేశాను.

అంతే. ఇలా గడిచిపోతున్నాయి రోజులు. ప్రతిరోజూ ఆశగా ఉత్తరం వస్తుందేమో అని ఎదురుచూస్తాను. నిరాశే ఎదురవుతుంది. నాకు నేనే ధైర్యం చెప్పుకుంటూ 'ఇవ్వాళ కాకపోతే ఏం? రేపు తప్పకుండా ఉత్తరం వస్తుంది. లక్ష్మికి నయం అయిపోతుంది. తీసుకువెళ్ళిపో అని రాస్తారు డాక్టరుగారు వెళ్తాను. లక్ష్మిని తీసుకొచ్చేస్తాను. మేమిద్దరం హాయిగా ఉంటాం' అని ఏవేవో ఊహించుకుంటూ శూన్యంలోకి చూస్తూ గంటలు గంటలు గడిపేస్తూ ఉంటాను. రోజు వెనక రోజులు గడిచిపోతున్నాయి. కానీ, ఆ సుదినం ఇంకా రాలేదు. అయినా, నేను ధైర్యం కోల్పోలేదు. నాకు, నమ్మకం ఉంది. చెప్పండి. కృష్ణగారూ! ఆరోజు తప్పకుండా వస్తుంది కదూ!!

మబ్బు పట్టి చిన్న జల్లుగా ప్రారంభించిన వర్షం కుండపోతగా కురుస్తోంది. గాలి రివ్వున వీస్తోంది. ఆ గాలి విసురుకి వరండాలోకి వచ్చి

పడుతోంది జల్లు. అక్కడ కూర్చున్న మనుషులని ఇంచుమించు తడిపేసింది. అయినా, ఇద్దరికీ ఆ స్పృహే లేదు. సర్వం మర్చిపోయి ప్రసాద్ పెళ్ళిగాథ వింటున్న కృష్ణ-ప్రసాద్ ప్రశ్నించడంతో అదిరిపడి ఇహలోకంలోకి వచ్చాడు. కళ్ళలో నీరు నిండిపోవడం వల్ల మసక మసకగా కనిపించింది. కాస్త దూరంలో నిలబడిన ప్రసాద్ రూపం. గట్టిగా కళ్ళు తుడుచుకుని చివాల్న లేచాడు కృష్ణ. ఒక్కంగలో ప్రసాద్ దగ్గరకు వెళ్ళాడు. భుజాల మీద చేతులు వేశాడు.

"తప్పకుండా వస్తుంది ప్రసాద్. వచ్చి తీరుతుంది. మీ వంటి మంచివారికి అంతా మంచే జరుగుతుంది" అన్నాడు.

పేలవంగా నవ్వాడు ప్రసాద్.

అంతవరకూ నవ్వుతూ కళకళలాడే ప్రసాద్‌నే చూసి ఉన్న కృష్ణ ఇలా దీనంగా నిలబడిన ప్రసాద్‌ని చూసి భరించలేకపోయాడు. "చూడండి, ప్రసాద్! మీరు ఎవరో, నే నెవర్నో? ఎందుకిలా కలుసుకున్నామో? ఇదివరకు పరిచయం లేకపోయినా హఠాత్తుగా దగ్గరైపోయాం. నన్ను పరాయివాడిగా భావించకండి. నన్ను మీ ఆప్తుడిగా అనుకోండి. నేను మీ మేలుకోరే స్నేహితుడిని. ప్రసాద్! నేను మామూలు మనిషిని కాను, ఆగర్భ శ్రీమంతుడిని. అయిదు తరాలు తిన్నా తరగని ఆస్తి ఉంది నాకు. ఇదంతా గొప్ప కోసం చెప్పడం కాదు. మీకు ధైర్యం చేకూర్చాలని చెప్తున్నాను. చెప్పండి- మీ కోసం నేనేం చేయను? ఏ సహాయం కావాలి నా వల్ల? ఏం చెయ్యమన్నా చేస్తాను. మీ సంతోషం కోసం, మీ జీవితం చక్కదిద్దడం కోసం ఏం చెయ్యాలన్నా నేను సిద్ధమే. మీ పెళ్ళి గాథ విని కరిగిపోయాను. మీ ఇద్దరి కథా నన్ను కదిలించివేసింది. మీ దాంపత్యం అపూర్వం. మీ వంటివారిని భర్తగా పొందిన లక్ష్మి అదృష్టవంతురాలు. ఒక స్నేహితుడిగా మనస్ఫూర్తిగా మీ క్షేమం కోరే వ్యక్తిగా మిమ్మల్ని వేడుకుంటున్నాను... నా అపారమైన సంపద ఏ కొంచెం మీకు ఉపయోగపడినా అది నా అదృష్టంగా భావిస్తాను. సంకోచించకండి. చెప్పండి... నన్నేం చేయమంటారు? మీ కోసం, మీ లక్ష్మికోసం, మీ సుఖ సంతోషాల కోసం నేనేం చెయ్యాలో ఆజ్ఞాపించండి."

తన ఎదురుగా మూర్తీభవించిన దయామూర్తివలె నిలబడిన కృష్ణ వంక ఆరాధనగా చూశాడు ప్రసాద్. తన భుజాలను కుదిపేస్తున్న అతని చేతులను

తన చేతుల్లోకి తీసుకుని కళ్ళ కద్దుకున్నాడు. “ధన్యుడిని, కృష్ణగారూ!” నా జన్మ ధన్యం అయిపోయింది. ఇవ్వాళ నాకు కొండంత ధైర్యం వచ్చింది. నాకు గొప్ప స్నేహితుడు ఉన్నాడు అనే భావన నాకు గర్వాన్ని కలిగిస్తోంది. మీ పరిచయం నా భాగ్యం. ఇది కేవలం నా అదృష్టం. పేదవాడిని, ఎందులోనూ మీకు సాటిరాని వాడిని నన్ను మీ స్నేహితుడిగా భావించి మీకై మీరే సహాయం చేస్తా ననటం. మీ ఔన్నత్యాన్ని చాటిచెప్తోంది. అంతమాటన్నారు అదే పదివేలు. మీకెలా కృతజ్ఞతలు చెప్పుకోవాలో నాకు అర్థంకావడం లేదు. ప్రస్తుతానికి నాకు ఏమీ అవసరం లేదు. అవసరం వచ్చినప్పుడు మీ దగ్గరికి వస్తాను. మీ సాయం అర్థిస్తాను.”

అతని మాట పూర్తికాకుండానే మధ్యలోనే అందుకున్నాడు కృష్ణ. “మీరలా తేలిగ్గా కాదంటే ఊరుకోను నేను. మీకు తెలియదేమో– నేను మహా మొండి మనిషిని. తల్చుకున్నానంటే ఆ పని సాధించేదాకా వదిలిపెట్టను. ఇప్పుడు మీ విషయంలోనూ అంతే! అంత తేలికగా వదలను. మీరు నా నుండి సహాయం పొంది తీరాలి. మీ జీవితం సుఖంగా సాగిపోవడానికి నేను ఏదైనా చెయ్యాలి. ఏం చెయ్యాలో చెప్పండి?!”

చిన్న పిల్లాడిలా పట్టుబట్టిన అతన్ని చూసి చిన్నగా నవ్వాడు ప్రసాద్.

లోపలినించి రంగన్న టీ కప్పులతో వచ్చాడు. పూర్తిగా తడిసిపోయిన ప్రసాద్‌ని, సగం తడిసిన కృష్ణని చూసి లబలబలాడాడు. “ఇప్పటికి పదిసార్లు వచ్చి తిరిగిపోయాను. అయ్యగారూ! వాన పడుతోంది. లోపలికి రమ్మంటే. ఇద్దరూ వినరు. మీ కబుర్లలో మీరున్నారు. గట్టిగా పిలిస్తే కోపం వస్తుందేమో అని ఊరుకున్నాను” అంటూ లోపలికి వెళ్ళి కృష్ణ గదిలోనించి టవల్ తెచ్చి కృష్ణకి అందించాడు.

***

“డోంట్ లాఫ్. ఐయాం నాట్ జోకింగ్. నాకు సమాధానం కావాలి” అన్నాడు సీరియస్‌గా.

మళ్ళీ నవ్వాడు ప్రసాద్. “శెట్టీ అల్లం ఉందా అంటే నిఖార్సయిన శొంటి ఉంది అన్నాట్ట వెనకటికి ఎవడో! మీరు పరిష్కరించాలేగానీ, నా దగ్గర

సమస్యలకి కొదవ ఏమీలేదు. లక్ష్మిని మించిన సమస్య మరొకటి ఉంది" అన్నాడు తాపీగా.

అదిరిపడ్డాడు కృష్ణ. "ఏమిటీ....లక్ష్మిని మించిన సమస్యా? మై గాడ్. ఏమిటది?" అన్నాడు కంగారుగా.

"చెప్తాను."

ఇంతలో టీ తెచ్చాడు రంగన్న. టీ కప్పులు అందుకున్నారు ఇద్దరూ.

"గుడ్.....ఇప్పుడు బాగుంది" ఆనందపడ్డాడు ప్రసాద్.

"ప్రసాద్! ప్లీజ్.....త్వరగా చెప్పండి." ఉత్కంఠ భరించలేని కృష్ణ తొందర పెట్టేశాడు.

"చెప్తాను. లక్ష్మిని హాస్పిటల్లో చేర్పించిన తరవాత కొద్దినెలలకు- ఆరోజు ఆదివారం - ఇంట్లోనే ఉన్నాను. పొద్దున పదకొండు గంటల ప్రాంతంలో తలుపు చప్పుడు అయింది. బద్ధకంగా వెళ్ళి తలుపు తీశాను. ఎదురుగా ఉన్న మనిషి చూసేసరికి స్థంభించిపోయాను. నోటమాట రాలేదు.

"ఏం! అంత ఆశ్చర్యంగా చూస్తున్నారు? కొంపదీసి గుర్తుపట్టలేదా ఏం?" అంది సీత.

"గుర్తుపట్టకపోవడం ఏమిటీ? హఠాత్తుగా చూసేసరికి ఆశ్చర్యపోయాను. అంతే. రా లోపలికి" అని సూట్‌కేసు అందుకుని తప్పుకున్నాను.

లోపలికి వచ్చింది సీత.

"ఏమిటీ రాక? ఎక్కడ్నించి వస్తున్నావు? ఒక్కతివే వచ్చావా? మీ శ్రీవారు రాలేదా?"

"ఏమిటా ప్రశ్నల వర్షం? ఎండలో పడి ఇంటికొచ్చిన మనిషి మొహాన కాసిని మంచినీళ్ళు, కాఫీనీళ్ళు పొయ్యడం మానేసి ప్రశ్నలతో ఉక్కిరిబిక్కిరి చెయ్యటం ఏం మర్యాద?" అని దబాయించింది.

నాలిక కొరుక్కుని లోపలికి వెళ్ళి మంచినీళ్ళు తెచ్చి ఇచ్చాను. మళ్ళీ పని గట్టుకు వెళ్ళి కాఫీ చేసి తెచ్చి అందించాను.

కాఫీ తాగి, "గుడ్.....బాగుంది. ఇదివరకు మీరు కాఫీ కలిపితే పంచదార పానకంలా ఉండేది" అని మెచ్చుకుంది.

"ఇక చెప్పు, ఏమిటి కబుర్లు?" అన్నాను.

"అత్తయ్య పోయారుట కదూ!" అని పరామర్శించింది.

"అవును" అన్నాను.

"మీ శ్రీమతి...."

నా ఆత్మీయురాలు సీత హఠాత్తుగా ఎదురై లక్ష్మి గురించి అడిగేసరికి భరింపరాని వేదన కలిగింది. ఒక్కసారి నా మనసులోని బాధంతా వెళ్ళగక్కేసుకుందాం అనిపించింది. అంతలోనే తెలివి తెచ్చుకున్నాను. ఛ. రాకరాక వచ్చింది. కాసేపు ఉండి వెళ్ళిపోతుంది. నా సోది అంతా చెప్పి తన మనసు బాధ పెట్టడం ఎందుకు అనిపించింది. నవ్వు తెచ్చి పెట్టుకున్నాను. "నా శ్రీమతి పుట్టింటికి వెళ్ళింది. నువ్వు చూడలేదు కదా! చాలా అందంగా ఉంటుంది లక్ష్మి. తనకి నీ విషయం చెప్పేశాను. నువ్వు వచ్చి వెళ్ళావని తెలిస్తే తను సమయానికి లేనందుకు ఎంతో బాధపడుతుంది. పోన్లే ఏం చేస్తాం....అనుకోకుండా వచ్చావు కదా! ఈసారి ముందుగా తెలియపరచి రా. వద్దులే. మేమే వస్తాం నీ దగ్గరికి. నీకు తెలీదు గానీ, లక్ష్మి చాలామంచిది" అన్నాను.

నా వంక జాలిగా చూసింది సీత. "లక్ష్మి ఆరోగ్యం ఎలా ఉంది?" ఉత్తరాలు వస్తున్నాయా?" అని అడిగింది.

అదిరిపడ్డాను. "సీతా! నీకు తెలుసా?" అన్నాను.

"తెలుసు....ఈ మధ్యనే తెలిసింది. చాలా బాధపడ్డాను." అంది ఆదరంగా.

ఇక నటించడం నా వల్ల కాలేదు. "సీతా! చూశావా నా జీవితం ఎలా అయిపోయిందో!" అంటూనే బాధ తీరిపోయేలా విలపించాను.

దగ్గరగా వచ్చి నా చెయ్యి నిమిరింది సీత. "ఏమిటీ బేలతనం? ఇన్నాళ్ళూ ధైర్యంగా ఉన్నవారు ఇప్పుడు నీరు కారిపోతే ఎలా? కష్టాలు వచ్చినప్పుడే మనిషి ధైర్యం తెలిసేది. ఏం ఫరవాలేదు. లక్ష్మికి నయం అయిపోతుంది" అంటూ ఓదార్చింది.

ఆ ఓదార్పుతో నా మనసు తేలిక పడింది. "నేను ధైర్యంగానే ఉన్నాను సీతా! ఏదో నిన్ను చూడగానే ఎందుకో దుఃఖం వచ్చేసింది. సరేలే, నా సంగతి

వదిలెయ్. నీ గురించి చెప్పు. మీ వారు బాగున్నారా? మీ నాన్నగారి ఆరోగ్యం ఎలా ఉంది?" అన్నాను.

"ఆయన బాగానే ఉన్నారు. ఇక నాన్నగారు.....నా పెళ్ళయిన కొద్దిరోజులకే పోయారు" అంది.

నాకు మొహమాటం వేసింది. సీత నా గురించి అన్నీ తెలుసుకుంది. కానీ, తనని పూర్తిగా మర్చిపోయాను. "సారీ సీతా, నాకు తెలియనే తెలియదు" అన్నాను.

"ఫరవాలేదులెండి" అనేసింది సీత.

***

"మీకూ తువ్వాలు తెస్తా నాగండి" అంటూ ప్రసాద్ గదిలోకి వెళ్ళాడు.

అతను వచ్చేదాకా ఆగలేదు కృష్ణ. ప్రసాద్ దగ్గరికి వెళ్ళి, అతను వారిస్తున్నా వినకుండా తన టవల్‌తోనే తల తుడిచాడు. "బట్టలు మార్చుకోండి జలుబు చేస్తుంది" అన్నాడు.

అలాగే అంటూ తన గదిలోకి వెళ్ళిపోయాడు ప్రసాద్.

అతను బట్టలు మార్చుకుని తల దువ్వుకుంటూండగానే తలుపు శబ్దం అయింది. తిరిగి చూశాడు. గుమ్మంలో కృష్ణ. అతని చేతుల్లో టీ కప్పులు. "అరెరె మీరు తెచ్చారేం? నేనే వచ్చేవాడినిగా" అంటూ ఎదురు వెళ్ళి టీ అందుకున్నాడు.

"ఇప్పటికే చల్లారిపోయింది. మరీ మంచినీళ్ళుగా మారిపోతుందేమో అని భయంవేసి తీసుకొచ్చాను" అంటూ లోపలికి వచ్చి కూర్చున్నాడు కృష్ణ మోహన్.

"ఇటువంటి వెదర్‌లో టీ వేడిగా నోరు కాలిపోయేలా ఉంటేగానీ మజా రాదు. మళ్ళీ చెయ్యమని చెప్తాను రంగన్నతో" అంటూ అనేసి బయటికి వెళ్ళి రంగన్నని కేకేసి చెప్పొచ్చాడు. "ఈ టీ చూస్తుంటే నాకో విషయం గుర్తొస్తోంది. ఆ మధ్య మాస్కూల్లో ఓ ఫంక్షన్ అయింది. ఇలాగే ఉంది టీ. ఆ హోటల్‌వాడిని పిల్చి ఏమిటయ్యా ఇది- టీ ఇలా తగలడిందేం మంచినీళ్ళలాగా అని కేకలేశాం. అయితే ఏం... ఇందాక కూల్‌డ్రింక్ వేడి వేడిగా ఉందిగా! దానికీ, దీనికీ చెల్లు అనేశాడు" అన్నాడు.

అభిమానంగా అతని వంక చూశాడు కృష్ణ. ఇన్ని కష్టాలు అనుభవిస్తూ కూడా ఇలా నవ్వుతూ, నవ్విస్తూ ఉండే ఈ వ్యక్తి జీవితం సుఖమయం అయిపోతే తన చుట్టుపక్కల పరిసరాలనే చైతన్యవంతం చేసేయడూ!

"ప్రసాద్! ఇందాక నేను అడిగినదానికి మీరేం సమాధానం చెప్పలేదు." మళ్ళీ గుర్తు చేశాడు.

"ఓ అదా!" తేలిగ్గా తీసిపారేశాడు ప్రసాద్.

కృష్ణకి కొంచెం కోపం వచ్చింది. "డోంట్ లాఫ్. ఐయాం నాట్ జోకింగ్.

ప్రసాద్ మరలా చెప్పటం మొదలుపెట్టాడు.

ఏవో పాత కబుర్లు చెప్పుకున్నాం. పాత మిత్రులు ఎవరెవరు ఎక్కడెక్కడ ఉన్నారో చెప్పుకున్నాం.

"నేను భోజనం చెయ్యలేదు. ఇక్కడే చేస్తాను" అంది హఠాత్తుగా.

"మరి చెప్పావు కాదేం?" అంటూ కంగారుగా లేచాను.

"మీరాగండి. వంట నేను చేస్తాను" అంటూ కొంగు బిగించి వంటింట్లోకి ప్రవేశించింది.

అప్పుడు పరిశీలించి చూశాను సీతను- "కంగ్రాట్స్ సీతా! అత్యున్నతమైన మాతృ పదవిని అలంకరించబోతున్నావు." అన్నాను.

అందంగా సిగ్గుపడింది. నేను వద్దని వారించినా వినకుండా తనే వంట చేసి, వడ్డన కూడా పూర్తి చేసింది. ఇద్దరం కబుర్లు చెప్పుకుంటూ భోజనం ముగించాం. ఇవతలి గదిలోకి వచ్చాం. "కాసేపు పడుకో" అని పక్క దులిపివేశాను. నేను పక్కనే పడక్కుర్చీలో కూర్చున్నాను.

"మీరు నాకో సాయం చెయ్యాలి" అంది సీత హఠాత్తుగా.

నవ్వొచ్చింది నాకు. "హాస్యం ఆడుతున్నావా సీతా! ఆగర్భ శ్రీమంతుడి ఇల్లాలివి. ఏది కావాలన్నా పాదాల వద్దకు తెప్పించుకోగల ఐశ్వర్యవంతురాలివి. నీకు ఈ పేద బడిపంతులు చేసే సాయం ఏముంది?" అన్నాను.

సీత ముఖం ఎర్రబడింది. "నేను నిజంగానే చెప్తున్నాను. నాకు మీరు సాయం చెయ్యాలి" అంది.

"సరే అలాగే. నా చేతనైన సాయం తప్పక చేస్తాను-చెప్పు" అన్నాను.

"నాకు ఉద్యోగం కావాలి" అంది.

నవ్వు ఆగలేదు. నవ్వేశాను. “అలనాడు సీతా అమ్మవారికి కడుపుతో ఉన్నప్పుడు అడవుల్లో తిరగాలని కోరిక కలిగిందట. ఈనాడు ఈ సీతాదేవి గారికి ఉద్యోగంచెయ్యాలనే కోరిక కలిగిందా? సరే. ఇందులో నేను చెయ్యగలిగే సాయం ఏముంది? మీ వారికి చెప్పలేకపోయావా....ఒక కంపెనీ పెట్టి, దానికి నిన్ను మేనేజింగ్ డైరెక్టర్ని చేసేవారుగా?” అన్నాను.

కళ తప్పింది సీత మొహం. “నేను సీరియస్‌గా మాట్లాడుతూ ఉంటే ఇలా పరిహాసం చెయ్యటం న్యాయం కాదు” అంది.

“సరే నేనూ సీరియస్‌గానే మాట్లాడుతాను. నీ కెందుకు ఉద్యోగం? ఉద్యోగం చెయ్యాల్సిన అగత్యం నీకేమిటీ?” అన్నాను.

“అవసరం వచ్చింది కాబట్టే అడుగుతున్నాను. బ్రతుకుతెరువుకోసం ఉద్యోగం చెయ్యాలి. నా భర్త నన్ను వదిలేశారు. నేను ఇప్పుడు ఒంటరిదాన్ని.”

అదిరిపడ్డాను. నోట మాట రాలేదు. కళ్ళు తిరిగినంత పని అయింది. అతి కష్టంమీద నిలదొక్కుకున్నాను.

“ఎందుకు? నువ్వేం తప్పుచేశావని? అసలు ఏం జరిగింది?” అన్నాను.

“పెళ్ళికాక ముందు నేను మరొకరిని ప్రేమించానని, పెళ్ళి చేసుకోవాలనుకున్నానని ఆయనకి తెలిసిపోయింది. భరించలేకపోయారు. వెళ్ళగొట్టేశారు.”

సీత సమాధానం విని నెత్తిన పిడుగుపడినట్లు అయింది. కుప్పకూలి పోయాను. ఎంతోసేపటికి తేరుకోగలిగాను. “అసలు ఆయనకి ఎలా తెలిసింది? ఎందుకు చెప్పావు?” అన్నాను.

“నేను చెప్పలేదు. మన పాత కొలీగ్ హఠాత్తుగా కనిపించి నన్ను రెక్క పుచ్చుకుని లాక్కుపోయి ఇదుగో సీతా ప్రసాద్ అంటూ వాళ్ళాయనకి పరిచయం చేసింది. మా ఆయనా అక్కడే ఉన్నారు. ఏమిటిది అని అడిగారు. నిజం చెప్పాను. అంతే... నేను నీతి లేనిదాన్నని వెళ్ళగొట్టారు” అంది.

పట్టరానంత ఆగ్రహం వచ్చింది నాకు. “మతిలేకపోతే సరి. ఏదో సర్ది చెప్పి ఆయనకు కోపం రాకుండా చూసుకోలేకపోయావా?” అన్నాను.

“ఆ అవకాశం ఇవ్వలేదు. తక్షణం నా ఇంట్లోనించి వెళ్ళిపో. ఇక జన్మలో నీ మొహం చూపించకు అని వెళ్ళగొట్టారు” అంది.

"ఆయన అవకాశం ఇవ్వలేదే అనుకో. నీ తెలివితేటలు ఏమైపోయాయి? కాళ్ళమీద పడి వేడుకోకపోయావా? ఆయన పొమ్మనగానే నువ్వెందుకు వచ్చేశావు?"

ఛర్రున చూసింది. "ఏం... ఎందుకు వేడుకోవాలి? నేనేం తప్పు చేశాననీ?" అంది.

కోప్పడ్డాను. బతిమాలాను. పోనీ నేను వెళ్ళి ఆయనతో మాట్లాడతాను అన్నాను. ససేమిరా అంగీకరించలేదు సీత.

"ఆడదానివి. ఈ స్థితిలో ఒంటరిగా ఉండడం కష్టం సీతా!" అన్నాను.

"ఏం ఫరవాలేదు. బతికేస్తాను" అంది మొండిగా.

నాకు కోపం వచ్చింది. "నేను మంచి చెప్పినా నా మాటకీ గౌరవం ఇవ్వడం లేదు నువ్వు. నీకు నేనెందుకు సాయం చెయ్యాలి?" అన్నాను.

విలవిలలాడింది. "కలకాలం కలిసిమెలిసి ఉందాం అని ప్రమాణం చేసిన భర్త–పెళ్ళికి ముందు నేను ఎవరినో ప్రేమించిన నేరానికి వెళ్ళగొట్టారు. మామయ్యల ఇంటికి వెళ్ళాను. నన్ను పురుగుని చూసినట్లు చూస్తుంటే భరించలేకపోతున్నాను. నా బతుకుతెరువు కోసం ఏదైనా ఉద్యోగం చూసుకోవాలని, స్వతంత్రంగా బతకాలని నిర్ణయించుకున్నాను. కొండంత ఆశతో మీ దగ్గరికి వచ్చాను. మీరు ఇలా మాట్లాడుతారని అనుకోలేదు. సర్లేండి. వెళ్ళిపోతాను" అంది.

నా మనసు విలవిలలాడింది. ఏదో కోపంలో అన్నానే కానీ, సీత ఆపదలో ఉండి సాయం కోరి వస్తే కాదనే కసాయివాడినా నేను?

మరునాడు ఆ ఊళ్ళోని ప్రైవేటు కాన్వెంట్ స్కూల్‌కి వెళ్ళింది సీత. నేనూ వెంట వెళ్ళాను. అక్కడి హెడ్‌మిస్ట్రెస్‌తో మాట్లాడింది. రేపు రా చూస్తాను అంది ఆవిడ.

మర్నాడు వెళ్ళేసరికి ఉద్యోగం సిద్ధంగానే ఉంది. "టెంపరరీ వేకన్సీలో జాయిన్ అవ్వు. నీ టీచింగ్ తృప్తికరంగా ఉంటే పెర్మనెంట్ చేస్తాను" అందిట.

సంబరపడిపోయింది సీత. "అమ్మయ్య! ఉద్యోగం దొరికిపోయింది. సగం దిగులు తీరింది. ఇప్పుడే జాయిన్ అయిపోతాను. మీరు వెళ్ళిపోండి" అంది.

సాయంత్రం నేను వచ్చేసరికి ఇల్లు తాళం. రాత్రి ఏడైనా రాలేదు సీత. కంగారు వేసి వెళ్ళి చూద్దాం అనుకుంటూ ఉండగానే వచ్చేసింది. "ఎక్కడికి పోయావ్?" అన్నాను.

"ఇల్లు చూసుకోడానికి. లక్కీగా మంచి ఇల్లే దొరికింది. స్కూల్‌కి దగ్గర. పొరుగు మంచిది" అంది.

"శుభం. మరి ఎప్పుడు మారుతున్నావు కొత్త ఇంటికి" అన్నాను.

"ఎప్పుడోనా? ఇప్పుడే. ఇవ్వాళ తిథికూడా బాగుందిట వెళ్తాను" అనేసింది.

ఆదరాబాదరాగా వంటింట్లోకి వెళ్ళి నాలుగు గిన్నెలు, గ్లాసులు సర్దేసింది. "ప్రస్తుతం నా దగ్గర సామాన్లేవీ లేవుగా! జీతాలు రాగానే నేను కొనుక్కుని మీవి మీకు తిరిగి ఇచ్చేస్తాను" అంటూ తనకి కావలసినవి అన్నీ సర్దేసింది. అరగంటలో సిద్ధం అయిపోయింది.

ఇద్దరం కలిసి ఆ ఇంటికి వెళ్ళాం. చిన్న ఇల్లు. ఆ ఇంటివారి ఏకైక పుత్రుడు మిలిటరీలో పని చేస్తున్నాడట. అద్దెకు ఇవ్వవలసిన అవసరం లేకపోయినా, కొంచెం సాయంగా ఉంటారని ఇంట్లోని ఒక గదిని సీతకు అద్దెకిచ్చారు.

వెంట తీసుకువెళ్ళిన సామాన్లు చకచక సర్దేసింది. నాకు కాఫీ ఇచ్చింది.

"అమ్మయ్య.....ఇప్పుడు నాకు నిశ్చింతగా వుంది. నాకెంతో సాయం చేశారు. మీకెలా థాంక్స్ చెప్పాలో అర్థం కావడంలేదు" అంది సంబరంగా.

నాకు నవ్వాలో, ఏడవాలో అర్థం కాలేదు. "ఏమిటి ఇదంతా? లక్షణంగా మహరాణిలా ఉండాల్సిన నీకు ఈ స్థితి, ఈ ఉద్యోగం చూస్తుంటే నాకు బాధగా ఉంది" అన్నాను.

"ఎందుకూ బాధ? ఇప్పటి ఈ పరిస్థితుల్లో ఇదే గొప్ప అదృష్టం. ఎమ్.ఏ.లు రోడ్లు కొలుస్తున్న ఈరోజుల్లో నాకు ఇంత తేలిగ్గా ఉద్యోగం దొరికింది. అంతేకాదు. చక్కటి ఇల్లుకూడా దొరికింది. ఇంటివాళ్ళు ఎంత మంచివాళ్ళు! ఏ దిక్కూలేని నాకు ఇన్ని సౌకర్యాలు దొరకటం నా అదృష్టం కదూ!" అనేసింది సీత.

సీత ధైర్యాన్ని చూస్తే ముచ్చటవేసింది నాకు.

ప్రతిరోజూ ఏదో సమయంలో వీలు చూసుకుని సీత ఇంటికి వెళ్ళేవాడిని. లేడీ డాక్టర్‌కి చూపించుకోమని సలహా ఇచ్చాను. అలాగే అని వెళ్ళింది. పరీక్ష చేసి టానిక్‌లు, మందులు ఇచ్చిందట ఆవిడ. అంతా నార్మల్‌గానే ఉంది అని చెప్పిందట. నెలలు గడుస్తున్న కొలదీ, ఎండలో నడిచి స్కూల్‌కి వెళ్ళే సీతను చూస్తే భరించరాని బాధ కలిగేది నాకు. నిశ్చింతగా విశ్రాంతి తీసుకోవలసిన సమయంలో అంత శ్రమపడుతూ ఉంటే చూడలేకపోయేవాడిని. ఆ మాటే అంటే నవ్వేసింది.

"చాల్లెండి......మీదంతా మరీ విచిత్రం. తీరిక, ఓపిక ఉంటే అలా ఊరి చివరికి వెళ్ళి చూడండి. అక్కడ బ్రిడ్జి కడుతున్నారు. నా కంటే భారంగా ఉన్న ఆడకూలీలు నెత్తిన రాళ్ళ తట్టలు పెట్టుకుని బోలెడంత దూరం నడిచి వెళ్తూ ఉంటారు. వాళ్ళతో కంపేర్ చేసుకుంటే నాదేం శ్రమ?" అంది.

సీత ఇంటావిడ పార్వతమ్మగారు చాలా మంచిమనిషి కన్నతల్లిలా ఆదరించేది.

సీత ఒంటరిగా ఉండడం, సీతతో నా స్నేహం, మా రాకపోకలు... ఊళ్ళోని జనంలో కుతూహలం రేకెత్తించాయి. మాగురించి వింతగా చెప్పుకోసాగారు. మొదటిసారి నా చెవిన పడిన రోజున చాలా బాధపడ్డాను. భయపడ్డాను. సిగ్గుపడ్డాను. చెప్పలేక చెప్పలేక సీతతో చెప్పాను ఆ విషయం. "నలుగురూ నాలుగు రకాలుగా అనుకుంటున్నారు సీతా! ఇకనించి మీ ఇంటికి రాను నేను" అన్నాను.

ఫక్కున నవ్వేసింది సీత. "ఈ గుసగుసలు ఇవ్వాళ మీకు తెలిశాయేమో కానీ, నాకు ఏనాడో తెలుసు. ఏం చేస్తాం? మనదేశ సంప్రదాయం ఇది! వయసులో ఉన్న అన్నా చెల్లెళ్ళు పక్క పక్కన నడుస్తుంటేనే చెవులు కొరుక్కునే సంఘం మనది. మరి మనలాటివారిని అనుమానించక ఊరుకుంటారా? వినీ విననట్లు ఊరుకుంటే సరిపోతుంది. నాకేం భయంలేదు. మీకంతగా నన్ను చూస్తే భయంగా ఉంటే రాకండి" అంది.

ఇంకేం సమాధానం చెప్పను? క్రమంగా ఆ గుసగుసలు నాకూ అలవాటు అయిపోయాయి. ఈ చెవిన విని ఆ చెవిన వదిలేసేవాడిని.

కొన్నిరోజులు గడిచాయి. సీత మెటర్నిటీ లీవ్ తీసుకుంది. ప్రతి పూటా వెళ్ళి చూస్తూండేవాడిని.

ఒకరోజు స్కూల్‌కి కబురు వచ్చింది సీత ఆరోగ్యం బాగాలేదని. వెంటనే వెళ్ళాను. అప్పటికే సీతని హాస్పిటల్‌కి తీసుకువెళ్ళారు పార్వతమ్మగారు. పరుగు పరుగున అక్కడికి వెళ్ళాను. వరండాలోనే ఎదురయింది పార్వతమ్మగారు. "ఏం ఫరవాలేదుట. అంతా సవ్యంగానే ఉందిట" అంది.

సాయంత్రం నాలుగు గంటలకి నర్స్ వచ్చి శుభవార్త చెప్పింది. సీతకి మగబిడ్డ పుట్టాడు. అమ్మయ్య! అని భగవంతుడికి నమస్కారం చేసింది పార్వతమ్మగారు. నేను వెళ్ళి అమ్మాయికి పాలు తీసుకొస్తాను అంటూ వెళ్ళిపోయింది.

నేను ఒంటరిగా అక్కడ ఉండిపోయాను. కాసేపటి తరవాత నర్స్ బాబుని తీసుకొచ్చి చూపించింది. కుతూహలంగా చూశాను. గులాబి పువ్వురంగులో వున్నాడు. చిన్ని చిన్ని నల్లటి కళ్ళు, నల్లని జుట్టు, నాకు చిన్నతనం నించి ఏదైనా చూడగానే కావాలనుకునే అలవాటు లేదు. కార్లు, మేడలు చూసి నా కలాంటివి కావాలి అని నేనేనాడూ అనుకోలేదు. కానీ, ఆవేళ ఆ పసివాడిని చూడగానే నాకూ ఇలాటి కొడుకు ఉంటే ఎంత బాగుండు అనిపించింది.

"ఎనిమిది పౌన్లు ఉన్నాడు. హెల్తీ బేబీ" అంది నర్స్. "ఎత్తుకుంటారా" అని అడిగింది.

"అలవాటు లేదు కదూ.....పడేస్తానేమో!"అన్నాను.

నవ్వింది. "మరోగంట ఆగి ఆవిడని చూడవచ్చు" అనేసి వెళ్ళిపోయింది. మరోగంట ఆగి "రండి" అని పిలిచింది.

లోపలికి వెళ్ళాను. సీత పడుకుని ఉంది. అలసటగా ఉంది. "సీతా! కంగ్రాట్స్. యువరాజావారికి జన్మనిచ్చావు" అన్నాను.

నా వంక చూసి మరుక్షణం తల పక్కకి తిప్పుకుని వెక్కి వెక్కి ఏడ్చింది సీత. నా గుండె చెరువైపోయింది. ఎప్పుడూ ధైర్యంగా, నవ్వుతూ ఉండే సీత ఇలా బేలగా ఏడ్చేసరికి చూడలేకపోయాను. గిర్రున వెనక్కి వచ్చేశాను. అలా

వచ్చేసినందుకు తిట్టుకున్నాను. తెల్లవారాక వెళ్ళి సీతకు ధైర్యం చెప్పాలి అనుకున్నాను.

ఆ రాత్రి అంతా నిద్రపోలేదు. తెల్లవారగానే కాఫీ తీసుకుని హాస్పిటల్‌కి వెళ్ళాను. సీత ఏడుస్తూంది. ధైర్యం చెప్పాలి అనుకుంటూ వెళ్ళాను కానీ, సీత నాకు ఆ అవకాశం ఇవ్వలేదు. నవ్వుతూ పలకరించింది. సీత మామూలుగా ఉండేసరికి నా మనసు తేలిక పడింది. కాఫీ ఇచ్చాను. కబుర్లు చెప్పాను. సీతకు కొడుకు పుట్టాడని అందరికీ తెలిసింది. నేను స్కూల్‌కి వెళ్ళగానే "కంగ్రాట్యులేషన్స్! మీ ఫ్రెండ్‌కి కొడుకుపుట్టాడట కదూ.....మరి పార్టీ ఎప్పుడు? అని వంకరగా నవ్వారు నా కొలీగ్స్. వాళ్ళ వ్యంగ్యానికి ఒళ్ళుమండినా పైకి మాత్రం నవ్వేసి ఊరుకున్నాను.

సీత మూడవరోజు ఇంటికి వచ్చేసింది. హాస్పిటల్ బిల్ నేనే ఇచ్చానని, మందులు నేనే కొన్నానని నా మీద దెబ్బలాడింది. "నా పెట్లో ఉన్నాయి తీసుకోండి" అంది.

"ఫరవాలేదులే. నేనేం నీకు పరాయివాడిని కాదుగా" అనేశాను.

నెలరోజులు గడిచాయి. బాబు బొద్దుగా తయారయ్యాడు. సీత లీవ్ అయిపోయింది. ఇక తెల్లవారితే స్కూల్లో జాయిన్ అవ్వాలి. ఆ పూట బాబుని ఒడిలో పెట్టుకుని కూచుంది. "రేపటినుంచి వీడిని వదిలి వెళ్ళాలి. పసి వెధవ....వదిలి వెళ్ళాలంటే దిగులుగా ఉంది" అంది దీనంగా.

"పోనీ మరో నెలరోజులు సెలవు పెట్టు" అన్నాను.

"ఎలా.....వీలుకాదుగా! ఇప్పటికే సణుగుతూ ఇచ్చింది ఆ ప్రిన్సిపాల్. ఇంకా లీవ్ కావాలంటే పొమ్మంటుంది" అంది.

"పొమ్మంటే పోనీలే! ఈ జాబ్ వదిలేద్దువు గాని" అన్నాను.

"సలహాకేం? దివ్యంగా ఉంది. కానీ, ఉద్యోగం మానేస్తే గడిచేదెలా?" అంది.

"నేనున్నానుగా!"

"చాల్లెండి. ఇప్పటికి చాలా చేశారు మీరు."

"నువ్వు నాకు పరాయిదానివా సీతా! నీ కోసం ఎంత శ్రమైనా పడతాను. చాలకపోతే ఇంకా ట్యూషన్స్ చెప్తాను."

"అంతమాటన్నారు అదే చాలు. ఈ పరిస్థితులలో నేను ఉద్యోగం వదులుకోవడం శుద్ధ తెలివితక్కువ" అనేసింది.

బాబుని పార్వతమ్మగారి దగ్గర వదిలి స్కూల్‌కి వెళ్ళింది. క్రమంగా అలవాటు అయిపోయింది. స్కూల్‌నించి రాగానే వాడిని ఎత్తుకుని ముద్దులాడేది. పసివెధవని వదిలేసి వెళ్తున్నాను. నేనసలు తల్లినేనా?" అని బాధపడేది. స్కూల్‌నించి రాగానే ఆ నోట్సులూ అవీ అవతల పారేసి వాడిని ఎత్తుకుని కూర్చునేది. ఆ బూరి బుగ్గల బుజ్జాయి సీతకి సర్వస్వం అయిపోయాడు. సీతకే కాదు! నాకూ ప్రాణంతో సమానం అయిపోయాడు. వాడిని చూడనిదే, కాసేపైనా వాడితో కాలం గడపనిదే ఉండలేని స్థితికి వచ్చేశాను.

ఓ రోజు అలాగే స్కూల్‌నించి వెళ్ళాను. "ఈ సన్నాసి చూడండి....ఇవ్వాళ ఏం చేశాడో!" అంది సీత అలవాటుగా.

నాకు చిరాకువేసింది. "బంగారంలాంటి బిడ్డని పట్టుకుని సన్నాసి వెధవాయ్, చిట్టిగాడు అంటూ నీ ఇష్టం వచ్చినట్లు పిలుస్తావేం? వాడికి పేరు పెట్టే సదుద్దేశం లేదా నీకు!" అన్నాను.

ఒక్కక్షణం ఆలోచించింది సీత. "నిజమే! ఆ మాటే మర్చిపోయాను. ఇదుగో ఇప్పుడే వీడికి నామకరణం చేసేస్తున్నాను. వీడి పేరు భరత్. ఎలా ఉంది?" అంది.

"నీ మొహంలా ఉంది. ఓల్డ్ నేమ్...ఏం బాగాలేదు. అధునాతనంగా ఉండే పేరు పెట్టు" అన్నాను.

"ఊహు. పాత పేరైతేనేం? చాలా బాగుంది. నా కసలు పాత పేర్లే ఇష్టం" అంది.

"మరింకేం? పాత పేర్లు ఇష్టం అయితే హిడింబాసుర్ అని పెట్టేయ్."

కిలకిల నవ్వింది సీత. "ఇది మరీ బాగుంది. నా కొడుకు.....నా ఇష్టం వచ్చిన పేరు పెట్టుకుంటానంటే మీకెందుకు అంత కోపం?!" అనేసింది.

నా మౌనం చూసి- "అసలు వీడికి ఈ పేరెందుకు సెలక్ట్ చేశానో తెలుసా?" అని అడిగింది.

"నువ్వే చెప్పు!" అన్నాడు.

"పురాణకాలంలో ఆ భరతుడు శకుంతలా దుష్యంతులని కలిపాడట. ఆ పేరు వీడికి పెడితే, వీడు కూడా మమ్మల్ని దగ్గర చేస్తాడేమో అని ఆశ." అంది.

కోపం వచ్చింది. "నిన్ను అంత నిర్దాక్షిణ్యంగా వెళ్ళగొట్టిన ఆ మనిషంటే నీకెందుకంత అభిమానం? నీ అతీ గతీ పట్టించుకోని ఆ రాక్షసుడిని క్షణానికోసారి ఎందుకు తల్చుకుంటావ్?" అన్నాను.

చిన్నగా నవ్వింది సీత. "ఆ రహస్యం అర్థం చేసుకోవాలంటే మీకు ఈ జన్మ చాలదు. వచ్చే జన్మలో ఆడదానిగా పుడితే తెలుస్తుంది" అనేసింది.

సీతని చూస్తే జాలివేసింది నాకు. "సర్లే అయితే. వీడి పేరు భరతే ఖాయం" అన్నాను.

భరత్ అయిదునెలలవాడు అయ్యాడు. వాడికోసం తన సంపాదనలో మూడువంతులు ఖర్చుపెడుతుంది సీత. రకరకాల బట్టలు కొంటుంది. మంచిబొమ్మలు కొంటుంది. ఎందుకలా దుబారా చేస్తావు సీతా అంటే- "ఇంకా నయం. అన్నీ సవ్యంగా ఉండి వాడు తండ్రి దగ్గర ఉంటే ఎంత వైభోగం జరిగేదో వాడికి. ఈ మాత్రం అయినా లేకపోతే ఎలా యువరాజా వారికి?" అంటుంది.

"వీడిని పెద్ద డాక్టర్ని చేస్తాను" అంది ఒకరోజు.

ఉలిక్కిపడ్డాను. "ఏమిటా తెలివితక్కువతనం సీతా! నీ తాహతు తెలుసుకుని ఆశపడడం నేర్చుకో. నెలకి నాలుగొందలు సంపాదించుకునే స్కూల్ టీచర్‌వి నువ్వు. డాక్టర్ చదువంటే మాటలా? ఏం పెట్టి చదివిస్తావు? ఊరికే పిచ్చి పిచ్చి ఆలోచనలు మానేయ్" అని మందలించాను.

పౌరుషంగా చూసింది సీత. "ఏం? నేను స్కూల్ టీచర్ని అయినంత మాత్రాన నా కొడుకుని చదివించుకోలేనా? వాడికోసం ఎంతైనా శ్రమపడతాను. ఏమైనా చేస్తాను" అంది ఆవేశంగా. అనడమేకాదు. వారం రోజులు తిరిగేసరికి ట్యూషన్లు ఏర్పాటుచేసుకుంది. పొద్దున, సాయంత్రం రెండు పూటలా ట్యూషన్లు చెప్తుంది.

సీత పనిచేసేది ప్రైవేటు స్కూలు. ఇచ్చే జీతానికి నాలుగురెట్లు పనిరూపంలో రాబట్టుకుంటారు వాళ్ళు. తెల్లవారిన దగ్గర్నుంచీ అర్ధరాత్రి దాకా ఒకటేపని. ఈ పరిశ్రమకి తట్టుకోలేక రోజురోజుకీ క్రుంగిపోతోంది సీత. శారీరక శ్రమ ఇలా ఉంటే మానసికంగా నరకయాతన అనుభవిస్తోంది. అందరూ కాకుల్లా పొడుచుకుని తింటున్నారు. కట్టుకున్న భార్యను ఆవిడ ఖర్మానికి వదిలేసిన ఆ ప్రబుద్ధుడిని ఇదేం అన్యాయం అని నిలదీసి అడిగే ధైర్యం ఎవరికీ లేదు. కానీ, ధైర్యంగా బ్రతుకుతున్న ఆ అమాయకురాలిని చూస్తే అందరికీ ఆక్షేపణే! సూటీపోటీ మాటలు విసురుతారు.

నాకు, సీతకీ లేని సంబంధం అంటగట్టి ఆనందిస్తున్నారు. ప్రతివెధవా సీతను వంకరదృష్టితో చూసేవాడే, ప్రతి ఆడదీ సీతని వెలివేసి వెక్కిరించేదే. ఈ భయంకరమైన వాతావరణంలో సీత జీవితం దుర్భరంగా అయిపోతోంది. ధైర్యం చెప్పేవాళ్ళు లేకపోయినా, అందరూ హేళన చేస్తున్నా, ధైర్యం తెచ్చుకుని చిరునవ్వుతో బలవంతంగా కాలం గడుపుతోంది సీత.

సీతను చూస్తుంటే భరించలేని బాధగా ఉంది నాకు. కానీ నేనేం చెయ్యను? అశక్తుడిని. 'నీకోసం నేనేం చెయ్యను సీతా!" అంటే పదినోట్సులు నా ముఖాన పారేసి, "ఇవి కరెక్ట్ చేసి పెట్టండి" అంటుంది. లేదా బజారుకి వెళ్ళి కూరలు తెచ్చిపెట్టండి" అంటుంది.

నేను పదినోట్సులు కరెక్షన్ చేసినంత మాత్రాన, కూరలు తెచ్చి పెట్టినంత మాత్రాన సీత జీవితం బాగుపడిపోదు. రోజురోజుకీ కళ తగ్గిపోతున్న సీతను చూస్తే భయం వేస్తుంది నాకు. సీత ఆరోగ్యం పాడైతే ఎవరాదుకుంటారు? మొండిధైర్యంతో జీవితం గడిపేస్తున్న సీత ధైర్యం కోల్పోతే ఎవరు ఆదరిస్తారు? తలుచుకుంటే గుండె దడదడలాడుతుంది నాకు. 'నా వల్లే నీ జీవితం నాశనం అయిపోయింది సీతా' అంటే అంగీకరించదు. 'నా ఖర్మానికి మీరేం చేస్తారు?' అంటుంది. తను అంత బాధపడుతూ కూడా అనుక్షణం నన్నుచూసి జాలిపడుతుంది. 'లక్ష్మికి త్వరగా నయం అయిపోతే బాగుండును. మీరిద్దరూ కళకళలాడుతూ కాపురం చేసుకొంటూ ఉండే చూడాలని ఉంది నాకు' అంటూ నా మంచి కోరుకుంటుంది.

"కృష్ణగారూ! మీకు ముందే చెప్పాను సీత నా ఆత్మీయురాలు. సీతని ఇలా చూడడం అసాధ్యం అయిపోతోంది. నాకు కోపం వస్తోంది. పేదవాడి కోపం పెదవికి చేటు అన్నట్లు నా కోపానికి విలువేముంది? దేవతలాంటి సీతకి ఎందుకిన్ని కష్టాలో?" ఏం తప్పుచేసిందని ఆ అమాయకురాలికి ఈ వేదన కృష్ణగారూ! ఇందాక మీరు అడిగారు కదూ మీ కోసం నన్నేం చెయ్యమంటారు? నీకేంసాయం చెయ్యను? మీ సుఖశాంతులకోసం ఏం చెయ్యను? అని నిలదీశారు కదూ! చెప్తున్నాను. నాకు కావలసింది, నేను కోరుకునేదీ సీత క్షేమం. సీత ఆనందంగా ఉంటే నాకంతే చాలు. సీత జీవితం చక్కబడితే నా జన్మ ధన్యం అయినట్లు భావిస్తాను. నా వల్ల నాశనం అయిపోయిన సీత సంసారం మళ్ళీ చక్కబడితే గానీ నాకు తృప్తి లేదు. ఇందాక లక్ష్మి గురించి విని జాలిపడ్డారు మీరు. ఇప్పుడు అంతకంటే జాలిగొలిపే సీత కథ చెప్పాను. లక్ష్మికి సంఘం సానుభూతి ఉంది. సీతకు లేదు. లక్ష్మికి గుండెలో దాచుకుని కాపాడే భర్త అండ ఉంది. సీతకి లేదు. మీరు నాకంటే ఎక్కువ చదువుకున్నవారు. ఎంతో గొప్పవారు. అన్నీ తెలిసిన వారు. ఆలోచించి నా సమస్యకి ఏదైనా పరిష్కారం చెప్పండి. చేతనైతే నా మనశ్శాంతికి మార్గం చూపించండి" తను చెప్పదలచినది చెప్పేసి సూటిగా కృష్ణవంక చూశాడు ప్రసాద్.

కత్తివేటుకు రక్తం లేనంతగా పాలిపోయింది కృష్ణ వదనం. తల వంచుకొని శిలలా నిలబడిన అతను ప్రసాద్ ప్రశ్నతో ఉలిక్కిపడి మరుక్షణం ఎవరో తరుముతున్నట్లు బయటికి వెళ్ళిపోయాడు.

బరువుగా నిట్టూర్చి కిటికీ దగ్గరకు వెళ్ళాడు ప్రసాద్.

బయటివాతావరణం బీభత్సంగావుంది. కుంభవృష్టి. ఉరుములు, మెరుపులు, ఈదురుగాలి ఈడ్చికొడుతోంది. ఆ విసురుకి కిటికీ తలుపులు ధనధనా కొట్టుకుంటున్నాయి. మొహం మీద వచ్చి పడే చినుకులని లెక్కచెయ్యకుండా శూన్యంలోకి చూస్తూ నిలబడ్డాడు ప్రసాద్. అలా ఎంత సేపు గడిచిందో రంగన్న పిలుపుతో ఉలికిపడి వెనక్కి తిరిగాడు.

"భోజనం చేద్దురుగాని రండి బాబూ! ఈ వానకి ఇప్పటికే చాలా ఆలస్యం అయిపోయింది" అన్నాడు.

"నాకు ఆకలిగా లేదు రంగన్నా! ఈ పూట నేను తినను" అన్నాడు ప్రసాద్.

ఆశ్చర్యంగా చూశాడు రంగన్న. "అదేటి బాబూ, ఆకలి లేకపోవడం ఏంటి? కొద్దిగా తిందురుగాని రండి" అని బలవంతం చేశాడు.

"ఊహు..... నా కొద్దు రంగన్నా! నన్ను పడుకోనీ. నువ్వు వెళ్ళు....." ప్రసాద్ కంఠంలోని చిరాకుని గమనించి వెనుతిరిగాడు రంగన్న.

"ఏమిటో.....ఆ అయ్యగారికి కూడా ఆకలిలేదంట. వద్దన్నారు." అని గొణుక్కుంటూ వెళ్ళి పోయాడు.

చిన్నగా నవ్వుకున్నాడు ప్రసాద్.

అలసటగా ఈజీ చెయిర్లో కూర్చున్నాడు. బయటి వాతావరణంలాగే అల్లకల్లోలంగా ఉంది అతని మనస్సు. ఆలోచిస్తూనే నిద్రలోకి జారుకున్నాడు. మళ్ళీ కళ్ళు తెరిచేసరికి ఎండ మొహం మీద పడుతూంది. బాగా పొద్దెక్కిందే అనుకుంటూ లేచి వరండాలోకి వచ్చాడు. వరండా ముందు చిమ్ముతున్న రంగన్న ఇతడిని చూడగానే ఆ పని ఆపేసి "లేచారా అయ్యా! ఇంకాసేపు చూసి నేనే లేపుదామనుకుంటున్నాను. కాఫీ తెస్తాను ఆగండి" అనేసి లోపలికి వెళ్ళాడు.

వరండా చివరికి వచ్చి నలువైపులా దృష్టి సారించాడు ప్రసాద్. అంత వర్షం ఏమైపోయిందో? ప్రశాంతంగా అయిపోయింది వాతావరణం. చెట్లు చేమలు షవర్ కింద స్నానంచేసి తల ఆరబెట్టుకుంటున్నట్లు ఆహ్లాదంగా గాలికి కదులుతున్నాయి. నీలంగా ఉంది ఆకాశం. మార్చ్‌ఫాస్ట్ కోసం వెళ్తున్న నేవీ ఉద్యోగుల్లా హడావిడిగా వెళ్ళిపోతున్నాయి దూది పింజలవంటి మబ్బులు. చుట్టూ పరికిస్తూ గారేజ్ వంక చూసిన ప్రసాద్ ఉలికిపడ్డాడు. గారేజ్ ఖాళీగా వుంది "రంగన్నా రంగన్నా" అని కేకేశాడు. కాఫీ కప్పుతో వచ్చాడు రంగన్న. "అయ్యగారు ఏరి?" అడిగాడు.

"వెళ్లిపోయారు బాబూ! అర్ధరాత్రే వెళ్ళిపోయారు. ఈ వానలో ఎక్కడికి వెళ్తారు బాబూ, ఆగండి అని ఎంతచెప్పినా వినలేదు. అర్జంట్ పనుంది రంగన్నా, వెళ్ళాలి అనేసి వెళ్ళిపోయారు."

గంభీరంగా మారిపోయింది ప్రసాద్ వదనం. బరువుగా నిట్టూర్చాడు. "నాకూ పనుంది రంగన్నా. నేనూ వెళ్ళాలి" అన్నాడు.

తెల్లబోయాడు రంగన్న. "వారంరోజులుంటానన్నారుగా?" అని అడిగాడు.

"ముందు వుందామనే అనుకున్నాను. కానీ, వెళ్ళాలి. ప్లీజ్! నా ప్రయాణానికి ఏర్పాట్లు చూడు" అన్నాడు ప్రసాద్.

"సర్లేండి. పెందలాడ వంట చేసి ఊళ్ళోకెళ్తాను. ఏదైనా లారీ వుందేమో కనుక్కొస్తాను". నసిగాడు రంగన్న.

అన్నట్లే వెళ్ళొచ్చాడు. "నిన్నంతా వర్షం వల్ల లోడింగ్ చెయ్యలేదు. రేపు పొద్దున పదిగంటలకి బయలుదేరుతారట. మీ సంగతి చెప్పాను. బయలుదేరే ముందు కబురు చేస్తారుట" అన్నాడు.

ఆ పూట అంతా శూన్యంలోకి చూస్తూ గడిపేశాడు ప్రసాద్. రాత్రి పెందలాడే భోజనం చేసేసి పడుకున్నాడు. పడుకున్నాడే గానీ, నిద్రపట్టలేదు. ఆలోచనలతో బుర్ర వేడెక్కిపోయి ఎప్పటికో పడుకున్నాడు.

తెల్లవారుజామునే లేచి పాలు తీసుకొచ్చి, చీపురు తీసుకుని గెస్ట్‌హౌస్ ముందు చిమ్ముతున్న రంగన్న దూరంగా ఏదో వాహనం వస్తున్న శబ్దంవిని ఆ పని ఆపేసి చెవులు రిక్కించి విన్నాడు. నిజమే... ఏదో వాహనం వస్తోంది. ఆ లారీవాళ్ళు పెందలాడే బయలు దేరదామనుకున్నారేమో! ఏకంగా లారీ తీసుకుని వస్తున్నారేమో, త్వరగా కాఫీ పెట్టాలి. అయ్యగారిని లేపాలి అనుకుని కంగారుగా లోపలికి వెళ్ళబోతూ ఆగిపోయాడు.

దూరంగా దుమ్ము రేపుకుంటూ వస్తున్న కారు కనిపించగానే ఆదిరిపడ్డాడు. ఇదేమిటి అయ్యగారు వస్తున్నారు? నిన్న వెళ్ళిన మనిషి తెల్లారేసరికల్లా వస్తున్నారు. గది అరణ్యంలా వుంది సర్దలేదు. ఏం చిరాకుపడతారో? కంగారు, భయం ఏకంకాగా వణికిపోతూ నిలబడిపోయాడు రంగన్న.

మరో రెండు నిముషాల్లో సర్రున వచ్చి ఆగింది కారు. తలగుడ్డ తలకి చుట్టుకొని చేతులు నులుముకుంటూ కారుదగ్గరికి పరిగెట్టాడు. ఎప్పుడులా అయ్యగారు వంటరిగా రాలేదు. ముందు సీట్లో ఎవరో అమ్మగారు ఉన్నారు.

ఆవిడ ఒడిలో బంతిలాంటి పసివాడు వున్నాడు. తెల్లబోయి చూస్తున్న రంగన్న వంక చూడకుండానే వెళ్ళి డోర్ తెరిచి బిడ్డని అందుకున్నాడు. అట్లే చెయ్యి అందించాడు. ఆ చెయ్యి అందుకుని దిగింది ఆవిడ.

"అయ్యగారున్నారా? నిద్రపోతున్నారా?" అంటూనే సమాధానం కోసం ఎదురు చూడకుండా లోపలికి నడిచాడు కృష్ణ.

తలుపు శబ్దం అలికిడితో ఉలిక్కిపడి లేచాడు ప్రసాద్. "ఎవరూ?" అన్నాడు . సమాధానం లేదు. తలుపు శబ్దం అయింది. "వస్తున్నా" అంటూ బద్ధకంగా లేచాడు.

ధనధన ఆగకుండా మోగుతోంది తలుపు. విసుగ్గా, జారిపోతున్న లుంగీ సర్దుకుంటూ "అబ్బ ఎవరదీ! వస్తున్నా" అని అరిచాడు. ఫలితం శూన్యం. "అరె! వస్తున్నానని అరిచి చస్తుంటే వినిపించుకోరేం!" చిరాగ్గా తలుపు తీసిన ప్రసాద్ స్థాణువులా నిలబడిపోయాడు.

ఎదురుగా కృష్ణ మోహన్, అతని పక్కన అనూరాధ. ఒక చేత్తో కొడుకుని ఎత్తుకుని, మరో చెయ్యి భార్య భుజంమీద వేసి నిలబడి ఉన్నాడు.

ప్రసాద్ ముఖంలోకి చూస్తూ చిన్నగా నవ్వాడు. "శ్రీ కృష్ణమోహన్‌గారు సతీసుతసమేతంగా విచ్చేశారు. తమరు తప్పుకుని దారి ఇస్తే లోపలికి వేంచేస్తారు" అన్నాడు నాటక ఫక్కీలో

అతని మాటలు వినిపించుకునే స్థితిలో లేడు ప్రసాద్. అతనిదృష్టి ఎదురుగా నిలబడి ఉన్న రాధమీదే కేంద్రీకృతమై ఉంది. కృతజ్ఞత నిండిన కనులతో తననే సూటిగా చూస్తున్న అనూరాధను చూస్తుంటే అప్రయత్నంగా కనులు చెమర్చాయి అతనికి "అన్నూ!" అన్నాడు అప్రయత్నంగా.

ఆ పిలుపులో వేయి సందేహాలు, లక్ష ప్రశ్నలు ఇమిడి ఉన్నాయి. ఏదో చెప్పాలని వ్యర్థ ప్రయత్నం చేసింది రాధ. కానీ నోరు పెగల్లేదు.

వాళ్ళిద్దరినీ చూసి నవ్వుకున్నాడు కృష్ణ. "ప్రసాద్" అంటూ అతని భుజం తట్టాడు. "ఏం అలా నిలబడిపోయారు? మీరు కావాలనుకున్నది జరిగింది కదూ! ఇప్పుడు తృప్తిగా ఉందా మీకు? ఆదరంగా ప్రశ్నించాడు. ఇహ ప్రపంచంలోకి వచ్చిన ప్రసాద్ చటుక్కున కృష్ణ చేతిని తన చేతిలోకి తీసుకున్నాడు. అందులో ముఖం దాచుకున్నాడు.

"మీకు... మీకెలా కృతజ్ఞత చెప్పుకోను? నా కెంతో తృప్తిగా ఉంది. నా కెంతో ఆనందంగా ఉంది. అన్నూని ఇలా చూడాలని నేనెంత తపనపడ్డానో మీకు తెలియదు. ఇప్పుడు నాకెంతో హాయిగా ఉంది".

తన చేతికి తడి తగిలేసరికి చలించిపోయాడు కృష్ణ. కొడుకుని భార్యకి అందించి రెండు చేతులతోనూ ప్రసాద్‌ని దగ్గరికి తీసుకున్నాడు. "ప్రసాద్! రిలాక్స్...ప్లీజ్ రిలాక్స్" అంటూ ఆదరంగా తల నిమిరాడు. కొంచెం సేపటికి తేరుకున్నాడు ప్రసాద్. "మంచంమీద కూర్చుని ప్రసాద్‌ని తన పక్కనే కూర్చోబెట్టుకున్నాడు.

"ముందు నాకు అనుమానం రాలేదు. కానీ, మీ మాటలద్వారా మీరు చెప్పిన సీత నా భార్య అనూరాధ అని, ఆమెను ప్రేమించి పెళ్ళి చేసుకుందామనుకున్న రాజేంద్ర మీరేనని గ్రహించగలిగాను. నిజం తెలిసిన మరుక్షణం పశ్చాత్తాపంతో కుమిలిపోయాను. ఇంత చదువుకుని, సంస్కారం ఉండి కూడా అంత మూర్ఖంగా ప్రవర్తించినందుకు సిగ్గుపడ్డాను. నేనే రాధకు అన్యాయం చేసి, తను నన్ను మోసగించిందని బాధపడ్డాను. ఆవేశంతో రాధను వెళ్ళగొట్టాను. రాధ లేకపోతే ఏం హాయిగా బ్రతుకుదాం అని అపోహపడ్డాను. కానీ రాధ వెళ్ళిపోయాక ఎంత నరకం అనుభవించానో ఆ భగవంతుడికి తెలుసు. రాధ వెళ్ళాక వంటరితనం భరించలేక మధ్యవర్తి ద్వారా రాధకోసం వాళ్ళ మమయ్యగారి ఇంటికి కబురు పంపించాను. వేయి కళ్ళతో రాధకోసం ఎదురుచూసిన నాకు వచ్చిన సమాధానం ఏమిటో తెలుసా? రాధ అక్కడ లేదని, తను ప్రేమించిన రాజేంద్ర దగ్గర ఉంటూందని చెప్పారు. రాధ ప్రవర్తన మంచిదికాదని, తను నాకెంతమాత్రం తగదని, రాధను మర్చిపొమ్మని చెప్పారు. నాకు తమ కుమార్తె భువనేశ్వరిని ఇచ్చి వివాహం జరిపిస్తామని తెలియజేశారు. నా మనసు విరిగిపోయింది. రాధను మరింత నిందించాను. నా జీవితం నాశనం చేసిందని శాపనార్థాలు పెట్టాను. కానీ, నిజం ఏమిటో మీ ద్వారానే తెలిసింది నాకు.

నిజం తెలిశాక మీకు నా ముఖం చూపించడానికి సిగ్గువేసింది. క్షణం కూడా ఆలస్యం చెయ్యకుండా రాత్రికి రాత్రే బయలుదేరి ఊరుకెళ్ళాను. రాధ ఇంట్లో లేదు. పార్వతమ్మగారు నేనెవరినో తెలుసుకుని ఆదరంగా ఆహ్వానించింది. బాబుని చూపించింది, అమాయకురాలు రాధమ్మ నానా కష్టాలూ పడుతోంది. ఇకనైనా ఆ అమ్మాయి కష్టాలు గట్టెక్కించు బాబూ! అంది. అందుకే వచ్చానమ్మా! రాధ కాళ్ళమీద పడి క్షమాపణ చెప్పుకుంటాను. నా వెంట రమ్మని వేడుకుంటాను. రాధ క్షమించి నా కోరిక మన్నిస్తే నా

అదృష్టంగా భావించి వెంట తీసుకువెళ్తాను అన్నాను. పరమానందపడింది ఆవిడ. కూర్చోమని చెప్పింది. భరత్‌తో ఆడుకుంటూ కూర్చున్నాను.

రాధ వచ్చింది. నన్ను చూసితెల్లబోయింది. తల వంచుకుని నిలబడ్డాను. నన్ను నిందిస్తుందేమో అనుకున్నాను. ఏ ముఖం పెట్టుకుని వచ్చారు, బయటికి నడవండి అని వెళ్ళగొడుతుందేమో అనుకున్నాను. కానీ, రాధ దేవత. నన్ను పల్లెత్తుమాట అనలేదు సరికదా ఆదరంగా పలుకరించింది. "ఎంతసేపైంది వచ్చి? ముందుగా తెలియజేస్తే ఇంట్లోనే ఉండేదాన్నిగా?" అని ప్రశ్నించింది. "మీకు బోర్ కొట్టిందేమో! మీరు అలా అయిపోయారేం! ఆరోగ్యం బాగాలేదా!" అని ప్రశ్నించింది.ఆ అమృతమూర్తి ఆదరానికి తట్టుకోలేకపోయాను. కాళ్ళమీద పడి క్షమాపణ వేడుకున్నాను.

"ఛ! ఏమిటిది? మనలో మనకు క్షమాపణలు ఎందుకు? నాకు మీరంటే కోపంగానీ అసహ్యంగానీ లేవు. నా ఇంటికి నేను రావడానికి నాకు అభ్యంతరం ఎందుకు? తప్పకవస్తాను. ఏదోరోజు మీరు నాకోసం వస్తారని, నా జీవితం మళ్ళీ చిగురిస్తుందని ఆశపడేదాన్ని. నా ఆశ నిరాశకాలేదు" అంది రాధ.

ఇద్దరం తనివితీరా కబుర్లు చెప్పుకున్నాం. "రాజేంద్ర ఇక్కడే ఉన్నారు. మీరొచ్చారంటే కొండెక్కినంత సంబరపడిపోతారు. కబురు చేస్తాను" అంది హఠాత్తుగా.

"రాజేంద్ర ఇక్కడ లేరు రాధా!" అన్నాను. తెల్లబోయింది రాధ. జరిగినది అంతా చెప్పాను. "ఆయనకెప్పుడూ నా ధ్యాసే. ప్రతిరోజూ కనీసం ఒక్కసారైనా ఈ విషయంమీద నాతో వాదించేవారు. నేను వెళ్ళి మీవారితో మాట్లాడతాను అనేవారు. నేనే అంగీకరించలేదు. సంసారాలు రికమెండేషన్లతో బాగుపడవు. మీరు వెళ్ళడానికి వీల్లేదు. నేను కావాలనుకుంటే ఆయనే వస్తారు అనేదాన్ని నేను" అంది.

మరో అరగంట తరువాత రిజిగ్నేషన్ పంపేసింది. భోజనం చేసి బయలుదేరాం. తిన్నగా ఇక్కడికి వచ్చేశాం. ప్రసాద్! రాధ నన్ను క్షమించేసింది. ఇక మీరున్నారు. నేను చేసినది సామన్యమైన పొరబాటు కాదు. క్షమించరాని తప్పిదమే జరిగింది నావల్ల. కానీ మీరు దేవుడివంటివారు. ఆ ధైర్యంతో చేతులు జోడించి వేడుకుంటున్నాను... నా మూర్ఖత్వానికి నన్ను క్షమించండి".

దీనంగా చేతులు జోడించిన కృష్ణని చూసి విలవిలలాడాడు ప్రసాద్. "ఛ! ఏమిటిది? ఇందులో మీ పొరబాటు ఏముంది? మీ స్థానంలో ఎవరున్నా అలాగే ప్రవర్తిస్తారేమో! రాధ మాటల ద్వారా మీ గురించి తెలుసుకున్న నాకు మిమ్మల్ని కలుసుకుని నిజం చెప్తే మీ మనసు తప్పకుండా మారుతుంది అని ఆశ కలిగింది. ఎన్నోసార్లు రాధకు చెప్పిచెప్పి విసిగిపోయాను. చివరికి చెప్పకుండా బయలుదేరి మీ ఊరు వెళ్ళాను. మీరు లేరని తెలిసింది. ఎక్కడికి వెళ్లారు అని అడిగితే చెప్పారు మీ నౌకర్లు. వెంటనే ఇక్కడికి వచ్చాను. మీతో పరిచయంకాకముందే రంగన్న వచ్చి మీరు కోపంగా ఉన్నారని, తక్షణం వెళ్ళిపొమ్మని చెప్తే క్రుంగిపోయాను. ఏం దారి భగవంతుడా! అనుకున్నాను. కానీ అంతలోనే మళ్ళీవచ్చి అయ్యగారు ఉండమన్నారు అనేసరికి ప్రాణం లేచివచ్చింది. మీతో పరిచయం అయింది. అనూరాధను సీతగా మార్చి, రాజేంద్రప్రసాద్‌ని ప్రసాద్‌గా పరిచయం చేసుకుని నేను చెప్పదలచుకున్నది చెప్పాను. నా పని సానుకూలం అయింది. అన్నాను ఇలా చూస్తుంటే నాకెంతో తృప్తిగా వుంది. ఇక నేను కోరుకునేది ఏంలేదు" అనూరాధను కనులారా చూస్తూ తృప్తిగా చెప్పాడు ప్రసాద్.

రంగన్న అందరికీ కాఫీలు ఇచ్చి, భరత్‌ని యెత్తుకుని ఆడిస్తూ బయటికి వెళ్ళిపోయాడు. కాఫీతాగి కప్పు కింద పెట్టేశాడు కృష్ణ.

"ప్రసాద్! మీరు నాకు చిన్న సాయం చెయ్యాలి. కాదనకూడదు." అన్నాడు హఠాత్తుగా.

నిటారుగా అయిపోయాడు ప్రసాద్. మీకు నా సాయమా? ఏం కావాలి చెప్పండి. చెప్పండం కాదు. ఆజ్ఞాపించండి. నా భాగ్యంగా భావించి మీకు సాయం చేస్తాను" అన్నాడు క్షణం ఆలస్యం చెయ్యకుండా.

గుండెనిండా గాలి పీల్చుకున్నాడు కృష్ణ. "నిన్న రాధతో మాట్లాడాక, రాధని సామాన్లు సర్దుకోమని చెప్పి నేను మీ ఊరి ప్రెసిడెంట్‌గారి ఇంటికి వెళ్ళాను. మెంటల్ హాస్పిటల్‌కి ట్రంకాల్ చేశాను. అక్కడి డాక్టర్‌గారితో వివరంగా మాట్లాడాను. లక్ష్మి గురించి వివరంగా చెప్పారాయన. లక్ష్మి చాలా వరకు కోలుకుందిట. జాయిన్ చేసిన నాటికన్నా వెయ్యిరెట్లు నయం అయింది. కానీ ఇంకా పూర్తిగా నార్మల్‌గా అవలేదు. మరికొంత సమయం పడుతుంది.

ప్రస్తుతం ఆవిడకి కావలసింది కేవలం వైద్యమే కాదు. ఆప్యాయత, ఆదరణ కావాలి. అనుక్షణం కాపాడుకునే మనుషులు కావాలి. ఇవన్నీ ఇంట్లో సాధ్యం కాదు కాబట్టి ఇక్కడే మరి కొన్నాళ్ళు వుంచాలి అన్నారు. లక్ష్మికి కావలసిన సదుపాయాలు అన్నీ నేను సమకూరుస్తాను. ఆవిడని విడుదల చేస్తారా అని అడిగాను. అనేక ప్రశ్నలు వేసి నా సమాధానాలు విని చివరికి సరే అన్నారు ఆయన. మనం వెంటనే బయలుదేరుదాం. నేరుగా లక్ష్మి దగ్గరకు వెళ్దాం. లక్ష్మిని తీసుకుని అందరం కలిసి మా ఇంటికి వెళ్దాం. నా దగ్గర అనుభవజ్ఞులైన డాక్టర్లు అసిస్టెంట్లుగా ఉన్నారు. మంచి నర్సులున్నారు. నేనున్నాను. మేమందరం లక్ష్మికి కావలసిన వైద్యసదుపాయాలు అమరుస్తాం. లక్ష్మికి కావలసిన ఆదరణ అందించే బాధ్యతను రాధ స్వీకరిస్తుంది. మా అందరి సహాయంతో, మీ సన్నిధానంలో లక్ష్మి భయంకరమైన గతాన్ని అతిత్వరలో మర్చిపోతుంది. మామూలు మనిషి అయిపోతుంది. మీరు ఈ ఉద్యోగానికి రిజైన్ చేసెయ్యండి. చనిపోయిన మా అమ్మనాన్నల పేరుమీద ఏదైనా స్కూల్ నిర్మించాలని నా చిరకాల వాంఛ. ఆ బాధ్యతను మీకు అప్పగిస్తున్నాను. ఆ స్కూల్‌కి మీరే డైరెక్టర్ కమ్ హెడ్‌మాస్టర్ కమ్ టీచర్. మీకు అసిస్టెంట్ కావాలంటే అన్నూని నియమించుకోండి. రాధ నిష్క్రమణతో శ్మశానంలా తయారైన నా ఇల్లు, మీ అందరి రాకతో మళ్ళీ కళకళలాడుతుంది. ఇది నా కోరిక, కాదనకుండా తీరుస్తారు కదూ!"

ప్రసాద్ కనులవెంట గిర్రున నీరు తిరిగింది. "మీరు మనిషి కాదు...దేవుడు" అన్నాడు కృతజ్ఞతతో బరువెక్కిన కంఠంతో.

"కాదు. అతి మామూలు మనిషిని. నిజమైన దైవం మీరు. మిమ్మల్ని చూసి నేను ఎన్నో నేర్చుకోవాలి. మీవంటి స్నేహితుడిని నాకు ప్రసాదించినందుకు రాధకు నేనెంతో కృతజ్ఞుడిని" అన్నాడు కృష్ణ.

"ఇక ఒకరినొకరు పొగడుకోడం చాలించి నా ప్రయాణం విషయం ఆలోచించండి. నాకు త్వరగా లక్ష్మిని చూడాలని ఉంది" అంది రాధ.

"అవును. వెంటనే బయలుదేరాలి" అంటూ లేచాడు కృష్ణ.

"మీరు స్నానం చేసి బట్టలు మార్చుకుని రండి. ఈ లోపల సామాన్లు సర్దేస్తాం" అన్నాడు.

క్షణంలో స్నానం చేసి తయారైపోయాడు ప్రసాద్. పది నిమిషాల్లో కారు దగ్గరికి వచ్చేశారు అందరూ. 'మళ్ళీ ఎప్పుడొస్తారు బాబూ!' అని అడిగాడు రంగన్న. చిన్నగా నవ్వాడు కృష్ణ. జేబులోనించి డబ్బు తీసి ఇచ్చాడు.

"నేనిక రాను రంగన్నా, ఈ డబ్బు తీసుకో. ఏదైనా చిన్న వ్యాపారం పెట్టుకో. నీకు నా సాయం కావాలంటే నా దగ్గరకు రా. ఏదైనా ఉద్యోగం ఇస్తాను" అన్నాడు.

"ఆ డబ్బు కళ్ళకద్దుకున్నాడు రంగన్న. చేతులు జోడించి శలవు తీసుకున్నాడు.

డ్రైవింగ్ సీట్లో కృష్ణమోహన్, అతనిపక్క ప్రసాద్, వెనకసీట్లో రాధ భరత్లతో బయలుదేరింది కారు. మలుపులు జాగ్రత్తగా దిగి సాఫీగా వున్న రోడ్డుమీదికి ఎక్కి బాణంలా దూసుకుపోతుంది.

## సమాప్తం